ब्रिटिश पोलीस कार्यवाही'च्या चाहत्यांना डिटे.इन्स्पे. टॉम मरिनरच्या या चौथ्या तपासणी कार्यात विशेष रस वाटेल...

– पब्लिशर्स वीकली

कॉलेट ही एक मस्त लेखिका आहे, अभ्यासात, हुशार व वातावरण निर्मिती आणि व्यक्तिरेखाटनामध्ये सक्षम असलेली...

– यॉर्कशायर पोस्ट

एक बुद्धिमान व सुहृद लेखिका...

– ज्युडिथ कटलर, लेखिका - स्टिल वॉटर्स

मरिनर ही एक उत्तम व्यक्तिरेखा आहे...

– लिसा कोडी, लेखिका, द ॲना ली मिस्टरीज सीरिज

ब्लड मनी

लेखक
क्रिस कॉलेट

अनुवाद
वैशाली रानडे

मेहता पब्लिशिंग हाऊस

✆ +91 020-24476924 / 24460313 / Mob. No. 9545000513

Email : production@mehtapublishinghouse.com

Website : www.mehtapublishinghouse.com

BLOOD MONEY by CHRIS COLLETT

First Published in Great Britain in 2007 by Piatkus Books

Translated into Marathi Language by Vaishali Ranade

ब्लड मनी / अनुवादित कादंबरी

TBC

अनुवाद : वैशाली रानडे

Email : author@mehtapublishinghouse.com

मराठी अनुवादाचे व प्रकाशनाचे हक्क : मेहता पब्लिशिंग हाऊस, पुणे.

प्रकाशक : सुनील अनिल मेहता, मेहता पब्लिशिंग हाऊस,
१९४१, सदाशिव पेठ, माडीवाले कॉलनी, पुणे - ४११०३०.

अक्षरजुळणी : पीसी-नेट, नारायण पेठ, पुणे - ३०.

मुद्रक : ट्रिनिटी ॲकॅडमी फॉर कॉर्पोरेट ट्रेनिंग लिमिटेड

मुखपृष्ठ : चंद्रमोहन कुलकर्णी

प्रकाशनकाल : ऑगस्ट, २०११ / पुनर्मुद्रण : सप्टेंबर, २०१३

किंमत : ₹ २००

P Book ISBN 9788184982596

१

पहाटे साडेतीन वाजता गजर वाजला, त्या आधी मरिनर जागा झालेला होता. भल्या पहाटे उठण्याचा लहानपणीचा अनुभव आठवून, त्याच्यामध्ये आनंदाची एक लहर उठली. अजून आकाश पुरतं उजळलं नसताना; असं लवकर उठणं म्हणजे ख्रिसमस किंवा एखाद्या लांबच्या प्रवासाची चाहूल... शेजारी झोपलेल्या ॲनाला न हलवता त्याने काळजीपूर्वक दुलई बाजूला केली, अंथरुणातून बाहेर पडला आणि बेडरूमच्या बाहेर येऊन दिवा लावला. त्याचे घडी केलेले कपडे, आदल्या रात्री जेथे ठेवले होते तेथेच होते. अर्धवट झोप झाल्यामुळे जडावलेल्या डोळ्यांनीच तो शॉवरखाली उभा राहिला आणि पुढे उलगडणाऱ्या दिवसावर त्याने विचार केंद्रित केले. गेल्या काही दिवसांपासून सुरू असलेला पाऊस थांबल्याने बाहेर सगळे निवांत कोरडे होते. थंडीची चाहूल देणारा गारवा हवेत जाणवत होता. कुंपणावरची ''विकणे आहे'' ही पाटी आता ''विकले आहे'' मध्ये रूपांतरित होऊन कडेला झुकली होती; गाडीत बसण्यापूर्वी मरिनरने ती सरळ केली. पाच मिनिटांनी तो टोनी नॉक्सच्या घरापाशी आला. त्याचा हा साहाय्यक त्याची वाटच पाहत होता, तो लगेचच बाहेर आला. 'आजच्या दिवसासाठी शुभेच्छा बॉस,' नॉक्स मरिनरच्या शेजारी बसत म्हणाला.'

'कामासाठी कुठलाही दिवस उत्तमच असणार,' मरिनर म्हणाला. 'पण या मोहिमेचा सांकेतिक शब्द म्हणजे कोणीतरी केलेला विनोद वाटतो. 'ओशन ब्लू' हे काय नाव झाले? त्याऐवजी 'ऑपरेशन गटार उघडणे' असे नाव संयुक्तिक ठरले असते.

'तुम्हाला ह्या सगळ्याची उणीव जाणवेल, बॉस?'

'मी फक्त एका आठवड्यासाठी रजेवर आहे. मला वाटतं जमेल मला.'

'नाही म्हणजे, तुमची जर बदली झाली तेवढ्यात तर.'

'हिअरफोर्डशायरमध्ये पुरेसा उत्साह असणारच. आपण वृत्तपत्रात वाचतो, ते जर बरोबर असेल तर ड्रग आणि इतर व्यसन यासाठी खेड्यांपेक्षा वाईट ठिकाण कोठे नसतील!''

'पण इथं आहे तसे नक्कीच नसेल नाही, का?'

'नाही, पण ॲनाच्या दृष्टीने बघितले तर हा एक मुद्दा आहे.'

'तुम्हाला पुढचा पूर्ण आठवडा सुट्टी आहे का?'

''पूर्ण सात दिवस. बारसं पुढच्या रविवारी आहे.''

'तुम्ही गॉडफादर का?' नॉक्सने न राहवून विचारलं.

'नावापुरतं. अधिकृतपणे असे म्हणण्यासाठी ॲनाचं आणि माझं लग्न व्हायला हवं. मला चालणार आहे, जी आहे ती जबाबदारी पुरेशी वाटते.'

अपेक्षेप्रमाणे अजून तरी वाहतूक तुरळक होती. आर्ट सेंटरवरून परशोर रस्त्याला वळताच 'टॅली हो'च्या पोलीस ट्रेनिंग सेंटरकडे जाणाऱ्या गाड्यांच्या लांबलचक रांगेत ते जाऊन दाखल झाले. आडनिड्या वेळेच्या एखाद्या पार्टीला येणाऱ्या लोकांप्रमाणे ते सगळे दिसत असावेत. काही तरुण शाळेच्या ट्रीपला निघाल्यासारखे उत्साहात होते. पूर्ण वेस्ट मिडलॅण्ड्स परिसरातून १५० ऑफिसर्स मुख्य सभागृहात जमा झाले होते. मुख्य निरीक्षक मार्सटनने अजिबात गाजावाजा केला नव्हता. 'ओशन ब्लू' ही मोहीम काही महिन्यांपूर्वीच आखण्यात आली होती आणि ज्या कुणाला आपली भूमिका अजूनही स्पष्ट झाली नसेल, त्यांना झोपा काढल्याबद्दल शिक्षेला सामोरे जावे लागणार होते. 'सगळं झटकन आणि नीटपणे करूयात. शुभेच्छा!'

कॅटरिना अस्ताव्यस्त अंथरुणात दोन मांड्यांच्यामध्ये हात घट्टपणे गुंतवून गर्भातील बाळाप्रमाणे पडली होती. तिचे अंग दुखत होते. तिला खरं तर बरे वाटायला पाहिजे होते कारण रात्र संपल्याने आता ती आराम करू शकणार होती. अर्थात अशा अवस्थेला आराम म्हणत असतील तर! खरंतर थकव्याच्या लाटा तिला लपेटून टाकत होत्या. आपली थरथर थांबून आपण शांतपणे असेच विलिन झालो तर फार बरे होईल. पातळ जाळीच्या पडद्यातून रस्त्यावरील दिव्याचा प्रकाश खिडकीच्या काचेतून आत झिरपत होता. विजेची शेगडी असतानाही तिच्या श्वासातून थंडीमुळे हलक्या वाफा येत होत्या, नाकाचा शेंडा गार पडला होता, कपड्यांसह ती अजूनही ब्लँकेटमध्ये गुरफटलेली होती.

थोडे बरे वाटावे म्हणून थंड हवेत जाऊन तिने पलंगाशेजारच्या एका ड्रॉवरमध्ये हात घालून एक मौल्यवान जपलेली वस्तू बाहेर काढली. तो एक अति हाताळलेला फोटो होता, आयुष्यात तिच्या ज्या काही थोड्याफार वस्तू शिल्लक होत्या, त्यापैकी ही एक! दर रात्री सहन कराव्या लागणाऱ्या भयाण घटनांपेक्षा हा एक हवाहवासा त्रास होता. सहजच तिच्या मनात आई, वडील, घर, भाऊ, बहीण यांचे विचार आले आणि छातीत कळ येऊन नकळत हुंदका बाहेर पडला. शेजारच्या खोलीत असलेल्या ॲलानालासुद्धा याच त्रासाने पछाडले असेल का? तिने विचार केला. घर संपूर्ण शांत असताना, अशा रात्रीच्या वेळी तिची मैत्रिण जागी असेल

काय? हे सांगणे शक्य नव्हते. शेवटचे गिऱ्हाईक येऊन गेले होते, दूरवरून जाणारी गाडी वगळता सगळं जग शांत होतं.

कॅटरिनाला डुलकी लागली असावी, एवढ्यात आरडाओरडा, दार आपटणे आणि जिन्यावरील जोरदार आवाजाने तिला जाग आली. धडपडत पलंगाच्या एका बाजूला जात गार पडलेल्या भिंतीला चिकटून तिने लपून बसण्याची धडपड केली, यावेळेला तिला एकटे सोडले जावे अशी ती प्रार्थना करत होती. बऱ्याच क्षणांनंतर दार जोरात उघडले गेले. एक अनोळखी मनुष्य दारात उभा होता. इतरांपासून वेगळा, स्वच्छ नेटके कपडे घातलेला. तो मृदू आवाजात बोलत होता, पण स्वत:च्या धांदलीत त्याचे शब्द नीट न समजून तो काय म्हणत होता हे देखील तिला कळले नाही. त्याची नजर खोलीभर आणि बिछान्यावर फिरत होती हे तिने पाहिले आणि शरमेने तिने डोळे झाकून घेतले.

जोराच्या धडकांनी दार उघडले जाताच खोलीतला कुबट आणि सुमार दर्जाच्या अत्तराचा वास त्यांना आला. मरिनर, नॉक्स आणि दोन गणवेशातले ऑफिसर जिन्यातून धडाधड येत प्रत्येक दार उघडत होते. पहिल्या तीन खोल्यांमधून अनुक्रमे दोन स्त्रिया आणि एक पुरुष झोपेतून जागे होऊन प्रखर दिव्याच्या उजेडात डोळे किलकिले करून पाहत होते.

मरिनरला वाटले की घराच्या वरच्या बाजूला असलेली चौथी खोली रिकामी आहे. पण अंधुक उजेडाला सरावल्यावर त्याला बिछान्याच्या एका टोकाला भेदरलेले मोठ्या डोळ्यांचे मुटकुळे दिसले. 'ठीक आहे,' तो म्हणाला. 'तू सुरक्षित आहेस.' आपले ओळखपत्र दाखवत तो म्हणाला. 'मी पोलीस आहे.' ती आणखीनच आकसून गेली. हळूहळू पुढे आल्यावर खुर्चीवर लटकलेले एक जाकीट मरिनरला दिसले. ते उचलून तिच्यासमोर धरत तो म्हणाला, 'तुला माझ्याबरोबर यावे लागेल.' तिच्या आणखी जवळ जात त्याने तिच्या अंगावरील मेंचट पांघरुण काढून घेतले आणि तिचा काटकुळा हात धरला.

त्या गारठलेल्या पहाटे रस्त्यावर धुमाकूळ माजला होता. थांबलेल्या गाड्यांमध्ये मुलींना पटापट कोंबले जात असताना आजूबाजूच्या घरातील पडदे सरकवले जात होते. अटक केलेल्या दोन पुरुषांना घेऊन एक गाडी वेगाने निघून गेली. 'ओशन ब्लू' मोहीम त्यांच्यासाठी संपली होती.

रेडिओवरील निवेदकाने केलेल्या एका विनोदावर एमा ओ'ब्रायन हसली. 'काय वेडा माणूस आहे.' गाडीत शेजारीच कारसीटमध्ये बसवलेल्या आपल्या तान्ह्या मुलीकडे पाहत ती म्हणाली. जेसिकाच्या बोळक्या तोंडाच्या हसण्याचे आणि आनंदाने पाय मारण्याचे इमाला कौतुक वाटले. पुढची वाहतूक हळू पुढे सरकली आणि तिने क्लचवरील पायाची पकड ढिली केली. देवा! साडेआठ! रोज

असा प्रवास करणे म्हणजे गंमतच आहे. या शहरात शिरायला वेळ लागतो हे तिला ठाऊक होतं, त्यामुळे तिने बराच वेळ हाती ठेवला होता. किंबहुना आपण इतके निवांत कसे याचे तिलाच आश्चर्य वाटत होते. हे सर्व मातृत्वामुळे झाले आहे, यात शंका नव्हती. सगळ्यांनीच या बदलावर वक्तव्य केले होते. एरवी सहा महिन्यांपूर्वी ती भल्या पहाटे लेक्चरच्या ठिकाणी हजर झाली असती, स्वत:चे सादरीकरण पुन्हा एकदा तपासले असते, सर्व तांत्रिक बाबी नीट कार्यरत आहेत ना, याची खात्री करून घेतली असती आणि मनातल्या मनात कामाची उजळणी करत राहिली असती. 'तुझी आई आता खूप बदलली आहे,' मनापासून स्मित करत तिने जेसिकाला सांगितलं. यावर जेसिका तोंड भरून हसली.

नर्सरीच्या जवळ येताच एका अनामिक भीतीने इमाला ग्रासले. सहा महिन्यांनंतर आज प्रथमच ती लेक्चर हॉलमध्ये उभी राहणार असल्याने असे होत असावे, अशी तिने स्वत:ची समजूत घातली. पण स्वत:शी हेही मान्य केले की, सात आठवड्यांच्या आपल्या मुलीला अक्षरश: परक्या हातात सोपवण्याची ही भीती असावी. तान्ह्या बाळांच्याबाबतीत विचित्र गोष्टी घडू शकतात. नुकतेच एका पेपरमध्ये तिने वाचले होते की, हलवून हलवून बाळाचा जीव घेतल्याबद्दल बाळाला सांभाळणाऱ्या बाई विरूद्ध गुन्हा दाखल झाला होता. 'काहीतरीच काय' ती स्वत:शीच मोठ्याने म्हणाली. हे पाळणाघर कित्येक वर्षं कार्यरत होते आणि इथे काम करणारी माणसे हॉस्पिटलने पारखून घेतलेली होती. ते व्यावसायिक होते. इथे काही गैरकारभार चालू असता तर हे पूर्वीच बंद पडले असते आणि तसेही आता माघार घेण्यास उशीर झालेला आहे. या क्वचितच होणाऱ्या लेक्चरचे मानधन खूपच होते, हे तिला नाकारता आले नाही. आणि हे निव्वळ एका दिवसासाठीच होते. पाळणाघराची व्यवस्था उत्तम असणार होती.

आपल्या मुलीला पाळणाघराच्या काळजीवाहू आणि सक्षम मॅनेजरकडे सोपवून अर्ध्या तासानंतर इमा आपल्या गाडीत परतली. जरी कुरकुर न करता जेसिकाने तिला जाऊ दिले होते तरी तिच्यापासून दूर झाल्यामुळे इमाला गलबलून आले आणि थोडे रडू आले. इमाने आपला मोबाईल चाचपडून पीटरचा नंबर स्पीड डायलने लावला पण अर्ध्यातच तो बंद केला. एव्हाना तो कामावर गेला असेल. औषधांच्या चाचणीच्या शेवटच्या टप्प्यांबाबत मिटिंगमध्ये व्यग्र असताना इमाच्या फोनने आलेला व्यत्यय त्याला चालला नसता. त्यापेक्षा त्याला दुपारी फोन करून आपले कामही कसे झाले याबाबत सांगावे. निग्रहाने नाक आणि डोळे पुसून ती व्यावसायिक भूमिकेत शिरली.

ग्रॅनविल लेन येथे एफएमई मुलींची कसून तपासणी करत असताना वरती खोलीमध्ये मरिनरने आपल्या सहकाऱ्यांना पुढील कारवाईबाबत सूचना दिल्या.

दोन वेगळ्या ठिकाणाहून एकूण आठ मुली ग्रॅनविल लेनला आणल्या गेल्या होत्या. दोन पुरुष, दोन रक्षक यांना कोणत्याही अपायाविना अटक करण्यात आली होती. सर्व काही सुरळीतपणे पार पडल्यामुळे मरिनरने अभिनंदन करून बोलायला सुरुवात केली. 'पण हा त्यातला सोपा भाग होता,' तो म्हणाला. 'आता खरे आव्हान आहे; ते शहरातून पकडून आणलेल्या दोन पुरुष आणि इतरांवर केस उभी करणे आणि या सगळ्यांचा सूत्रधार कोण आहे, हे शोधणे. मुलींचा बाजार मांडणारी माणसे हीच आहेत, असे स्वत:ला फसवून चालणार नाही. या सर्व घृणास्पद कामामागे कोण आहे, हे आपल्याला शोधले पाहिजे. स्थलांतरितांची नोंद ठेवणाऱ्या कार्यालयाने अनेक संशयित हेरले असून, गेले १२ महिने त्यांच्यावर पाळत ठेवलेली आहे. त्याने डिजीटल छायाचित्र असलेले डझनभर कागद हातात धरून उंचावले. आपल्याला नेमके संबंध जुळवायचे आहेत. योग्य ओळख आणि अचूक साक्षीदारांची विधाने हवी आहेत. काही मुलींचा थेट संपर्क असू शकेल किंवा त्यांनी काही गोष्टी ऐकल्या असतील. स्थलांतराची नोंद करणारे कार्यालय आपल्याला सापडलेल्या कागदपत्रांच्याद्वारे आपले काम करत राहील. पण टेप आणि व्हिडिओवरील संभाषणे महत्त्वपूर्ण असतील.'

मरिनरने सभोवती पाहिले, सगळ्यांचे लक्ष केंद्रित आहे हे पाहून त्याला समाधान वाटले. 'काही मुली साक्षीदार म्हणून चांगल्याच ठरू शकतील. पण आपल्याला काही जणी अशा पाहिजे, ज्यांच्यावर अवलंबून राहता येईल आणि त्या साक्षही देतील.' त्याला कल्पना होती यापैकी बऱ्याच मुलींवर खूप काळापासून अत्याचार होत आलेले आहेत. 'त्या तरुण आहेत. भेदरलेल्या आहेत आणि कुणावरही विश्वास ठेवावासा वाटू नये, अशा कठीण परिस्थितीतून गेल्या आहेत. त्यांचा विश्वास पुन्हा प्रस्थापित करण्याइतका वेळ आपल्याजवळ नाही आणि मी याची आठवण करून देण्याची गरज नाही की, या बळी आहेत, गुन्हेगार नाहीत. आपल्याला हळुवारपणे त्यांच्यात विश्वास निर्माण करावा लागणार आहे. या मुली अटकेखाली नाहीयेत. परंतु संपूर्ण कायदेशीर पद्धतींचा अवलंब करायचा आहे. कारण कोर्टामध्ये केस उभी राहिल्यावर आपल्यावर उलटा कोणताही आरोप येणार नाही याची आपल्याला खात्री राहील.'

मरिनरने मुलाखत घेण्याकरता अधिकाऱ्यांच्या गटाची विभागणी केली, मुलींना संकोच वाटू नये, म्हणून शक्य असेल तिथे पुरुषांबरोबर स्त्री अशी योजना केली. काही व्यावहारिक वाटाघाटीतून मोठा मासा गळाला लागण्याच्या अपेक्षेने तो आणि नॉक्स रक्षकांच्या मुलाखती घेणार होते.

सूचना संपताच डीसीआय शार्प आत आल्या, त्यांच्या पाठोपाठ एक बाई

होत्या. ''टॉम, या लोरेली फील्डिंग आहेत, 'डॅफोडिल' प्रकल्पामधल्या'' शार्प म्हणाल्या.

'डॅफोडिल प्रोजेक्ट?' पुढे होऊन फील्डिंगशी हस्तांदोलन करीत मरिनरने विचारले.

'पीडित महिलांना आधार देण्याचे परोपकारी काम आम्ही करतो.' फील्डिंग म्हणाली. 'आम्ही वकील किंवा समुपदेशकाची भूमिका निभावतो. शहरात अनेक ठिकाणी आमचे आश्रय आहेत. आमची सेवा देण्यासाठी आम्ही येथे आलो आहोत. मुलींशी चर्चा करताना, मुलाखती घेताना आमचे मदतनीस उपस्थित राहू शकतील. तुमचे काम झाल्यानंतर आमच्या वसतिगृहांमध्ये रात्री राहण्यासाठी मुलींना घेऊन जातील.'

'धन्यवाद' मरिनर म्हणाला. 'आमची तयारी झाल्यावर आम्ही तुम्हाला हाक मारू.'

सर्व तयारी झाल्याचे एफएमईने येऊन सांगितले. तुम्ही आत्ता मुलाखती सुरू करणार आहात का असे त्याने मरिनरला विचारले.

'एका दुभाष्याची आम्ही वाट पाहत आहोत.'

'सगळ्यांसाठी तुम्हाला दुभाष्याची जरूर नाही. यापैकी एका मुलीला चांगले इंग्रजी येते.'

'खरंच का?'

'हो, युद्धकाळी तिचे आजोबा इथे होते. भाषेचे प्राथमिक ज्ञान त्यांनी तिला दिले आहे. चांगली येते भाषा तिला.'

'यापैकी कोणती मुलगी?'

'कॅटरिना. १९ वर्षांची आहे. सगळ्यांपेक्षा मोठी आहे, त्यामुळे सर्व प्रक्रिया ती नीट हाताळेल असे वाटते.'

'धन्यवाद.' तो आणि नॉक्स आता तिची चौकशी करत होते.

'तुम्ही यांना सौम्यपणे हाताळाल ना?'

'नक्कीच.'

पण हा सौम्यपणा एकतर्फी होता. त्या रक्षकांची मुलाखत हा मरिनरसाठी एक वैफल्यजनक अनुभव होता. त्या माणसांनी फक्त स्वत:चे नाव सांगितले, इतर संशयितांच्या फोटोबद्दल काही बोलणे वा ओळख दाखवण्यास त्यांनी नकार दिला. एका तासानंतर मरिनर हताश होऊन थांबला. 'अगदी काहीच नाही तरी अवैध मार्गाने पैसे कमावल्याबद्दल आपण त्यांना पकडले आहे. आता ते असेच खितपत राहू देत.' त्याने शार्पला सांगितले. 'यापैकी यांना प्राधान्य देऊ या.' इंग्रजी जाणणाऱ्या मुलीपासून त्याला सुरुवात करायची होती.

टोनी नॉक्स, जेनी फॉस्टरसह एका मुलीची चौकशी करत होता, ती जेमतेम १२ वर्षांची होती. निस्तेज आणि निकृष्ट दिसणाऱ्या ह्या मुलीच्या डोळ्यांखाली

काळी वर्तुळे होती आणि तिच्या काटकुळ्या दंडावर अनेक व्रण होते. ते आत जाताच तिने डोकं खाली घातलं पण तोपर्यंत तिच्या तोंडातील वरचे दात पडल्याचे त्यांनी पाहिलेले होते. लहान मुलाचे दुधाचे दात पडल्यासारखे ते दिसत होते. त्यांच्यापासून जमेल तेवढे अंतर ठेवून ती एका खुर्चीत बसली होती, आपले हात तिने सुरक्षितपणे गुंडाळून घेतले होते.

'तिच्या दातांना काय झाले? तिला मारले होते का?' फॉस्टरने दुभाषीला विचारले.

'तिला अधिक चांगले काम करता यावे, म्हणून ते काढलेले आहेत.' दुभाषीने मुलीशी बोलून सांगितले.

'देवा!' नॉक्स म्हणाला.

उपायुक्त फॉस्टरला हे नीटसे समजले नाही. दबल्या आवाजात नॉक्सने स्पष्ट केले, 'मुखमैथुनासाठी हे सर्वोत्तम असते.'

फॉस्टरचा चेहराच बदलला.

त्यांच्या प्रश्नांना क्वचितच होकाराने वा मान हलवून सोनजांने प्रतिसाद दिल्याने मुलाखत अर्धवट सोडून नॉक्स जाणार होता. तेवढ्यात, ती दुभाषीकडे वळून घाईघाईने बोलू लागली. पहिल्यांदाच तिने टोनी नॉक्सच्या चेहऱ्याकडे अगतिकतेने पाहिले आणि नॉक्सच्या पोटात गलबलून आले.

'या सगळ्याला किती वेळ लागेल असे ती विचारते आहे. तिला जाऊन आपले बाळ शोधायचे आहे' दुभाषीने सांगितले.

'तिला बाळ आहे?' नॉक्स मुळापासून हादरला होता. ती मुलगी पुन्हा बोलू लागली, आता तिच्या बोलण्यातील गती वाढत होती.

'मुलगी आहे. तिरानामध्ये अनाथ आश्रमात आहे. तिला जाऊन शोधायचे आहे.'

'अरे देवा, मला आता सगळे समजले,' नॉक्स समोर बसलेल्या लहानगीकडे पाहत होता.

कमिशनर जमिला खातूनसह मरिनर मुलाखतीच्या खोलीत आला, फाऊंडरी रोडवरील घराच्या वरच्या मजल्यावरून आणलेल्या कॅटरिनाला त्याने लगेच ओळखले. ती १९ वर्षांची आहे, यावर त्याने कधीच विश्वास ठेवला नसता. पोलीस स्टेशनच्या सुरक्षित वातावरणात तिचे भय थोडे ओसरले होते. दोन्ही हातांमध्ये चहाचा कप तिने घट्ट धरलेला होता. खोलीमध्ये आरामदायी खुर्च्या आणि बाकी मंद रंगसंगती वापरुन वातावरण निर्माण करण्यात आले होते. साधारण मुलाखतीच्या खोलीत असते, त्याप्रमाणे ऑडिओ, व्हिडिओ रेकॉर्डिंगचे साहित्य होते. खोली तशी उबदार वाटत होती. पण ती मात्र हरवलेलीच होती.

'तू इंग्लिश बोलतेस का?' मरिनर म्हणाला.

कॅटरिनाने मान हलवली.

'मला तुला काही प्रश्न विचारायचे आहेत. तुला जे समजणार नाही किंवा तुला काही गोष्टीबद्दल बोलायचे नसेल तर तू मला सांगू शकतेस ठीक आहे?'

तिने पुन्हा एकदा मान हलवली, किमान रेकॉर्ड करता येण्यापुरता तिला तिचा आवाज सापडायला हवा अशी मरिनरने मनोमन प्रार्थना केली.

'तू इंग्लंडला, बर्मिंगहॅमला कशी आलीस?'

कपामधून एक घोट घेत कॅटरिनाने घसा साफ केला. 'तिरानामध्ये एका बारमध्ये मी वेट्रेस म्हणून काम करत होते, तिरानामध्ये माझे कुटुंबदेखील होते. मी काही अमेरिकन गिऱ्हाईकांसोबत इंग्रजीमध्ये बोलताना एका माणसाने ऐकले' ती हरविल्यासारखी, एका सुरात शब्दांवर विशेष लक्ष देऊन बोलत होती. 'तो म्हणाला माझे इंग्रजी फार चांगले आहे, त्यामुळे इंग्लंडमध्ये दुभाषी म्हणून आपली भाषा शिकविण्याची नोकरी तो मला मिळवून देऊ शकेल. दुभाषींच्या कामाला खूप मागणी आहे आणि मी दिसायला चांगली असल्यामुळे, तो मला ब्रुसेल्स किंवा लंडनमध्ये चांगल्या पगाराची चांगली नोकरी मिळवून देऊ शकेल. तो सरकारी नोकरीत आहे असे तो म्हणाला.'

'काय करतो तो?'

तिने खांदे उडवले "मला माहिती नाही. मी त्याला सांगितले माझ्याकडे पैसे नाहीत, तर तो म्हणाला की मी त्याच्या गाडीतून प्रवास करू शकेन, आवश्यक त्या कागदपत्रांची आणि प्रवासाला लागणाऱ्या कागदपत्रांची व्यवस्थासुद्धा तो करणार होता. मला नोकरी लागल्यावर मी त्याचे पैसे परत करणार होते. स्वत:चे घर आणि गाडी असलेल्या माझ्या भावी आयुष्याचे चित्र त्याने माझ्यापुढे रेखाटले. या सगळ्यावर विचार कर. मी काही दिवसांनी पुन्हा बारमध्ये येईन असे त्याने सांगितले.'

'त्याने स्वत:चे नाव सांगितले का?'

'पेट्या, एवढेच नाव मला माहीत आहे. माझ्या कुटुंबात मी ह्याविषयी बोलले. माझ्या वडिलांना वाटले की चांगली नोकरी मिळवण्याची ही उत्तम संधी आहे. पेट्या पुन्हा रेस्टॉरंटमध्ये आल्यानंतर मी या कामास तयार असल्याचं त्याला सांगितले. सकाळी लवकर पाच वाजता शहरात एका ठिकाणी मी त्याला भेटावयाचे ठरले. त्याचे कपडे चांगले होते. पण गाडी जुनी आणि घाणेरडी होती, याचे मला आश्चर्य वाटले. आणखी दोन मुली सुद्धा तेथे थांबलेल्या होत्या, हे पाहून मला बरा वाटले.'

'तुला ह्या दोन मुली माहीत होत्या का?'

'नाही. त्यांना श्रीमंतांच्या घरी मुलं सांभाळण्याचं काम मिळणार होतं. सुरक्षिततेच्या कारणावरून पेट्याने आमचे पासपोर्ट ताब्यात घेतले होते. त्याने आम्हाला सीमारेषेवर एका हॉटेलमध्ये नेलं आणि रात्री आपल्याला राहावे लागेल असे सुचवले. आणखी

दोन माणसे तिथे आल्यानंतर पेट्या म्हणाला, की काही महत्त्वाच्या सरकारी कामासाठी त्याला तिरानाला परत जावे लागणार आहे आणि त्याचे हे मित्र आम्हाला लंडनपर्यंत नेतील.'' तिने क्षणभर थांबून चहाचा घोट घेतला.

जे वाईट आहे ते अजून बाहेर यायचे आहे याचा मरिनरला अंदाज आला. 'चांगलं बोलते आहेस तू,' तो म्हणाला.

कॅटरिनाने दीर्घ श्वास घेतला. 'त्या रात्री त्यापैकी एक माणूस माझ्या खोलीत आला आणि त्याने माझ्यावर जबरदस्ती केली. मला ते नको होते, मी झगडायचा प्रयत्न केला पण तो खूप बलवान होता. त्यानंतर त्याने दरवाज्याला कुलूप लावले. अशा कुलूप लावलेल्या खोलीत आम्ही बहुतेक तीन दिवस राहिलो. कधीतरी एक माणूस थोडं जेवण आणि पाणी घेऊन यायचा, कधी माझ्यावर जबरदस्ती करायचा किंवा मारायचा.' तिचा आवाज आता खूपच हळू झाला होता, कुजबुज केल्याप्रमाणे.

'ते पेट्याचे मित्र होते का?'

तिने होकारार्थी मान हलवली.

मरिनरने यापूर्वी 'सरावणे' या प्रक्रियेविषयी ऐकले होते म्हणजेच दुसऱ्या शब्दात, मुलींना मारून त्यांच्यावर बलात्कार करून त्यांचा विरोध निपटून काढायचा. पुन्हा एकदा तिच्या अनुभवाची उजळणी करणे त्याला खरंतर फारसं पटत नव्हतं. पण त्यांना पुरावा पाहिजे होता. 'तुला थांबायचे आहे का? थोडी विश्रांती घेऊ शकतो,' तो म्हणाला.

तिने नकारार्थी मान हलवली आणि चहाचा घोट घेतला. तिच्या हातातील कंप जाणवूनही मरिनर काही करू शकत नव्हता.

'मला माहिती आहे हे कठीण आहे, पण त्यापैकी एखाद्या माणसाचे तू वर्णन करू शकशील का?' तो म्हणाला.

'त्याचे केस काळे होते.'

'सगळ्यांचे का?'

'हो, पण एकाचे केस खूप बारीक होते.'

'माझ्या केसांसारखे का?'

तिने नजर दुसरीकडे फिरवली. 'आणखी बारीक आणि तो माणूस उंच काटकुळा होता.' तिने हाताने उंच आणि काटकुळा अशी खूण करून दाखविली. 'त्याने माझ्यावर जबरदस्ती नाही केली, त्याने जेवण आणले होते.'

'बाकीचे पण उंच होते का?'

'फार नाही.'

'ते बुटके होते का?'

'थोडेसे. एक थोडा जाडा आणि एक त्याहीपेक्षा जाडा' हाताने लठ्ठपणा दर्शवत ती म्हणाली. 'त्यांनी दाढी केली नव्हती आणि आंघोळही केली नसावी. बिअरसारखा दर्प त्यांच्या अंगाला होता.' तोंड वाकडे करून ती म्हणाली, मग तिच्या डोळ्यात काहीतरी आठवल्यासारखी चमक आली.

'त्या जाड्या माणसाच्या दंडावर चित्र होते.'

'दंडावर चित्र होते? टॅटू होता का?' मरिनरने खात्री करून घेतली.

'हो.'

'कसले चित्र होते आठवते का?' तिला काही आठवले नाही.

'मी काही वेळा त्यांना विचारलं की दुभाषीच्या नोकरीचे काय झाले, तर ते मला हसले. ते म्हणाले, आता माझे काम वेगळे आहे. मला मिळवण्यासाठी त्यांनी चांगले पैसे मोजले असल्यामुळे, आता मी त्यांच्यासाठी काम करायचे होते.' ती अर्धवट थांबली, 'मला आता लघवीला जायचे आहे.'

'हो, जरूर' त्यांनी थोडी विश्रांती घेतली. मरिनर खुल्या हवेत बाहेर गेला, कदाचित त्यामुळे बरे वाटेल, या अपेक्षेने.

पाच मिनिटांनंतर ते पुन्हा मुलाखतीच्या खोलीत परत आले. 'तू म्हणालीस तुम्ही त्या हॉटेलमध्ये तीन दिवस होतात,' मरिनरने हळुवारपणे विषयाची सुरुवात केली. 'त्यानंतर काय झाले?'

'त्यांनी मला लवकर उठवले आणि आम्ही हॉटेल सोडले. कारने आम्ही पॅरिसला गेलो. तेथे एका हॉटेलमध्ये राहिलो. नक्की सांगता येणार नाही पण दोन किंवा तीन आठवडे राहिलो, प्रत्येक रात्री अनेक पुरुषांनी येऊन मला उपभोगले. त्या पुरुषांनी आम्हाला दिलेले पैसे जाड्या माणसाने घेतले. एका सकाळी दुसरा उंच माणूस आला. मग ट्रेनने आम्ही लंडनला गेलो आणि तिथून कारने, ज्या घरात तुम्हाला मी सापडले तेथे बर्मिंगहॅमला गेलो.'

'इतर मुलीपण तुझ्यासोबत होत्या का?'

तिने नकारार्थी मान हलवली. 'त्या पॅरिसमध्ये राहिल्या. त्यांचे काय झाले मला माहीत नाही.'

ती सुन्न होऊन, भावनाशून्यपणे बोलत होती; पण वातावरणात धुमसणारा राग साठलेला होता, मरिनर आणि जमिला खातून ऐकत होते.

'बर्मिंगहॅमला आल्यानंतर?'

तिने खांदे उडवले. 'मी माझे काम करते. मी त्याच घरात राहते. बाथरूमला जायला, जेवण घेण्यासाठी किंवा पुरुष येतात तेव्हा, या वेळा सोडल्या तर माझ्या खोलीच्या दाराला कुलूप असते.'

'किती गिऱ्हाईक असतात?'

ती उसासा टाकत म्हणाली, 'रोज साधारण पंधरा ते वीस,' तिने बेफिकिरीने उत्तर दिले.

'ते तुला पैसे देतात का?'

'माझ्यासाठी घेतलेले कर्ज फेडण्यासाठी स्टानिसलाव्ह माझे पैसे घेतो. मला पुरुषांशी बोलता येत नाही आणि मला इंग्लिश बोलता येत नाही असे भासवावे लागते.'

मरिनरने तिच्यासमोर दोन फोटो ठेवले, 'हाच स्टानिसलाव्ह आहे का?'

'हो.'

'आणि हा दुसरा माणूस?'

तिने नकारार्थी मान हलवली.

'यापैकी तुला कोणी माहीत आहे का?' मरिनरने इतर फोटो तिच्यासमोर ठेवले.

तिसऱ्या फोटोमधील काळ्या केसाचा लठ्ठ माणूस पाहून तिचे डोळे आश्चर्याने विस्फारले.

'तुला माहिती आहे हा?'

'हा पेट्या आहे.'

'याच माणसाने तुला काम देऊ केले होते ना?'

'हो.'

'शाब्बास कॅटरिना. आम्हाला स्टानिसलाव्ह, पेट्या आणि यांच्यासारख्या इतर माणसांना तुरूंगात टाकायचे आहे, म्हणजे तुमच्यासारखे ते इतर मुलींशी वागू शकणार नाहीत. पण असे करण्याकरता कुणीतरी कोर्टाला त्यांनी काय केले ते सांगितले पाहिजे. आमच्यासाठी तू हे करशील का? आम्हाला जे सांगितलेस ते तू कोर्टामध्ये सांगशील का?'

'मला माहीत नाही, मला वाटते ते म्हणजे....'

'आम्ही तुझी काळजी घेऊ. तू तुझी कहाणी सांगितलीस तर त्यांना दीर्घ काळासाठी तुरूंगात राहावे लागेल आणि ते तुला त्रास देऊ शकणार नाहीत. आम्हाला यांची खरंच गरज आहे कॅटरिना. तू एक चांगली आणि भक्कम साक्षीदार आहेस.' बचाव पक्षाच्या उलट तपासणीबद्दल मात्र ते तिच्याशी नंतर बोलणार होते, तिचे शारीरिक बळ वाढून आणि ती अधिक आनंदी होईल तेव्हा!

'मी प्रयत्न करते.'

'धन्यवाद.'

चार वाजेपर्यंत सगळ्या मुलींच्या मुलाखती इतक्या कसून झाल्या की अजून काही करणे शक्य नव्हते. तो दिवस खूप दगदगीचा होता पण तो उदास झाला होता आणि इतरांनाही असेच वाटले होते असे त्याला जाणवले. 'आपण बोललो ती मुलगी १४ वर्षांची आहे.' तो उद्वेगाने म्हणाला.

'म्हणजे आपल्या मॉलीपेक्षा एक वर्षांनी मोठी फक्त' ग्लोव्हर म्हणाला.

'ती इथे एक वर्ष काम करत होती, २० माणसं प्रत्येक दिवशी, कधी सुरक्षित तर कधी असुरक्षितपणे. शारीरिक आणि मानसिकदृष्ट्या तिची वाट लागलेली आहे.' नॉक्स भावनिकदृष्ट्या थकून गेला होता.

'आपल्या घरी कुटुंबात जायला सुद्धा मला आता अपराधी वाटू लागलं आहे.' ग्लोव्हर म्हणाला.

त्यांना चांगली केस उभी करता येणार होती याचे मरिनरला समाधान होते. आठ मुलींपैकी कॅटरिना ही सर्वांत भरवश्याची साक्षीदार होणार होती. दिवसभरात तिचे बळ थोडे वाढल्यासारखे वाटले, तिचे खांदे सैलावले आणि नजरानजर सहज होऊ लागली. इतर मुली तिच्याकडे आशेने पाहत होत्या.

'यांचे काय होणार?' मिनीबसमध्ये बसून वसतिगृहाकडे त्या जायला लागल्या तेव्हा त्याने लोरेलायला विचारले.

'आज रात्री?'

'नाही, पुढे अधिक काळासाठी?'

'तुमचे काम झाल्यानंतर यातील बऱ्याच जणी स्थलांतरितांची नोंद करणाऱ्या केंद्रात पाठविल्या जातील, मग घरी जातील.'

'बरं असं आहे काय!'

'हो ना?'

तिला नेमके काय म्हणायचे होते, ते मरिनरने विचारायला पाहिजे होते, पण त्याला उत्तर ऐकायचे नव्हते.

त्यापेक्षा तो नोटस लिहिण्याकरता आपल्या ऑफिसात परतला. त्याला डीसीआय शार्पकरिता केस नीट उलगडून मांडून ठेवायची होती, कारण तो रजेवर जाणार होता, पण त्याला एकाग्र होता येईना. कॅटरिनाने तिचे जे अनुभव सांगितले, त्याचे चित्र त्याच्या डोक्यात थैमान घालू लागले. ती एक लहान मुलगी होती, काहीजणी तर त्याहीपेक्षा लहान. त्यांच्या वयाच्या मानाने फारच भोगायला लागले होते त्यांना. त्या अनुभवांच्या आघाताचा तो विचारही करू शकत नव्हता. पोलीसी आयुष्याला या सगळ्याची सवय असायला हवी होती. त्याचा फोन वाजला आणि लक्ष विचलित झाल्याबद्दल त्याला आनंद झाला. डीसीआय शार्प चा फोन होता. 'काही मिनिटे वेळ आहे का टॉम?'

मरिनरने बाहेरचे ऑफिस पार करून साहेबांच्या दारावर थाप दिली. आत जाताच त्याने त्यांच्याकडे आलेल्या पाहुण्यांना पाठमोरेच ओळखले. गडद केसांची विरळ होणारी रेष आणि त्यात कोंड्याचा भुसा दिसत होता. डेरेक कहिल हे डेलीकालसाठी काम करीत होते. परस्पर सहकार्याची गरज असलेले सध्याचे

वातावरण म्हणजे शहराच्या नैतिक ऱ्हासाबद्दल पोलिसांना शक्य तेवढे धारेवर धरण्याची संधी आहे, असे हा मेणचट माणूस मानीत होता. डीसीआय शार्पची नियुक्ती झाल्यापासून या सहज म्हणून होणाऱ्या त्याच्या भेटी वाढतच चालल्या होत्या. काहिल बाईसाहेबांवर फिदा आहे असेही मरिनरच्या मनात आले. त्या एक आकर्षक स्त्री होत्याच!

'तुम्हाला मरिनर माहीत आहे का?' शार्पने काहिलला विचारले.

पुसटसे हसत तो म्हणाला, 'आम्ही यापूर्वी भेटलोय.'

'आपल्या भागात वाढत असलेल्या वेश्या व्यवसायाबद्दल काळजी व्यक्त करायला आलेत हे कौन्सिलर, शॉर्प म्हणाल्या. 'आज झालेल्या मोहिमेची परिणामकारकता बघून ते आश्वस्त होतील शिवाय मोहिमेत तुमचा सहभाग असल्याने तुझी आम्हाला मदत होईल, असे मला वाटले टॉम.'

'हो जरूर मॅडम,' मरिनर काहिलकडे वळला. 'या वाढत्या समस्येची आम्हाला जाणीव आहे, कौन्सिलर. म्हणूनच आज भल्या पहाटे आम्ही शहरातल्या विविध ठिकाणी छापे घातले. हे कुंटणखाने असावेत असा आम्हाला संशय होताच. आम्ही काही मुलींना पकडले आहे, त्यांच्याजवळ पुरेशी कागदपत्रे नाहीत. बहुतेक जणी पूर्व युरोपमधील विविध ठिकाणाहून आलेल्या आहेत. कोणतीही ओळख नसलेल्या मुली. माझ्याकडे अधिकृत आकडा आला नाही, कार्यवाही अजून चालू आहे. पण अंदाजे ५० मुली शहरातून आणल्या गेल्या आहेत एवढे मी सांगू शकेन.' खरे तर मरिनरला नक्की आकडा माहीत नव्हता; शिवाय ५० म्हणजे जरा जास्तीचाच आकडा आहे हे तो नक्की जाणत होता. डीसीआय शार्पने नक्की ज्यासाठी बोलावले होते, तेच तो करत होता – या माणसाला तिच्या ऑफिसमधून बाहेर काढणे.

'हो तर मग ही तर सुरुवात आहे,' काहिल म्हणाला. 'आपण सगळे जाणतोच की काही आठवड्यातच या मुलींची जागा आणखी काही मुली घेतील.'

'हो. आम्ही स्वत:ला फसवत नाही आहोत. 'मरिनरने कबूल केले, 'आम्ही ही लाट तोडली आहे, पण मुळापासून तुटण्यापासून बरेच लांब आहोत. अजून आम्ही सतर्क राहूच.'

'तुम्ही आत्मसंतुष्ट नाही आहात याचा मला आनंद आहे.'' काहिल कुरघोडी करत म्हणाला. पोलिसांकडून फार कमी काम होते, याबद्दल तक्रार करण्याकरता त्याने चुकीचा दिवस निवडला होता.

'तुम्ही आमच्या कामावर विसंबू शकता,' मरिनर शक्यतो संयमाने म्हणाला. त्याने शार्पकडे पाहिले. त्या सुद्धा वैताग आवरण्याच्या प्रयत्नात होत्या.

'मग निरोप घेऊ, मॅडम?'

'तुमच्या माहितीबद्दल धन्यवाद इन्स्पेक्टर.'

'मलाही, तुम्हाला मदत करू शकलो याचा आनंद आहे.'

काही मिनिटांनी, शार्प काहिलला बाहेरपर्यंत सोडवण्यासाठी आल्याचे मरिनरने आपल्या जागेवरून पाहिले. त्या बुटूक-बैंगनची शार्पच्या वेगवान चालीशी जमवून घेताना दमछाक होत होती. त्या डौलदार होत्या. नेहमीप्रमाणे आजही अतिशय व्यवस्थित दिसत होत्या. मरिनरचा फोन पुन्हा वाजला.

एमा ओ'ब्रायन कार पार्कमधून सरळ व्हिक्टोरियन व्हिलाकडे चालत गेली. खिडकीतून मिकी माऊस आणि डोनाल्ड डक तिला डोळा मारत होते! तिच्या लहानगीचे हास्य काही क्षणांच्या अंतरावर होते, या विचाराने ती आनंदली होती. पूर्ण दिवस एकाच विषयावर एकाग्र राहिल्यामुळे तिला थकल्यासारखे वाटत होते हे थोडे सवयीचे नव्हते. तिने लेक्चर पूर्ण केले होते इतकंच ती म्हणू शकत होती, आज पुन्हा एकदा तिला आधी जाणवलेलेच जाणवले की, नेमाने काम करण्याची तिची अजून तयारी झालेली नव्हती.

पीटर नाखूश होणार होता. दोन घरं सांभाळताना त्याची खूप ओढाताण होत होती. त्यामुळे त्यांना आणखी एका मिळकतीचा उपयोग होणार होती. इमाला वाटले की आजच्या अनुभवानंतर तिला पुन्हा काम करण्याची उर्मी येईल अशी आशा त्याला होती. पण खरं तर बरोबर उलट झालं होतं. इमाला जर बाळासोबत वेळ मिळणार नसेल, तर बाळ होण्यात अर्थच काय आहे? आणि या क्षणी जगात तिला काहीही नको होते. जेसिकाला आज सोडताना तिची पण ताटातुटीची तयारी झालेली नव्हती. व्यवस्था उत्तम होती. पाळणाघर सोयीचे होते शिवाय कर्मचारी पण सक्षम होते आणि येथे येण्याची वेळ इतक्या लवकर तरी येणार नव्हती.

आता आठवडा संपल्यावर कुटुंब म्हणून एकत्रित छान वेळ घालवण्याशिवाय पीटर आणि तिचा इतर काहीच बेत नव्हता. तिने बेल दाबली आणि नर्सरीचा इंटरकॉम खणाणला, एका बारीकशा आवाजाने तिला ओळख विचारली. 'जेसिका क्लिनमानची आई,' ती म्हणाली.

क्षणभराने 'कृपया परत एकदा सांगता?'

'जेसिका क्लिनमानची आई,' मागून येत असलेल्या वाहतुकीच्या आवाजाच्या वरच्या आवाजात इमाने ओरडून सांगितले. सकाळी पण असेच काहीतरी झाले होते.

'दरवाजा ढकला,' अखेर एक आवाज आला. इमाने तो जड दरवाजा ढकलून उघडला आणि शिजवलेल्या भाज्यांचा वास आला, भडक पिवळ्या, चिंचोळ्या जागेतून चालत ती पुढे गेली, तिथे कमरेएवढ्या उंचीवरच्या हूकवर जाकिटे, छोटे कोटस आणि बॅग्स लटकवल्या होत्या. त्याच्या वर असलेल्या नोटीस बोर्डवर डझनभर तरुण स्त्रियांचे फोटो लावलेले होते.

तिच्या डाव्या हाताचे ऑफिस रिकामे होते, इतरत्रही कुणी नव्हते. त्यामुळे इमा

हॉलमधून सरळ पुढे गेली आणि प्रवासापूर्वी जिथे तिने आपली मुलगी आणून सोडली होती त्या खोलीपाशी गेली. हॅन्डल खाली करून दरवाजा उघडला. समोर अक्षरशः युद्धभूमी होती. दोन बालकं बाऊन्सिंग खुर्च्यांत बसून हसत होती. बाल गीतांची कॅसेट वाजत होती. एक मुलगी एका बाळाजवळ वाकली होती, तिचा चेहरा घामाने डबडबला होता. तिच्या बांधलेल्या केसांतून काही केस सुटले होते. चेहऱ्यावर वैताग पसरला होता. तिने पुसटसे हसत स्वागत केले.

'हाय मी जेसिकाची आई,' ती त्या मुलीला म्हणाली. 'कशी होती ती?'

काहीतरी विचित्र मागितल्याप्रमाणे ती मुलगी एकटक पाहतच राहिली. 'तुम्ही जेसिकाची आई आहात?' ती गोंधळून म्हणाली.

'हो, बरोबर' रडणाऱ्या मुलांवर एक नजर फिरवल्यावर जेसिका त्यांच्यात नव्हती हे इमाला जाणवले. 'तिथे कपडे बदलत आहेत का?'

ती बोलत असतानाच बाथरूममधून बाई आली तिच्या कडेवर गडद डोळे असलेले बाळ होते. त्या दोन तरुणींची नजरानजर झाली, इमाच्या पोटात कालवले.

'यापैकी जेसिका कुणीच नाही.' थोडे बळ आल्यावर इमा म्हणाली. 'कुठे आहे ती?'

त्या मुलीने चेहरा वाकडा केला. तिला काही समजत नसावे. 'मला समजत नाही, इतर बाळं तर गेली. ही इतकीच राहिली आहेत.'

पोटातील भीतीचा गोळा वर उसळून आला आणि एखाद्या प्रतिक्षिप्त क्रियेप्रमाणे एमा ओ'ब्रायन जोरात किंचाळली. इमाच्या मनातली भीती आता नकळत एका किंचाळीच्या रूपाने बाहेर पडली.

२

मरिनरने खणखणणारा फोन उचलला.

'हाय, पुन्हा!'

मरिनरने स्मित केले, 'हॅलो.' गेल्या अर्ध्या तासात ॲनाने तिसऱ्यांदा फोन केला होता. या आठवड्यात हिअरफोर्डशायरला जाण्यासाठीची तयारी एखाद्या सैन्याच्या मोहिमेप्रमाणे सुरू होती.

'सॉरी, मला वाटतंय संध्याकाळी घालण्यासाठी काही स्मार्ट दिसेल असे घ्यावे. मी तुझा निळ्या रेघांचा शर्ट पॅक करू का?'

‘आणि तू आज नक्की उशीरा येणार नाहीस ना? तिथे वेळेवर पोहोचलेलं बरं....’

‘मी निघण्याच्या बेतातच आहे.’ त्याने तिला दिलासा दिला. सध्या अशा समजूतदारपणाची खूप गरज होती हे त्याला समजत होतं. ही सुट्टी ठरवण्याच्या निमित्ताने तिचे लक्ष दुसरीकडे वेधायला मदत झाली होती. त्यालाही काहीसे हे हवेच होते. दोघांच्या घरांची विक्री, आलेल्या गिऱ्हाईकांना ती दाखवणे, त्यातून त्यांना थोड्या निवांतपणाची गरज होती. मरिनर वेगाने सतत काम करत होता. ॲनाच्या घराइतकी किंमत स्वत:च्या घराला न मिळाल्याने खरे तर तो खट्टू होता.

मरिनरने फोन जागेवर ठेवताच, दरवाजातून डीसीआय शार्प डोकावल्या. त्यांच्या हातात ब्रीफकेस आणि खांद्यावर कोट लटकलेला होता. ‘सहकार्याबद्दल ‘धन्यवाद,’ कौन्सिलर काहिलच्या संदर्भात त्या म्हणाल्या. ‘काही आठवडे तरी तो आता आपल्यापासून दूर राहील.’

‘माझं कामच आहे ते! आपल्याबद्दल कुरकुर करायला त्याला एक तरी कारण कमी झालं आता, फार कटकट्या माणूस आहे तो.’

‘वाटलंच मला. त्याची फारशी माहिती नाही मला, पण तू सांग कधीतरी? मरिनरच्या आवरलेल्या टेबलाकडे तिचे लक्ष गेले. ‘मुलाखती कशा होत्या आजच्या?’

मरिनरने पूर्ण दिवसाचा गोषवारा सांगितला. ‘विशेषत: कॅटरिना एक भक्कम साक्षीदार होईल असे वाटते.’

‘हे उत्तम झालं. तू एक आठवड्याच्या रजेवर आहेस ना?’

‘हो मॅडम.’

‘तुला त्याची खरंच गरज आहे. जा ना मग!’

बाहेरच्या मुख्य ऑफिसमध्ये काही सीआयडी ऑफिसर निवांतपणे कामे संपवताना मरिनरला दिसले.

‘लवकर निघालात? सकाळी किती वाजता कामाला सुरुवात केली?’

‘आम्ही सगळ्यांनीच लवकर काम सुरू केले.’

‘बरं, काल?’

‘साधारण सकाळी सात वाजता. इतर मंडळी नाष्टा करीत असतील त्या वेळेला.’

‘‘टोनी नॉक्स मात्र नाही बरं का! तुम्हाला जर त्याच्यावर मात करायची असेल तर आणखी लवकर उठून ऑफिसला लवकर यावे लागेल.’ मरिनर त्याच्या सार्जंन्टकडे पाहत राहिला. पूर्ण भादरलेले डोके झुकवून एकाग्र चित्ताने तो काम करत होता. कदाचित काही काळासाठी असेल, त्याला दुसरं काही आयुष्यच उरलेलं नव्हतं. मरिनरने मनोमन ठरवले की संधी मिळताच सार्जन्टला एखादे ड्रिंक घ्यायला आमंत्रित करावे.

'तो अपवाद आहे.' शार्पने आवर्जून सांगितले अन् पुढे त्या म्हणाल्या, 'जा टॉम, माझी परवानगी आहे तुला.'

मरिनरही नरमला. 'धन्यवाद मॅडम.' पहिल्या भेटीत तिने नियम, शिस्त पाळण्याचे धडे दिल्याचे त्याला आठवले, खूप काळ लोटला होता त्याला आता.

'तुम्ही पण निघालात?'

शार्प आपल्या घड्याळाकडे पाहत ब्रीफकेस उचलत म्हणाल्या, 'मला वाटतेय निघावे. लॉईड हाऊसला बजेटवर माहिती देणार आहेत, ते ऐकायला मला आवडेल! ती मीटिंग दहा मिनिटांपूर्वी सुरू पण झाली असेल. तुम्ही आठवडा मजेत घालवा टॉम, ताजेतवाने होऊन परत या.'

'धन्यवाद. नक्कीच.'

पुन्हा फोन वाजला तेव्हा मरिनर शेवटच्या क्षणी कपड्यांमध्ये काही फेरफार करीत होता, यावेळी फोन ॲनाचा नव्हता. 'टॉम? क्राऊन कायदेविषयक सेवा केंद्रावरून लुईस बाईर्न बोलतोय, केनेथ मॅक्क्रीबद्दल बोलायचं आहे. तुम्हाला माहिती असावं म्हणून सांगायचं आहे.''

'बोल,' मरिनर शांतपणे म्हणाला. त्याच्या पोटात अजून गोळा आलेला नाही हे दाखवायचा त्यानं प्रयत्न केला. तो जिथे रिमांडवर खितपत पडला असेल तिथून मरिनरच्या अंगावर काटा आणण्याची क्षमता मॅक्रीमध्ये होती. त्याचे नाव ऐकताच मरिनरला ते अंधारलेले, गारठलेले, भुकेले भीतीचे नऊ महिने आठवले. त्यामुळे घ्यावे लागलेले समुपदेशनही अजून पूर्ण झालेले नव्हते. मॅक्रीची ट्रायल येत्या सोमवारी कोर्टात सुरू होणार होती. त्याची मानसिक तयारी करणे हेही मरिनरच्या सुट्टीचे आणखी एक कारण होते, 'गुन्हात आपला हात नसल्याने आपण निर्दोष आहोत असा अर्ज तो नव्याने करतोय.' लुईस बाईर्न पुढे सांगत होता.

मरिनर उद्वेगाने फुत्कारला. निर्दोष केनेथ मॅक्क्री, त्याचा सावत्रभाऊ पण त्याच्याबद्दल त्याला नऊ महिन्यांपूर्वी काहीच माहिती नव्हते. द्वेषाने आणि हावेपेटी बेभान होऊन मरिनरपासून दुरावलेल्या त्याच्या वडिलांचा, त्यांच्या बायकोचा आणि ड्रायव्हरचा त्याने निर्घृण खूण केला. मग मरिनरच्या आजीला मरेतोपर्यंत मारले, शेवटी मरिनरला पळवून नेऊन कोंडून ठेवले. मरण्यासाठी! त्याचा अर्ज स्वीकारला जाण्याच्या शक्यता काय आहेत? मरिनरने विचारले, हृदयाच्या जलद ठोक्यांकडे त्याने दुर्लक्ष केले.

'तो फॉकलंडच्या दिशेनेच फिरेल,' मरिनरचा प्रश्न टाळत लुईस म्हणाली. 'वेगाने दुर्घटनेनंतर येणाऱ्या तणावामुळे होणारा मानसिक विकार आहे, म्हणजे या सहानुभूतिपोटी तो न्यायाधीशांचे मत मिळवणार होता, हुशार! पण आपण अजून हरलो नाही.' आवाजात बळजबरीने उत्साह आणत ती म्हणाली. 'याबद्दल वाद नाही

की मॅक्रीने जे केले ते नियोजित आणि हिशोबी होते. आपल्याला सिद्ध करायचे आहे की या दोन्ही घटनांचा परस्परांशी संबंध नाही. आपल्या हाताशी प्रतिवाद करण्यासाठी आणि मनोविकारतज्ज्ञांचे आपल्या पद्धतीने अहवाल मिळवण्यासाठी आठवड्यांचा वेळ आहे,' मरिनरला सावध करायला पाहिजे याची तिला काळजी होती, त्याच्या दृष्टीने हे महत्त्वाचे होते. 'यामुळे तुझा जबाब महत्त्वाचा ठरेल. मॅक्रीने जेव्हा शेवटचा खून केला तेव्हा तो तुझ्यासोबत राहात होता, त्याचे वागणे त्या काळात सर्वसामान्य होते, हे जुरीला तुला पटवून द्यावे लागेल.'

'मी त्याला फारसे भेटलो नाही.'

'त्याचीही मदत होईल.' खरंतर जे मिळेल ते सर्व काही आपल्याला गरजेचे आहे. 'तू आणि मि. शिपले अशी दोनच माणसे आहात ज्यांचा त्या काळात मॅक्रीशी संबंध होता आणि तू तर अधिकृत आणि भरवशाचा साक्षीदार आहेस.' शिपलेने मॅक्रीला तेव्हा दलाल या नात्याने, मरिनरचे घर देऊ केले होते त्यामुळे कोर्टाच्या आवारात तो तसा कमी सुरक्षित होता.

'मला कळवल्याबद्दल धन्यवाद.' मरिनर फोनचे संभाषण संपवत म्हणाला.

फोन जागेवर ठेवून वर पाहताच, गणवेशधारी ऑफिसर घाईघाईने त्याच्या दिशेने येताना मरिनरने पाहिले. त्याच्या लगबगीने सगळ्यांचे लक्ष वेधून घेतले गेले. त्याच्याकडे नक्कीच फार चांगली बातमी नसावी.

'दिवसा मुले सांभाळणाऱ्या पाळणाघरातून फोन होता,' कमिशनर मान, मरिनरच्या ऑफिसच्या दारात उभे राहून धापा टाकत सांगू लागले. त्याच्या चेहऱ्यावर घर्मबिंदू साचले होते. 'एक आई आपल्या लहानग्या मुलीला न्यायला गेली, ती मुलगी तिथे नव्हती, कर्मचाऱ्यांना वाटतंय की ते बाळ पळवून नेलं आहे.'

पोलीस खात्यांमध्ये असे काही प्रसंग असतात की ज्यावेळी तातडीने हालचाल सुरू करायची असते, हा प्रसंग तसा होता. आता, जोपर्यंत नक्की काय घडलंय हे समजत नाही तोपर्यंत कुणीही आठवड्याच्या अखेरीस आलेल्या सुट्टीसाठी घरी जाणार नव्हते! ऑफिसर शार्पचा सल्ला ऐकून, मरिनर वेळेवर निघून गेला असता तर ही केस कुणा दुसऱ्याकडे गेली असती, पण आता त्याचा सुट्टीचा सर्व बेत काही वेगळेच वळण घेत होता. इतर ऑफिसर्सची टीम एकत्र करायच्या सूचना मानला देऊन टोनी नॉक्स आणि चार्ली ग्लोव्हरला आपल्यासोबत घेऊन मरिनर जिना उतरला.

'तुम्ही दोघे यासाठी तयार आहात ना?' मरिनरने त्या दोघांना विचारले. यातून निसटण्याची एक प्रामाणिक संधी त्यांना हवी असल्यास ती तो देऊ करत होता.

'माझी काहीच हरकत नाही.' ग्लोव्हर म्हणाले. 'सुट्टीसाठी माझे सासू-सासरे आले आहेत आमच्याकडे.'

'मला फक्त एक फोन करायचा आहे.' आपला मोबाईल शोधत टोनी नॉक्स म्हणाला.

'एखादी हवीहवीशी डेट रद्द करतो आहेस की काय?' ग्लोव्हरने छेडले. नॉक्स हसून म्हणाला, 'नाही कुत्र्याला फिरवायला नेणाऱ्यांना फोन करतोय!'

'मला माहिती नाही तू असं कोणी ठेवलं आहेस ते,' मरिनर म्हणाला.

''समोर राहणारा एक छोटा मुलगा एका रविवारी बादली आणि स्पंज घेऊन दाराशी आला. हे सांगताना नॉक्सचा चेहरा उत्साहाने फुलला.

'मी तुमची गाडी धुवू का?' त्याने विचारले.

नॉक्सने बाहेर उभी असलेली आपली गाडी एकदा पाहिली, आदल्याच दिवशी ती गॅरेजमधून धुवून आणलेली होती.

'नाही, पण आवडत असेल तर माझ्या कुत्र्याला फिरवून आण.' त्यानंतर तो नित्यक्रम होऊन गेला.

अगदी योगायोगानेच टोनी नॉक्सकडे नेल्सन आला होता. केनेथ मॅक्क्रीने केलेल्या खुनांच्या तपासाच्या वेळी पोलिसांची एक कुत्री मेली मग या अनाथ नेल्सनला मरिनर सांभाळणार असे वाटले. इतक्यात सहजच त्याने नॉक्सला नेल्सनला ठेवण्याविषयी विचारले. नॉक्सची मैत्रिण सेलीना नुकतीच त्याला सोडून गेली होती आणि जाताना नॉक्सला आवडणारे कुत्र्याचे पिल्लूदेखील घेऊन गेली. त्यामुळे स्वाभाविकच नेल्सनचा पर्याय त्याला मिळाला.

त्या पिल्लाच्या तुलनेत नेल्सन खूपच सुस्वभावी होता. शिवाय त्याच्या देखभालीचा खर्चही कमी होता. त्याच्यामुळे नॉक्सची एका नव्या जगाशी ओळख झाली होती. नेल्सनला फिरायला नेताना एक सावळी तरुणी त्याला दिसली होती. मग नेमाने त्याच बागेत जाऊन सुद्धा पुन्हा ती काही दिसली नाही. अजून तरी नॉक्सचे आणि तिचे संधान जुळले नव्हते पण जुळेल एके दिवशी असे वाटले.

कौटुंबिक पेचप्रसंगात सल्लामसलत देण्याचे काम करणारे बरेच ऑफिसर एव्हाना आठवड्यातील अखेरीच्या सुट्टीसाठी निघून गेलेले होते. मिली खातून मात्र मागे थांबली होती. मरिनरला बरे वाटले. अनेक वर्षे बऱ्याच केसेसमध्ये त्यांनी बरोबर काम केलेले होते. तिने या कामात पारदर्शी दृष्टिकोन आणि व्यावहारिक शहाणपण आणल्यानं संबंधित कुटुंबांना लगेच दिलासा मिळत असे. सगळा गट गाड्यांच्या दिशेने धावला तेव्हा मरिनरने मानने सांगितलेले सर्व त्यांना कथन केले. एव्हाना आपल्या सुट्टीबद्दलचा विचार विसरून अचानक आलेल्या केसबद्दल तो पुढे विचार करू लागला. अशा प्रसंगामध्ये सुरुवातीपासून कारवाई आणि विचार पद्धतीचा असा मेळ घालायला लागतो की, अपहरण करणाऱ्याला त्या बाळाशी

कोणत्याही प्रकारे संबंध प्रस्थापित करायला वेळ मिळू नये. शिवाय महत्त्वाचे तपशीलही हातून निसटता कामा नयेत.

प्रत्येक शुक्रवारी मागच्या आठवड्यापेक्षा दुपारी जरा लवकरच सुरू होणाऱ्या रस्त्यावरच्या वर्दळीतून वाट काढत ते सगळे जात होते. 'ब्लू'जच्या संगीतामुळे ती वर्दळ त्रासदायक वाटत नव्हती. जातानाच मरिनरने मोबाईलवरून ॲनाला फोन करण्याचा प्रयत्न केला पण तिचा फोन व्यस्त होता. त्याने फोनवर निरोप ठेवला नाही. 'मी यापूर्वी कधीच लहान मुलाच्या अपहरणाची केस हाताळली नाहीये.' तो स्वत:शीच म्हणत होता. 'अशा प्रकारच्या तपासणीशीसुद्धा कधी थेट संबंध आला नाही यापूर्वी.'

'मी केलंय पण फारसं काही चांगलं घडलं नाही,' नॉक्स गांभीर्याने म्हणाला. काही क्षणांनी मरिनरला एकदम आठवले की, ॲडम टिअल अपहरणाच्या प्रकरणात १९९१ साली नॉक्सने काम पाहिले होते. तीन दिवसांनंतर ते बाळ मारहाण केलेल्या अवस्थेत गळफास लावलेले आढळले होते. 'पण हे वेगळे आहे. त्यामुळे काहीतरी वेगळे निष्पन्न होईल,' आशावाद लढवत मरिनर म्हणाला. मरिनरला ते पाळणाघर दिसेपर्यंत ते सगळे त्याच्या पुढेच गेले. सेली ओक आणि हारबर्नकडे जाणाऱ्या रस्त्यांच्या मुख्य रस्त्यावर पाळणाघर होते. या रस्त्यावरून तर तो अनेकदा गेला होता, पण हे कधी दृष्टीस पडले नव्हते. पाळणाघराला लागून पार्किंगसाठी जागा नव्हती म्हणून तसेच थोडे पुढे जाऊन ग्लोव्हरने गाडी शेजारच्या आवारात नेली, पाठोपाठ मान आणि त्याची टीम होतीच.

रस्त्यावर गाड्याच गाड्या होत्या. यातून प्रत्येक ड्रायव्हर वाट काढत होते. मुख्य रस्ता सोडून सगळेजण २० यार्ड पायी आले. रस्ता संपतो तेथे थोडे पुढे रस्त्याच्या समोरच्या बाजूस शहरातील कॉलेज–हॉस्पिटलच्या दरवाजावरून ते पुढे आले. क्वीन एलिझाबेथ नावाचे हे हॉस्पिटल होते. हा परिसर भरपूर वाहतुकीचा आणि पादचाऱ्यांनी गजबजलेला होता. मरिनरने याची नोंद घेतली आणि लगेचच या केससाठी ही वस्तुस्थिती मदत करणार नाही असे त्याला वाटू लागले.

लाल विटांच्या बांधणीचे एका छोटेखानी बागेत वसलेले 'जॅक ॲन्ड द बीनस्ट्रॉक पाळणाघर' आजूबाजूच्या इमारतींमध्ये वेगळे पण उठून दिसत होते, ते त्याभोवती असलेल्या उंच टोकदार लोखंडी कुंपणामुळे. बागेमध्ये लाल रंगाच्या पाटीवर या पाळणाघराची जाहिरात लिहिली होती, 'खासगी, दिवसा मुले सांभाळणारे पाळणाघर, तान्ह्या आणि ० ते ५ वयाच्या मुलांकरिता.' या खाली एक छोटा स्टिकर होता, '३ ते ५ वर्षांच्या मुलांसाठी विनामूल्य जागा उपलब्ध आहेत,' असे लिहिलेला. याची चौकशी आतमध्ये करावी असेही लिहिलेले होते. कुणीतरी इथे पोलिसांची वाट पाहत

होते. गेटमधून आत जाऊन बागेतून पुढे मुख्य दाराशी जाईपर्यंत निळ्या गणवेशामधल्या एका तरुण स्त्रीने दार उघडले. ती उंच सडपातळ होती. खांद्यापर्यंत भुरे केस आणि तरुण नितळ कांतीमुळे ती अनेकांना वेड लावीत असणार.

मरिनरने त्याचे ओळखपत्र हातात तयार ठेवले होते. अर्थात खातून आणि मान गणवेशामध्येच असल्याने त्याची गरज पडणार नव्हती.

'मी डीआय मरिनर आणि हे डीसी नॉक्स, डीसी ग्लोव्हर, पीसी मान आणि पीसी खातून.'

'सामंथा,' हस्तांदोलन दुबळे होते, तसाच हा ओळखींचा उपचारही विचित्र वाटत होता. निमुळत्या जागेतून दाटीवाटीने सगळे आत आले आणि पुढील दार लावल्याने वाहतुकीचा आवाजही अडवला गेला. 'मी इथे अधिकारी आहे.' तिचा आवाज पातळ आणि चिंताग्रस्त होता. 'या संस्थेची मालकीण आणि संचालिका श्रीमती बरॅट नुकत्याच बाहेर गेल्या आहेत.'

'कुठे?' मरिनरने विचारले.

'त्यांना काही वैयक्तिक पण जरूरीचे काम होते. तिथून त्या काही खरेदी करायला जाणार आहेत. त्यांनी हे ऐकलं तर हवालदिलच होतील. मी त्यांच्या मोबाईलवर फोन करायचा प्रयत्न केला, पण त्या कदाचित गाडी चालवत असल्यामुळे त्यांचा मोबाईल बंद आहे. मी निरोप ठेवलेला आहे. त्या येईपर्यंत खरं तर मला वाट पाहायची होती पण जेसिकाच्या आईने आग्रहच केला की तुम्हाला तातडीने बोलावले पाहिजे.'

'ते योग्यच आहे, वेळ फार मोलाचा आहे.' मरिनरने, मान आणि ग्लोव्हरकडे कटाक्ष टाकला. 'या अधिकाऱ्यांना सर्व इमारत आणि परिसर शोधायचा आहे. ते अनावश्यक वाटेल पण जेसिका खरंच हरवली आहे याची खात्री करायला पाहिजे. तोपर्यंत मला तुम्हाला काही प्रश्न विचारायचे आहेत. आपण बसून बोलू शकू अशी एखादी जागा आहे का?' मरिनरने विचारले.

'मुख्य कार्यालय इकडे आहे.'

त्याच्या थोडं पुढं जाऊन सामंथाने डाव्या हाताचे जवळचे दार उघडले. एका मोठ्या कपाटापेक्षा थोडे मोठे वाटेल अशा खोलीत ते दार उघडले. तेथे दोन टेबल, फाईली ठेवण्याचे उंच कपाट आणि भरमसाठ वह्या, पुस्तकाच्या भाराने वाकलेले शेल्फ होते. एका टेबलावर काळी-पांढरी चित्र दाखवणारा दोन पडद्यांचा एक टीव्ही होता, त्यावर जणू मूकपट सुरू होता.

त्या छोट्याशा खोलीतील रिकाम्या जागेत दोन महिला अगदी चिकटून बसल्या होत्या. पैकी जी तरुण होती तिने सामंथासारखा युनिफार्म घातला होता आणि दुसऱ्या बाईला ती समजावत असल्यासारखे वाटत होते. तिच्या सुजलेल्या, भेदरलेल्या चेहऱ्यावरून मरिनरने ती जेसिकाची आई असल्याचे ताडले. 'धन्यवाद

देवा!' झटकन त्यांना ओळखत पटकन उठून उभी राहात ती म्हणाली. तिच्या चेहऱ्यावर भावनांचा कल्लोळ होती. 'कुणीतरी माझ्या मुलीला नेले आहे. तुम्ही तिला शोधले पाहिजे.'

'आम्ही नक्की शोधू मिसेस ओ'ब्रायन.' मरिनरने सुरुवात केली. मानने दिलेला तपशील त्याच्या लक्षात होता. 'मी डिटेक्टीव्ह इन्स्पेक्टर मरिनर, तुमच्या मुलीचा शोध घेणाऱ्या पथकाचा मी प्रमुख आहे. सर्वांत आधी येथील कर्मचाऱ्यांशी मला बोलले पाहिजे. काय आणि कसे घडले ते जाणून घ्यायला पाहिजे. तोपर्यंत मिली खातून या आमच्या कौटुंबिक समस्यांवर काम करणाऱ्या अधिकारी तुमच्यासमवेत थांबतील, काय चालले आहे ते तुम्हाला नीट समजावून सांगतील.' सामंथाकडे बघत मरिनरने विचारले. 'जिथे मिली खातून, मिसेस ओ'ब्रायनला घेऊन जाऊ शकतील अशी एखादी शांत जागा आहे का?'

'त्या वरच्या मजल्यावरील स्टाफ रूममध्ये जाऊ शकतील.'

'मिसेस ओ'ब्रायन,' मिलीने त्यांचा जणू ताबा घेण्यासाठी पुढाकार घेतला.

'मिस,' त्या विमनस्क बाई पटकन म्हणाल्या.

''म्हणजे?''

''मी मिस ओ'ब्रायन आहे.''

''बरं, मिस ओ'ब्रायन. येता का माझ्यासोबत?''

'ती खोली जिन्याच्या वर...' सामंथा म्हणाली.

'आम्ही शोधतो.' खातून ओ'ब्रायनला पुढे घालून अर्ध्या जिन्यावर पोहोचली सुद्धा होती.

कार्यालयात शिरण्यापूर्वी मरिनरने त्यांना जाताना पाहिले. 'बरं सामंथा घटनाक्रमावरून आपण पुन्हा एक नजर फिरवूयात.' सामंथा सवयीनुसार टेबलच्या मुख्य खुर्चीवर बसली, मरिनर आणि नॉक्स समोरच्या दोन खुर्च्यांवर बसले, चाळा म्हणून एक रबरबँड हातात घेऊन तो बोटांमध्ये ताणत ती बोलत होती.

'जेसिका हरवली आहे हे तुम्हाला पहिल्यांदा कधी समजले?' मरिनरने विचारले.

'सुमारे चार वाजता तिची आई तिला न्यायला आली आणि तेव्हा ती नव्हती. मरिनरने सहज मनगटावरचे घड्याळ पाहिले, 'म्हणजे अंदाजे ५० मिनिटांपूर्वी.'

'पाळणाघरात येण्यासाठी आणि जाण्यासाठी किती वाटा आहेत?'

'तुम्ही आलात तोच मुख्य एक दरवाजा, फक्त मागच्या बाजूला जाळीचे दरवाजे आहेत, ते बागेकडे जातात पण ते फक्त आतल्या बाजूने उघडणारे आहेत. स्वयंपाकघराच्या पलीकडे आपत्कालीन दरवाजा आहे, पण तो उघडण्यासाठी, त्याच्या बाजूच्या उंच कुंपणावरून जावे लागते.'

'मुख्य दरवाजा असलेल्या सिक्युरिटी पॅडचा कोड नंबर कुणाला माहीत आहे?'

'फक्त कायमस्वरूपी कर्मचाऱ्यांना.'

'तुम्ही हा कोड नंबर पालकांना देत नाही?'

'इतरांना बेल वाजवावी लागते.'

'आणि मग तुम्ही त्यांना आत घेता का?'

सामंथाने मान डोलावली. 'कधी कधी मिसेस बराट आणि मी इतरत्र असतो, त्यामुळे हे दार उघडण्याची सोय इतर काही खोल्यांमधूनही केलेली आहे.'

'खोल्यांमध्ये कॅमेरे लावले आहेत का?'

'नाही, पण इंटरकॉम आहेत.'

'म्हणजे आलेल्या पालकांनी केवळ आपली तोंडी ओळख सांगितली तरी त्यांना आत घेतलं जातं.'

'हो.'

'पण प्रत्येकालाच आत येण्यापूर्वी बेल वाजवून, तुमच्या कर्मचाऱ्यांना आपली ओळख सांगूनच यावे लागत असेल.'

'हो कधी कधी...' सामंथा बोलताना अडखळली.

'कधी काय?'

'कधी कधी एखादा पालक दुसऱ्या पालकांसाठी केवळ शिष्टाचार म्हणून दरवाजा उघडा धरून ठेवतो. असं करत जाऊ नका म्हणून आम्ही सांगतो; पण एक शिष्टाचारही आहे ना हा.'

'म्हणजे मोक्याचा क्षण मिळालाच तर, बेल न वाजवता आणि आपली ओळखही न देता कुणीही पाळणाघराच्या आत येऊ शकतं.'

'असं व्हायला नको, पण.....'

''आणि एकदा आत आल्यावर ती व्यक्ती कुठेही फिरू शकते, जाऊ शकते.''

''हो.''

''म्हणजे शक्यता अशीच आहे, की रस्त्यावरचे कुणीतरी असेच पाळणाघरात घुसले असावे आणि इथले कर्मचारी बेसावध होते.''

''असं नको व्हायला.....'' ती पुन्हा बोलू लागली.

''ते येऊ शकतात की नाही?''

''हो.'' तिने मान्य केले. तिचा वैतागही वाढला होता.

''आणि ते कुणाच्याही दृष्टीस न पडता, कुठलेही मूल नेऊ शकतात.'' मरिनरचा यावर विश्वास बसत नव्हता.

''नाही. मुलं एकटी कधीच नसतात.''

''पण मला समजत नाहीये.'' मरिनर झटपट विचार करत होता म्हणजे कुणीतरी त्या अपहरणकर्त्याला जेसिकाला नेताना पाहिले असणार. एक क्षणभर

त्याच्या विचाराची दिशा त्याने पडताळली. चला, सुरुवात तरी चांगली झाली, वाटली तितकी परिस्थिती वाईट नाही. अपहरणकर्त्याचे सविस्तर वर्णन त्यांना मिळू शकले असते.

'तिने पाहिले पण तिला वाटले की ती जेसिकाची आई आहे.'

मरिनर पुन्हा गोंधळला. 'म्हणजे ती जेसिकाच्या आईला ओळखत नव्हती?'

'जेसिका फक्त पाळणाघरातील बाळ होती.' सामंथाला वाटलं तिने पुरेसे स्पष्टीकरण केले आहे. पण तसे झालेले नाही हे समजताच ती सांगू लागली मुख्य नर्सरीमध्ये येणारी मुले नियमित आणि बराच वेळासाठी येत असल्याने कर्मचारी त्याच्या पालकांना नीट ओळखतात. बरेच महिन्यांत इथे नवे मूल आलेले नाही. पण शेजारच्या हॉस्पिटलशी आमचा करार आहे. जे व्यावसायिक त्यांच्या वैद्यकीय महाविद्यालयात परिषदांसाठी येतात आणि काही पाहुणे सल्लागार येतात त्यांना या पाळणाघराची सेवा उपलब्ध आहे. काही रोजच्या रोज येणारी मुलं आहेत पण अशी १-२ दिवसांसाठी येणारी बरीच आहेत. मुलांच्या येण्याचे आगाऊ बुकिंग असते, आम्ही त्यानुसार कर्मचारी तयार ठेवत असतो.'

'आणि जेसिका पाळणाघरात येण्यापूर्वी कधीच आली नव्हती,' मरिनरला परिस्थितीचा आता नीटसा अंदाज येऊ लागला. ही एक विरळ घटना होती.

'म्हणजे येथील कर्मचाऱ्यांना तिच्या आईची ओळख नव्हती. हे जरा धोकादायक नाही वाटत का?'

'पाळणाघरात जे येतात त्यांना पाहुण्यांसाठीच्या वहीत आत येण्याची आणि बाहेर पडण्याची वेळ नोंदवावी लागते. सही पण करावी लागते.'

पुन्हा एकदा मोघम पद्धतीचे वर्णन. 'प्रत्यक्षात असे केले जाते का?'

'पालक घाईत असतील तर या नोंदी इतक्या काटेकोरपणे होत नाहीत.'

मरिनरला अजूनही काही समजत नव्हते. 'तुमच्या कर्मचाऱ्यांनी जेसिकाच्या आईला सकाळी पाहिले असेलच ना? त्या जेसिकाला सोडायला आल्या तेव्हा? मग तिला न्यायला यायला तीच व्यक्ती अपेक्षित नाही का?'

'मिस ओ'ब्रायनने जेसिकाला लवकर आणले होते. कर्मचारी ९ ते ५ या वेळात कामावर असतात. त्याआधी कुणी मूल सोडायला आलेच तर मिसेस बराट त्यांचे स्वागत करते. होतं असं कधीतरी.'

''म्हणजे जेसिकाला न्यायला येईपर्यंत कर्मचाऱ्यांची मिस ओ'ब्रायनशी भेट झाली नव्हती.''

''बरोबर.''

'आणि जी एकच व्यक्ती जेसिकाच्या आईला भेटली – मिसेस बराट, त्या

तेव्हा इथे नव्हत्या. म्हणजे कुणीही येऊन मी जेसिकाची आई आहे असे म्हटले तर कर्मचाऱ्यांना फरक समजला नसता.'

आता सामंथाचा संयम ढळत चालला होता. 'असं सहसा होत नाही. मिसेस बराट इथेच असतात आणि पालकांनी रजिस्टरमध्ये सही करायची असते, शिवाय कर्मचाऱ्यांनी पुन्हा एकदा ओळख विचारायची असते....'

'तुमच्या सुरक्षा पद्धती फार काही काटेकोर नाहीत हे आता आपण पाहिलेच आहे. पाहात आहोत?'

'नाही,' सामंथाचा उसना आत्मविश्वास डळमळू लागला. आजच्या दिवसात दुसऱ्यांदा मरिनरने एका तरुण स्त्रीला अपेक्षांच्या ओझ्याखाली दबून जाताना बघितलं.

दारावर हलकेच टकटक ऐकू आली. चार्ली ग्लोव्हरने आत डोकावून मरिनरकडे बघत खुणेची मान हलवली. जेसिका नक्कीच हरवली होती. एव्हाना मरिनरला हे समजलेले होते. कर्मचाऱ्यांपैकी एकीने समक्ष ही घटना घडताना पाहिली होती. आता तातडीने त्याचे वर्णन मिळवून शोधाची व्याप्ती वाढवली पाहिजे.

सामंथाला क्षणभर तिथेच सोडून ग्लोव्हरला सूचना देण्यासाठी मरिनर बाहेर आला. 'अर्ध्या मैलाच्या परिसरातून जेवढे म्हणून सीसीटीव्हीचे रेकॉर्डिंग मिळेल ते मिळवण्यासाठी एक ऑफिसर नेमा. आपल्याला सविस्तर माहिती मिळताच आपण परिसरांतील लोकांची विचारपूस सुरू करू या. अन्य खात्यातून कुमक मिळते का ते पाहा. काही तंत्रज्ञांना बोलावून घ्या म्हणजे इथून जाणाऱ्या आणि येणाऱ्या प्रत्येक फोनचा मागोवा घेता येईल.'

बेलचा मोठा आवाज आला. एका सीसीटीव्हीच्या पडद्यावर एका माणसाचे टक्कल दिसत होते. 'ते जॉशचे वडील आहेत,' सामंथाने सांगितले. पुढच्या तासाभरात नर्सरीतील सर्व मुलांचे पालक मुलांना नेण्यासाठी येऊ लागले. 'बरीच मुले अजून शिल्लक आहेत, जायची.'

'छे! शोध मोहीम राबवणे अशक्य होणार.' खरंतर मरिनरला इथे येणाऱ्या आणि असणाऱ्या प्रत्येक व्यक्तीला थांबवून चौकशी करायची होती. प्रत्येकजण एक साक्षीदार असू शकतो, पण असे केले तर इथे जास्त मुले आणि पालकांची खूप गर्दी होईल, असं मरिनरला वाटलं.

''ठीक आहे, जोपर्यंत तुला खात्री आहे की हे तू ज्यांना ओळखतेस ते पालक आहेत तोपर्यंत त्यांना जाऊ देत, पण मान जाण्यापूर्वी त्यांची विचारपूस करून माहिती घेतील. आपल्याला नंतर त्यांच्याशी बोलावं लागेल. आपण हे सगळं कुठे करू शकू?'' तो हॉल आता गजबजला होता.

'हॉलच्या पलीकडची खोली यावेळेला रिकामी असते.'

मरिनरने त्या खोलीचा दरवाजा उघडला, तो एक छोटेखानी वर्गच होता. 'हे

ठीक आहे.' तो म्हणाला. ग्लोव्हरकडे वळत तो पुन्हा म्हणाला, 'इतर अधिकाऱ्यांना सूचना देऊन झाल्या की तू इथे मानसोबत थांब, आत येणारी आणि जाणारी माणसं जरा नीट न्याहाळ.'

'काय चाललंय, असं सांगायचं आहे त्या सर्वांना?' मानने संभ्रमाने विचारले.

मरिनरने त्याबाबत विचार केला. सामान्यतः शोधकार्यात गोंधळ उडू नये म्हणून, सगळं गुप्त ठेवायचे असतं, पण इथे जितके कान आणि डोळे करता येतील तितके हवे होते, पोलिसांना मदत होणार होती. "सगळं सांगा," तो म्हणाला. "त्यांनी आपल्या गाड्या आणि युनिफॉर्ममधले अधिकारी एव्हाना पाहिले असतीलच आणि त्यांची आवश्यकता आहे. आता सकाळी आपले मूल सोडताना कुणीतरी काहीतरी वा कुणाला तरी पाहिले असल्याची शक्यता आहे.'

पुन्हा एकदा बेल वाजली. घाईघाईने वाजल्यासारखी, एक अधीर चेहरा सीसीटीव्ही वर झळकला. "तू यांना नीट ओळखतेस?" मरिनरने, सामंथाला पुन्हा विचारले. "खूप लहान बाळ असल्यापासून जॉश येथे येतो. ठीक आहे, त्यांना आत येऊ दे."

सामंथाने इंटरकॉमवरील बटण दाबले, स्क्रीनवरच्या टक्कलधारी माणसाने मान हलवली, क्षणात त्यांच्या मागील दरवाजा उघडला गेला, जॉशचे वडील आत आले. "सगळं ठीक आहे ना?" त्याने सामंथाला विचारले, सर्व काही ठीक नाही हे स्पष्टच दिसत होतं.

'ठीक,' सामंथा स्मित करत म्हणाली.

पी.सी. मान पुढे आले. 'आपण जरा इकडे येणार का सर?'

'दुपारपासून जे आले किंवा गेले त्यांचे काय?' मरिनरने सामंथाला विचारले.

'सगळ्या खोल्यांमधील मुलींशी मला बोलावे लागेल, त्यांनी कुणाकुणाला आत येऊ दिले आहे म्हणून.'

'डीसी ग्लोव्हर हे करतील,' मरिनर म्हणाला. हा इशारा समजून ग्लोव्हर पुढे आला. "स्वतंत्रपणे मुलाखती घ्या आणि जमले तर एकांतात." मरिनरने त्याला सांगितले. काही विशेष हाती लागलं तर लगेच आम्हाला सविस्तर नावे, पत्ता, फोन नंबर अशी यादी लागेल, म्हणजे नंतर काही लागल्यास त्यांच्याशी संपर्क साधता येईल.

मरिनरने आता आपले लक्ष सीसीटीव्हीकडे वळवले. 'यामध्ये सर्व नर्सरीतील हालचाली टिपल्या जातात ना?'

'प्रत्येक खोलीतून तो कॅमरा स्वयंचलित पद्धतीने फिरतो, पण सध्या तो नीट काम करत नाहीये.'

'यातील प्रतिमा साठवल्या जातात का?'

'फक्त दहा मिनिटे. हा मुख्यत: देखरेखीकरता आहे.'

'बरं जेसिकाला नेताना पाहिले ती कोण व्यक्ती आहे?'

'पाळणाघरातल्या मुली. खूप गर्दीचा दिवस होता. त्यामुळे कायमस्वरूपी कर्मचाऱ्यांपैकी एक क्रिस्टी आणि कंत्राटी कर्मचाऱ्यांपैकी लिआन आणि कॅम. 'क्रिस्टी, किती वर्षं आहे तुमच्याकडे?'

'अंदाजे आठ महिने.'

'कायमस्वरूपी असूनही?'

'हो, पाळणाघरात असंच असतं. खूप तरुणपणी मुली कामाला सुरुवात करतात मग स्वत: आई होणार म्हणून किंवा दुसऱ्या एखाद्या पाळणाघरात नोकरी मिळाली म्हणून काम सोडून जातात.'

'कॅम आणि लिआनने यापूर्वी काम केले आहे का तुमच्याकडे?' आतूनच काही घडल्याची शंका मरिनर पडताळत होता.

'त्यांनी नर्सरीत काम केले आहे, पाळणाघरात नाही. त्यामुळे इकडच्या कामाच्या पद्धतीशी त्यांची फारशी ओळख नाही. पण ज्या एजन्सीने ही माणसं पुरवली आहेत ती खात्रीशीर आहे. अनेक वर्षं ती आम्हाला कर्मचारी देत आहे.'

'ही एवढीच माणसं आज दुपारी त्या खोलीत होती?'

'मुलांना न्यायला आलेल्या पालकांना वगळता, वेळ थोडी इकडेतिकडे होऊ शकेल. त्या मुली तुम्हाला अधिक सांगू शकतील.' ती आता अस्वस्थ झाली होती. तिच्या कार्य तत्परतेबद्दल प्रश्न उपस्थित करण्यापूर्वीच त्यांनी तिथून जावे असे तिला वाटत होते.

'बरोबर, आम्हाला त्यांच्याशी बोलले पाहिजे,' मरिनर म्हणाला.

'त्यांच्याजवळ काही मुलं आहेत अजून. त्यांच्याशी खोलीतच बोललात तर चालेल ना?'

खरं म्हणजे ते योग्य नव्हते. मरिनरला त्या मुलींशी स्वतंत्रपणे योग्य त्या वातावरणात बोलायचे होते, म्हणजे साक्षीयोग्य जबान्या मिळू शकल्या असत्या. वेळ पडली तर या जबान्या कोर्टात वापरता यायला हव्यात, त्यामुळे ही प्राथमिक चर्चा उत्तमच व्हायला पाहिजे होती.

'ठीक आहे चालेल.' मरिनर म्हणाला खरे; पण या निर्णयाचा पश्चात्तापही मरिनरला थोड्या वेळात होणार होता. ऑफिसच्या बाहेर आवारातूनच एक हॉल पार करून ते इमारतीच्या मागील बाजूस जिन्यावरून आले. सामंथा दरवाजात थोडी घुटमळली, 'जरा त्यांच्याशी मवाळपणे वागाल का? विशेष करून लिआनशी, ती जरा कमकुवत आहे.'

''तरीही लहान मुलांचा सांभाळ करण्याची जबाबदारी तिच्यावर आहे?''

सामंथाने खांदे उडवले. बहुतेक वेगळे काही काम तिला उपलब्ध नसेल!' या एका दुपारमध्ये मरिनरला बऱ्याच गोष्टी समजत होत्या. मरिनरला आयुष्याचं वास्तव उमजेपर्यंत सामंथाने सुरक्षा काच लावलेले एक दार उघडले. ती १२ बाय १५ ची मुलांची खेळायची खोली होती. मुलांची हस्तकला भिंतीवर लावलेली होती. खोलीच्या काही भागात गालिचा होता. त्याच्यासह फरशीवर सर्वत्र मण्यांची रंगीबेरंगी खेळणी पसरली होती. डाव्या कोपऱ्यात एक बाथरूम होते. त्यातील नळ, शॉवर्स छोटेछोटे होते. डोक्यावर लोंबणाऱ्या रंगीत पताका टाळत मरिनर आणि नॉक्स आत गेले. एक छोटे बाळ लोंबकळणाऱ्या खेळण्याशी खेळत आनंदाने कार्पेटवर पहुडले होते पण मरिनरला सर्वप्रथम प्रकर्षाने जाणवले ते दुसऱ्या मुलाचे कर्कश रडणे. तो आवाज भिंतीवर आदळून जणू परत येत होता. खोलीतील दोन तरुण महिला काहीशा अनिच्छेने, खोली आवरण्याच्या प्रयत्नात, खेळणी उचलून प्लॅस्टिकच्या टोपलीत ठेवण्याच्या कामात होत्या.

रडणाऱ्या बाळापेक्षा वरचा आवाज काढत सामंथाने रुक्षपणे ओळख करून दिली, 'ही लिआन आणि ही कॅम.' आपले नाव उच्चारले म्हणून त्या दोघींनी वर पाहिले. 'हे पोलीस आहेत, यांना तुमच्याशी बोलायचे आहे.'

सामंथाने त्यांचा उल्लेख 'मुली' असा केला होता. बरोबर होते तिचे. त्या दोघी जेमतेम स्वतःला सांभाळण्याइतपत मोठ्या होत्या. दोघींनी भेदरून, आलेल्या पाहुण्यांकडे पाहिले.

'आणि ती तिसरी मुलगी?' मरिनरने विचारले.

'काय?'

'तुम्ही क्रिस्टी नावाच्या तिसऱ्या मुलीचा उल्लेख केला होता.'

'अरे हो, ती एका मोठ्या बाळाबरोबर वरच्या खोलीत आहे. हे घडले तेव्हा ती इथे नव्हती....'

'ठीक आहे.'

आतापर्यंत दुर्लक्षित असलेल्या रडणाऱ्या बाळाकडे निर्देश करत, नाकावरचा जाड भिंगाचा चष्मा वर सारत कॅम वाट काढत म्हणाली, "मी जरा जाऊ का?"
"हो, अवश्य." मरिनर म्हणाला. ते रडणं थांबवण्यासाठी तो काहीही करायला तयार होता. आता पुढे काय या काळजीनं त्याच्या पोटात खड्डा पडला. तो इथे जेमतेम अर्धा मिनिट होता पण वैतागला होता. कदाचित मूल स्वतःचे असेल तर परिस्थिती वेगळी असेल असे त्याला वाटले. कॅमने ते रडकं मूल झुलणाऱ्या खुर्चीतून उचलले, एक टिश्यू पेपर घेऊन सराईतप्रमाणे एकाच फलकाऱ्यांत तिने बाळाचे नाक आणि डोळे पुसले. रडणे थोडे कमी झाले तरी बाळाच्या चेहऱ्यावर नाराजी होतीच. टोनी नॉक्स थोडा पुढे झाला आणि आपले बोट

बाळापुढे केले. बाळाने हात ओढून तो तोंडात घालायचा प्रयत्न केला.

'किती वय आहे हिचे?' नॉक्सने विचारले. म्हणजे ती मुलगी होती तर. विशिष्ट निळा वा गुलाबी पेहराव नसतानाही नॉक्सने ती मुलगी असल्याचे ओळखले याचे मरिनरला विशेष वाटले. खरंतर त्यांच्याकडे निरागसपणे बघणारे ते मोठे लोभसवाणे डोळे मुलीचे वा मुलाचे कुणाचेही असू शकतात.

''मला वाटतं तीन महिन्यांची असावी,'' एका हाताने पुन्हा चष्मा सावरत कॅम म्हणाली. 'थोडी लहानखुरी आहे वयाच्या मानाने.'

'दिवस जाता जात नसेल तिच्यासाठी,' नॉक्स जणू मरिनरच्या मनातले बोलला.

'ती काही फार खूश नाहीये, तिचे पोटही बिघडले आहे, म्हणजे दात येत असावेत. दिवसांतून कितीदा तिचे लंगोट बदलले ते आता मी विसरून पण गेले आहे. आईला पाहून तिला आनंद होईल,' कॅम म्हणाली. बाळाबद्दल बोलल्याने ती जरा मोकळी झाली. मरिनरला मात्र वाटले की बाळाबद्दल बोलण्याचा कॅमला बहाणा सापडला.

सगळे बाळाबद्दल बोलत असताना सामंथाने काही लहान मुलांच्या खुर्च्या गोलाकार मांडल्या. आकारमानाने अवाढव्य आणि अस्ताव्यस्त असणारी, चेहेऱ्यावर मुरूम आणि लाल केस असलेली लिआन एका खुर्चीवर बसली. नॉक्स आणि मरिनरला पर्याय उरला नाही. ते दोघे पाय दुमडून इतर खुर्च्यांमध्ये बसले. सामंथाने शेजारच्या छोट्या टेबलवर बसणे पसंत केले. मरिनरच्या उजव्या बाजूला बसलेली लिआन त्यांच्याकडे बघण्याचे टाळून भिंतीवरच्या एका चित्राकडे पाहत राहिली, कॅम कडेवरचे मूल झुलवत उभीच राहिली.

'आज किती मुले आली होती इथे?' मरिनरने सुरुवात केली.

'एकूण सहा – तीन तान्ही, दोन जरा मोठी आणि एक बालवाडीत जाणारे.' त्याने प्रश्न लिआनला विचारला होता, उत्तर मात्र कॅमने दिले. 'दुपारी मोठ्या मुलांबरोबर खेळायला क्रिस्टीने सॅम्युअलला वरती नेले, मग इथे चार मुले होती. आणि ती या खोलीबाहेर किती वाजल्यापासून किती वाजेपर्यंत होती?' लिआन एकदम लक्ष देत म्हणाली, 'अंदाजे दीड तास.'

'तुम्हाला दोघींना मुलांबरोबर सोडलं.'

'हो, आमच्या आवाक्यातले काम आहे.' मरिनरला याचा काही संदर्भ लागला नाही. हे सांगताना सामंथाचा स्वर जरा समर्थनात्मक होता. तिची चलबिचल इतर मुलींना पण जाणवली. लहान मुलांपेक्षा या घाबरलेल्या होत्या. अगदी 'ओशन ब्लू' मोहिमेतील तरुणींची मुलाखत घेताना त्या घाबरल्या होत्या तशाच. 'आणि मग काय?' मरिनरने पुढे विचारले. पुन्हा कॅमनेच उत्तर दिले, आता मरिनर तिच्या डोळ्यात नीट वाचत होता.

'नेहमीसारखीच दुपार होती. सगळी मुलं जेवणानंतर झोपली आणि हळूहळू नंतर उठली मग आम्ही त्यांना खेळायला खेळणी दिली, सुमारे दोन वाजता मिस्टर सिंग राजिडला घेऊन गेले.'

'आणि मि. सिंग....?'

'....नक्कीच स्वतःचं मूल घेऊन गेले,' सामंथा मधे बोलली. 'ते येऊन गेले तेव्हा मी ऑफिसमध्ये होते आणि पूर्वी त्यांनी पाळणाघर वापरले आहे. त्यामुळे मी त्यांना नीट ओळखते, स्वाभाविकच आहे ना?'

'आणि मग?'

मुलींनी एकमेकांकडे काळजीयुक्त कटाक्ष टाकला. अखेरीस लिआन बोलली, 'फार गडबडीची दुपार होती. काही मुलांचे पोट बिघडले होते, त्यामुळे लंगोट, दुपटी धुण्यासाठी आम्ही बाथरूममध्ये ये-जा करत होतो.'

'त्यांचे लंगोट बदलायला त्यांना बाथरूममध्ये न्यावे लागते?'

'मला वाटतं फक्त कपडे नेतात, बॉस' नॉक्स अनुभवी संसारी माणसाप्रमाणे बोलला. लहान मुलीशी खेळून झाल्यावर तो आता त्या बायका बोलतील ते टिपून घेत होता.

'बरं.' मरिनरला हा विषय फार लांबवायचा नव्हता. 'आणि हे सगळं, ती बाई जेसिकाला न्यायला आली तेव्हा घडत होतं?'

'हो.'

'मग नेमके त्यावेळी इथे कोण होते?'

'फक्त मी,' लिआनने असे म्हणताच सगळ्यांच्या नजरा तिच्याकडे वळल्या. ती खांदे उडवत सहज म्हणाली, 'मला वाटलं ती जेसिकाची आई आहे म्हणून.'

३

लिआनने स्वसंरक्षणार्थ वर लावलेल्या कॅमकडे बघितले! तू बाथरूममध्ये कॉन्नोरला स्वच्छ करीत होतीस आणि मी एलीला शांत करत होते. 'तू म्हटल्याप्रमाणे ती दिवसभर रडत होती. ती बाई आली, स्मितहास्य करून सरळ जेसिकाजवळ गेली, त्यामुळे मला वाटलं....'

'म्हणजे त्या बाईने नक्की जेसिकाला नेले?' आपल्या डाव्या मांडीखाली बधिरता पसरत चाललीय की काय असं मरिनरला वाटलं. 'नक्की नेले असणार,

नाही का? कारण जेसिकाची खरी आई जेव्हा जेसिकाला न्यायला आली तेव्हा जेसिका इथे नव्हती,' लिआनने सामंथाकडे पाहिले. 'मला माहीत नव्हतं की ती ही नव्हती म्हणजे मला कसे समजणार?' आतापर्यंतचा संयम चेहऱ्यावरून विरला आणि लिआनचा चेहरा, काही क्षणापूर्वी एलीचा झाला तसा, रडवेला झाला.

'कुणी तुझ्यावर आरोप करत नाही लिआन,' सामंथा म्हणाली. मरिनरला मात्र या बोलण्यात प्रामाणिकपणा दिसत नव्हता.

'जेसिकाला नेणाऱ्या व्यक्तीला तू पाहिले आहेस, हेच उत्तम आहे लिआन,' मरिनर म्हणाला. तिला बोलतं ठेवण्याची गरज आहे हे तो जाणत होता. 'म्हणजे त्या बाईला शोधण्याची शक्यता आता बळावली आहे.'

'मी तिला थांबवायला पाहिजे होतं नाही का?' लिआन व्याकूळ होऊन म्हणाली.

'हा सगळा गोंधळ झाला नसता. बिचारी मिस ओ'ब्रायन.... '

मरिनरला अगदी खात्री होती की नर्सरीतील असुरक्षित व्यवस्थेमुळेच हे घडले असेल. ही तरुणी, झालेल्या चुकीची जबाबदारी अजिबात स्वत:वर घेणार नव्हती.

'आता ते घडलंय, पण ते आपल्याला दुरुस्त करायचे आहे. त्या बाईचे सविस्तर वर्णन सांगून तू या कामी मदत करू शकशील. ती आत आली तेव्हा तू काय करत होतीस?' पुन्हा प्रसंगाची उजळणी केल्याने तिला काही स्मरेल असे त्याला वाटले.

'मी तिथे कार्पेटवर बीनबॅगमध्ये बसून एलीला शांत करत होते.'

मरिनर उठून त्या बीनबॅग जवळ गेला, 'इथे? आणि तेव्हा जेसिका कुठे होती?'

'कारसीटमध्ये, कार्पेटच्या त्या बाजूला, तिथं.

'म्हणजे तुझ्यापासून ती अंदाजे तीन फूट अंतरावर होती. मरिनरने एक खुर्ची घेतली आणि ती त्या ठिकाणी ठेवली. 'ती बाई आत आली. मग तिने काय केले?'

'ती दरवाजात उभी राहिली आणि 'हॅलो' म्हणाली.'

'आणि तू वर पाहिलेस तेव्हा तुला ती दिसली. एक मिनिट नीट विचार कर हे फार महत्त्वाचे आहे. ती कशी दिसत होती?' आता मिळेल तेवढी जास्त माहिती मिळवायची होती. गरज पडल्यास नंतर मानसोपचार तज्ज्ञ बोलावून, तिला प्रसंग पुन्हा आठवायला लावता येईल.

लिआनने नकारार्थी खांदे उडवले, मरिनरची आशा थोडी मावळली. ती साधारण होती, इथे येणाऱ्या इतर आयांपेक्षा काही वेगळी नव्हती.

'एक सेकंदभरच मी तिला पाहिले होते.'

मरिनरची आशा अधिकच मावळली, 'तू तिला यापूर्वी पाहिले होतेस का?'

'मला नाही वाटत.'

'तिच्या केसांचा रंग?'

'साधारण तपकिरी, मला वाटतंय पण ते सोनेरीही असावे.'

सामंथाने आधी सांगितले होते की लिआन फार हुशार, चाणाक्ष नाहीये' त्यात तथ्य आहे असे मरिनरला वाटले. 'ती उंच होती की बुटकी?'

साधारण उंचीचे वर्णन करता येण्याजोगे कुणी असेल का म्हणून, लिआनने भोवती पाहिले, पण तिला काही सुचेना.

'बारीक का लठ्ठ?' मरिनर आता जोर देत होता.

लिआनने पुन्हा एकदा खांदे उडविले.

मरिनरने नैराश्य लपवले. तो बीनबॅगपाशी उभा होता, तिथून त्याने दाराकडे पाहिले. मग खाली बसून, लिआनने ज्या उंचीवरून दाराकडे पाहिले असावे तसे पाहिले, मग लिआन नीटसे का सांगू शकत नव्हती ते त्याला उमजले. बाहेरच्या झाडाच्या फांद्या – पानांनी दृष्टी व्यापली गेली होती. 'बरं' तो म्हणाला, 'थोडा वेगळा विचार करूयात. ही बाई कशी वागली?'

'तुम्हाला काय म्हणायचंय?'

'म्हणजे ती जरा अडखळली का?'

'असेल, मला माहिती नाही. मी एलीला शांत करण्यात व्यस्त होते.'

'बरं, ती दाराजवळ उभी होती, मग तिने काय केले?'

'ती जेसिकाजवळ गेली.'

'जेसिकाची प्रतिक्रिया काय होती?'

'काहीच नाही. ती झोपलेली होती, कारसीटमध्ये.'

'तिची कारसीट?'

'हो, बंद लावून हँडलला धरून, सीट कारमध्ये ठेवत नाहीत का?'

'बरं, मग काय झालं?'

'अरे, तुम्ही जेसिकाची आई का?' असं मी म्हटलं असं मला वाटतं.

'म्हणजे ती काही म्हणायच्या आधीच बाळाचं नाव तू तिला सांगितलंस.'

लिआन गोंधळली. 'हो, बहुतेक सांगितलं मी.'

'मग ती आणखी काही म्हणाली?'

'अरे, माझी शोनू, आई घरी न्यायला आली बाळाला, असे जे सगळ्या आया नेहमीच म्हणतात तसे काहीतरी. मग ती कशी काय होती दिवसभर असं तिनं विचारलं. 'छान!' मी म्हटलं.'

'जेसिकाने कधी खाल्ले आहे, असे तिने विचारले. तिच्या बॅग आणि कोट शेजारी तिचा खाण्याचा तपशील लिहिलेला कागद आहे.' भिंतीवर ओळीने लावलेल्या

खिळ्यांकडे पाहत लिआन बोलत होती. तिने जेसिकाची बॅग, कोट तो कागद घेतला, जेसिकाची कारसीट उचलली, धन्यवाद म्हणाली आणि गेली.

आणि काहीतरी चुकीचं घडतंय असं तुला वाटेल असं तिनं काहीच वेगळं केलं नाही?'

'मला असं का वाटेल? ती सरळ तिच्या बाळाकडे गेली. म्हणजे मला असं म्हणायचं आहे की कोणती आई आपलं मूल ओळखणार नाही? आणि मी एलीला शांत करण्यात खरंच व्यस्त होते. खरंतर, सांभाळायला एक मूल कमी झालं याचा मला आनंद झाला.'

'तेव्हा किती वाजले होते?'

'अंदाजे अडीच.'

देवा, हे सर्व दोन तासांपूर्वी घडलं होतं. ती बाई एव्हाना कुठल्याकुठे पोहोचली असेल. आता याची प्रसिद्धी राष्ट्रीय स्तरावर करायला हवी. आता या एका विषयावर लक्ष केंद्रित करून याला जास्तीतजास्त प्रसिद्धी देण्याचं माध्यमांना सांगितलं पाहिजे. 'आणि काहीतरी चुकलंय ते तुला पहिल्यांदा कधी जाणवलं?'

आता कॅमने उत्तर दिलं. 'जेसिकाची खरी आई तिला न्यायला आली तेव्हा आम्हाला समजलं की जेसिका इथे नाही, काय घडलंय याचा सुरुवातीला उलगडा झाला नाही, फारसा अंदाज आला नाही.'

लिआनचा चेहरा झाकोळला होता, अजून गूढ न उकलल्यासारखा.

'जेसिकाने अंगात काय घातले होते?' मरिनरने विचारले.

'एक पिवळा बेबीग्रो आणि वर एक कार्डिगन' लिआन म्हणाली, पण हा तपशील फार काही सरळ वाटत नव्हता.

'नाही, तो हिरवा होता.' कॅम मध्ये बोलली.

'तो पिवळा होता,' लिआन ठामपणे म्हणाली. 'दुपारी जेवल्यावर तिला उलटी झाल्यावर मी तिचे कपडे बदलले होते.'

कॅमला ते फारसे पटलेले दिसले नाही. त्यामुळे पिवळा किंवा हिरवा अशी शक्यता धरून चालायला हवे होते.

'आणि बेबीग्रो म्हणजे एलीने घातले आहे तसे?' मरिनरने विचारले. 'हो' कॅमने एलीला उचलून बाथरूममध्ये नेले. काही क्षणांनंतर ती बाळाचे कपडे बदलून बाहेर आली, ते पोपटी होते. 'बरोबर असा होता, तो बेबीग्रो. मुलांचे कपडे कमी पडले तर वापरायला म्हणून आम्ही याचा साठा ठेवतो.'

'फक्त तो पिवळा होता,' लिआन हलकेच पुन्हा म्हणाली.

'आम्ही यापैकी एक ठेऊ शकतो का?' मरिनरने सामंथाला विचारले.

'कोर्टामध्ये अपील दाखल करू तेव्हा याचा फोटो वापरता येईल. यावर

सारखेच लेबल असेल ना?' कपडे शिवणाऱ्यांच्या नावाचे लेबल मानेपाशी शिवलेले होते.

'हो, बराट हे कपडे घाऊक प्रमाणात घेतात. ते बाळाला घातल्यावर पुन्हा आमच्याकडे परत येतातच असे नाही.'

'या हवेसाठी पुरेसे वाटत नाही हे. बाहेर बरेच गार आहे.'

'जेसिकाचा कोट होता ना! तिच्या आईने – त्या बाईने तो तिच्याभोवती नुसता गुंडाळला, तिला जाग येऊ नये म्हणून.'

'ती तिला कारसीटमध्येच घेऊन गेली?'

'हो, बरीच बाळं अशीच जातात,' सामंथा म्हणाली. बऱ्याच पालकांची घरे येथून चालत जाण्याच्या अंतरावर नाहीत. मग बाळांना सकाळी असं कारसीटमधूनच आणतात आणि ते दिवसभर बाळासोबत असते.'

'सीटचा रंग काय होता?'

'गडद निळा होता, वेलव्हेटसारख्या कापडाचा. तिची आई – ती बाई म्हणाली. सीट खूप जड आहे आणि तिला काही अंतर चालत जावे लागणार होते.

'तुम्हाला काय वाटतंय तिने पुढच्या कोपऱ्यावर रस्ता संपतो तेथे गाडी पार्क केली असेल? आम्ही पार्क केली आहे तशी?' सीसीटीव्हीचा विचार मनात येऊन मरिनरने आशेने प्रश्न विचारला.

'हो बहुधा किंवा वरती हॉस्पिटलच्या पार्किंगमध्ये तिने गाडी लावली असेल.' सामंथा म्हणाली. 'त्यांना खरं म्हणजे तसे करता येत नाही, पण इथे जागा नसेल तर काही पालक तिथे गाडी लावतात.'

म्हणजे हॉस्पिटल सीसीटीव्हीवरचे रेकॉर्डिंग पण पाहायला हवे, 'आणखी काही?'

'जेसिकाला छान सांभाळल्याबद्दल तिने धन्यवाद दिले,' लिआन म्हणाली. 'ते जरा जास्तच वाटले, तिला खूप दिलासा वाटला असावा, मला वाटतं तिने पहिल्यांदाच असे मूल दुसऱ्या कोणाकडे सोडले असावे.'

'पाळणाघरातल्या सगळ्याच मुलांच्या पालकांना कर्मचारी भेटले नसण्याची शक्यता आहे का?' मरिनरने, सामंथाला विचारले.

'सगळ्यांबाबत नाही. एका दिवसापेक्षा जास्त काळ येणाऱ्या पालकांना क्रिस्टी ओळखते आणि काही पालक तर सर्व कर्मचारी आल्यावर येतात.'

'म्हणजे त्या बाईने जर दुसरे बाळ उदाहरणार्थ, एलीला घेऊन पाहिले असते तर हे तिचे बाळ नाही म्हणून, हे तुम्हाला समजले असते?'

'नाही, आम्हाला एलीचे पालकही माहिती नाहीत.'

पण ती बाई या खोलीत आली तेव्हा जेसिका या खोलीत एकटी होती.

त्यामुळे तिने मुद्दाम जेसिकालाच नेले आहे का, मिळाले ते मूल नेले आहे हे समजणे अवघड होते.

'धन्यवाद, लिआन तुझी खूप मदत झाली.' मरिनर खोटं बोलत होता. त्याने टोनी नॉक्सला खुणावून खोलीच्या एका बाजूस बोलावले.

'मी पटकन मिस ओ'ब्रायनशी थोडे बोलून घेतो मग चार्ली ग्लोवरचे इतर कर्मचाऱ्यांशी काय बोलणे झाले आहे ते पण मला ऐकायचे आहे.' मरिनर नॉक्सला म्हणाला. 'त्याला विचार या बाईला अडीच वाजता कोणी आत येताना किंवा बाहेर जाताना पाहिले आहे का? देव करो आणि कोणीतरी पाहिलेले असो, थोडा अधिक तपशील मिळेल आपल्याला नाहीतर आपली वाट लागेल. आतापर्यंत हाती लागलेले काहीच कामाचे नाही. ही माहिती जर अधिक काटेकोर मिळाली नाही, तर आपण शोधासाठी रस्त्यावर जाऊ शकणार नाही. रस्त्यावरच्या प्रत्येक स्त्रीला धरून आणावे लागेल. सीसीटीव्हीवरचे रेकॉर्डिंग तपासत आहेत, त्यांना असे कळवा की आम्ही कारसीटमध्ये लहान मूल घेऊन जाणाऱ्या एका अंदाजे ३२ वर्षांच्या स्त्रीच्या शोधात आहोत. शक्यतो हॉस्पिटलच्या आवारात नेहमी जाणारी, तऱ्हेवाईक वागणारी.'

बाहेरच्या हॉलमध्ये गोंधळ माजला होता. पीसी मान, सर्व पालकांशी बोलून तपशील मिळवत होते, थांबलेल्या पालकांची मोठी रांग झाली होती, लहान मुलं या रांगेभोवती धावत, किंचाळत होती.

'लिओपोल्ड, थांब आता!' एक बाई काकुळतीने ओरडली. तिने हॉस्पिटलचा बिल्ला लावलेला होता. म्हणजे ती कामावरून परत जात असावी.

'हे नाव या बाळाचे आहे असे मला सांगू नकोस,' मरिनर सामंथापाशी कुजबुजला.'

हा सगळा गोंधळ सोडून मरिनर जिन्यावरून पहिल्या मजल्यावर कर्मचाऱ्यांची खोली शोधत गेला. दार उघडताच, इमा ओ'ब्रायनचे व्याकूळ डोळे त्याला भिडले. मरिनरने अशी असहायता यापूर्वी खूप वेळा पाहिली होती, पण आज तो या परिस्थितीत काहीही करू शकत नव्हता. त्याला खरंतर तिला दिलासा द्यायचा होता, पण हाती असलेली माहिती यासाठी पुरेशी नव्हती. कुणीतरी तिच्यासाठी एक पेय आणले होते, पण तिने तो मग नुसताच धरून ठेवला होता. काठोकाठ भरलेल्या कपावर साय धरत होती.

मरिनर तिच्या पुढ्यात एका बैठ्या सीटवर बसला. 'आम्हाला असं समजलंय की अंदाजे अडीच वाजता एक बाई पाळणाघरात आली आणि जेसिकाला आपलेच बाळ असल्यासारखी घेऊन गेली.'

एमा ओ'ब्रायन तिच्याच नकळत कण्हली.

'ऐकून पटणार नाही कदाचित, पण एक चांगली बातमी अशी आहे की

सविस्तर माहिती गोळा केली, तर निदान आपण नक्की कुणाला शोधायचे आहे हे आम्हाला समजेल.' मरिनर म्हणाला, 'आमच्याकडे असा एक साक्षीदारही आहे जो त्या बाईला ओळखू शकेल.' आतापर्यंत मिळालेली माहिती फारशी उपयोगाची नाही किंवा कुठल्याही संदर्भाविनाच ते हवेत शोधाशोध करीत आहेत, हे त्याने तिला सांगितलेच नाही जेसिका कधी जेवली वगैरे विचारून त्या बाईने काळजी पण दाखवली म्हणजे तिला तिची खरोखरच काळजी घ्यायची असावी. मी आता प्रेसमधून माहिती प्रसिद्ध करणार आहे, म्हणजे लोकांची आपल्याला मदत मागता येईल.' तो हळुवार पुढे बोलत राहिला, 'तुमच्याकडे जेसिकाचा आत्ता काढलेला एखादा फोटो आहे का?'

नव्यानेच माता झालेल्या स्त्रीप्रमाणे तिच्या बॅगेत जेसिकाचे बरेच फोटो होते. ते काढताना तिचा हात थरथरत होता आणि डोळ्यांतून पाणीही ओघळत होते. मरिनरने त्यापैकी एक जवळून काढलेला फोटो बाजूला केला, भुऱ्या केसांची, निळसर डोळ्यांची जेसिका! बाहेर येऊन त्याने तो फोटो नॉक्सला दिला.

'छोटीशी फटाकडी आहे नाही का ही!' फोटो घेत नॉक्स म्हणाला. ती एक सुंदर मुलगी होती. मरिनरनेही याची नोंद घेतली. म्हणूनच ती बाई या बाळाकडे आकर्षित झाली असावी का?

'प्रश्न मुर्खासारखा आहे. पण ही एक निव्वळ चूकच असावी, असं तुला वाटतंय का?' मरिनर म्हणाला.

नॉक्सने नकारार्थी मान हलवली, लिआनचे वक्तव्य त्याला आठवले, 'कोणतीही आई आपले मूल पहिल्या दिवसापासून नीट ओळखते.'

मरिनरने सुस्कारा सोडला, 'ठीक आहे. हा फोटो फॅक्स करा. त्या बाईचे वर्णन आणि ठिकाणासहित प्रेसमध्ये लगेच जाऊ दे, आपल्याला विशेष करून हॉस्पिटलमधून किंवा या आवारातून कुणाकडून तरी प्रतिसाद हवा आहे. दुपारी अडीचच्या सुमारास या रस्त्यावरून गाडीने गेलेला – अगदी बस चालक सुद्धा चालेल. हा वाहता रस्ता आहे आणि आपण काही तास उशीरा हे करत आहोत. कोणी या बाईला पाळणाघरातून बाहेर पडताना वा आत जाताना पाहिले आहे का हे आपल्याला हवे आहे. काही अधिकाऱ्यांना हॉस्पिटलमधून बाहेर पडणाऱ्या गाड्या थांबवायला सांगा आणि काहींना जवळपासच्या घराघरांतून जाऊन चौकशी करायला सांगा. हॉस्पिटलमध्ये बांधकाम पण सुरू आहे. तिथे काम करणाऱ्यांशी कोणीतरी बोला. त्या लोकांपैकी कोणीतरी ह्या बाईला पाहिले असल्याची शक्यता आहे.'

''पत्रकार परिषदेचे काय?''

'त्यासाठी पुरेशी माहिती अजून आपल्याजवळ नाही. संध्याकाळच्या बातम्यांच्या दृष्टिकोनातून प्रेसला फोन करून तयार राहायला सांग. आपण ग्रॅनविल लेनला एक

आपत्कालिन कक्ष उभा करू या. इथे फारशी मोठी जागा नाहीये.' मरिनरने घड्याळाकडे पाहिले. 'आपल्या मॅडम पण लॉईड हाऊसच्या मिटिंगमधून मोकळ्या झाल्या असतील आता, पाहा त्यांना येता येणार आहे का ते.' त्याचा वीकएन्डचा जो काही कार्यक्रम असेल तो हाणून पाड.

'त्यांना खूप उत्साह वाटेल,' नॉक्स म्हणाला. डीसीआय शार्पची काय प्रतिक्रिया असेल ते सांगता येणे अवघड होते. हेंडनमधून उत्तम मार्क मिळवून पदवीधर होऊन कामाच्या ठिकाणी त्या झपझप वरच्या पदावर चढत गेल्या आणि त्यांनी आपलं एक स्थानही बनवलं. त्या मँचेस्टरमध्ये चार वर्षे होत्या, पाच वर्षे पश्चिम मर्सियामध्ये आणि सात वर्षे मेटमध्ये. त्यांना ग्रामीण आणि शहरी दोन्ही प्रवृत्तीची नीट ओळख होती. त्यांचे वैयक्तिक आयुष्य मात्र एका बंद पुस्तकाप्रमाणे होते. त्यांच्या घरी कुणीतरी असल्याची शंका मरिनरला होती इतकेच. याविषयी ते कुणी बोलले नव्हते. एकदम मरिनरला स्वतःच्या वीकएन्डची आठवण झाली. त्याला ॲनाला फोन करायचा होता. पण जमलेच नव्हते. 'छे, तिला हे सर्व घडतंय ते सांगायला पाहिजे. आज रात्रीपासून खरंतर मी वार्षिक सुट्टीवर जाणार होतो. एक तासापूर्वी तिला फोन करून मी निघालोच, वाटेवर आहे म्हणून सांगितले.'

'तुम्ही तिला फोन करायला हवा, बॉस.'

'आता त्या फंदात पडता येणार नाही मला.'

'मी करू का तिला फोन?' असे नॉक्सला म्हणण्यावाचून पर्यायच नव्हता.

'दुसऱ्याने सांगणं जरा सोपं जाईल.' असं सूचकपणे मरिनर स्वतःशीच बोलला. हे व्यवहार्य होते आणि त्याला भित्रेपणा म्हणणं योग्य ठरलं नसतं. तिला असं सांग की, मी मोकळा झालो की लगेच फोन करतो.'

'नक्की.'

नॉक्स फोन करण्यासाठी बाहेर गेला.

'कुठे आहे तो...?' ॲना ओरडत होती.

'मी बोलतोय, नॉक्स पटकन म्हणाला. सॉरी ॲना, काहीतरी असं अचानक घडतंय की बॉसने लक्ष घालणं गरजेचं होतं.'

'म्हणजे काय झालंय?' थोड्या संशयानेच तिने विचारलं.

'एक बाळ हरवलं आहे,' तो म्हणाला.' टीव्ही चालू केलास तर थोडं फार पाहायला मिळेल या संदर्भात.'

'त्याला किती वेळ लागेल?'

'माहिती नाही, किती वेळ लागेल ते.'

'मी गाडीतून सामानाच्या बॅगा पुन्हा बाहेर काढते तर मग.'

'हो.'

'पुढच्या आठवड्याचं काय?'

'मला खरं माहीत नाही गं, सॉरी.'

'हो, तू आणि मी दोघंही सॉरीच.'

फोनवरचं बोलणं संपवून नॉक्सने मनोमन नोंद केली की बॉसची, असली कामं पुन्हा करायची नाहीत.

मरिनर, एमा ओ'ब्रायनकडे परत आला. 'तुमच्या नवऱ्याला तुम्ही हे सगळं कळवलं आहे का?'

'माझ्या साथीदाराला,' तिने त्याचे म्हणणे दुरुस्त केले. म्हणजे हा एक नाजुक विषय होता तर. 'तो इथे येण्याच्या वाटेवर आहे.'

'कुठून?'

'केंब्रिज. आम्ही तिथे राहतो आणि पीटर तिथे काम करतो.'

'तुम्ही घरापासून खूप दूर आला आहात मरिनरने नोंद केली.

'हॉस्पिटलच्या परिषदेमध्ये मी आज पाहुणी वक्ता म्हणून आमंत्रित होते. माझ्या विषयांत मी निष्णात मानली जाते.'

'कुठला विषय आहे तुमचा?'

'काय म्हणता? अच्छा! झोपेच्या तक्रारी,' ती म्हणाली. 'गेल्या वर्षी आयोजकांना मी येईन म्हणून शब्द दिला होता, तो पाळायला आले होते. जेसिका अकस्मात आयुष्यात आली, मी आता माझी नोकरी सोडली आहे. पण हॉस्पिटलला दिलेला शब्द मोडायचा नव्हता.' थोडं ओशाळ हसत ती पुढे म्हणाली, 'शिवाय येथे आज मिळणारे पैसे पण घसघशीत होते.'

'मग सकाळी तुम्ही गाडी चालवत इथं आलात?'

'नाही, आम्ही काल रात्री इथे आलो आणि आमचे मित्र नोल यांच्याकडे राहिलो. हॉटेलात मुक्काम म्हणजे उगाच खर्च झाला असता.'

'आज पहिल्यांदाच तुम्ही या पाळणाघरात आलात?'

'नाही, सर्व वक्त्यांची एक मिटिंग होती महिन्यापूर्वी, तेव्हा मी इथे आले आणि आसपास शोध घेताना मिसेस बराटला भेटले. तसं मी माझ्या आईवडिलांना जेसला सांभाळायला सांगणार होते, पण ते इथून आणखी पुढे राहतात म्हणजे आणखी प्रवास करावा लागला असता आणि हॉस्पिटलने पाळणाघराच्या मोफत सुविधेसंबंधी कळवलेही होते. हे अधिक सोयीचे वाटले.' तिच्या तोंडून एक हुंदका निसटलाच. 'अरे देवा! पीटर किंवा माझ्या आई'व्यतिरिक्त असं पहिल्यांदाच मी तिला सोडले आहे. मी असा विचार तरी का केला...?' ती कोलमडली, मरिनरने काही क्षण तिला सावरायला अवधी दिला. मिलीने टिश्यू पेपर पुढे केले.

'तुम्ही जेसिकाला किती वाजता सोडले इथे,' ती जरा सावरल्यावर मरिनरने विचारले.

'अंदाजे आठ-वीसला. भाषण दहा वाजताच होते, पण माझे सहकारी म्हणाले की लवकर आल्याने वर्दळीचा त्रास होणार नाही, शेवटच्या क्षणांची तयारी करण्यासाठी मला पण या वेळेची मदत झाली.'

'तुम्ही जेसिकाला मिसेस बराटच्या हवाली केलं?'

'बरोबर,' ती जरा घुश्यात म्हणाली. 'कुठे आहेत मिसेस बराट? मी त्यांना पहिलेच नाही दुपारी.'

'आम्ही त्यांनाच शोधत आहोत,' मरिनर म्हणाला. 'आणि तुमच्या पाहण्यात काही वेगळे आले? कुणी टेहेळणी करतंय, कुणी नजर ठेवून आहे किंवा कुणी पाठलाग करतंय असं?'

'नाही आणि मी असे काही पाहतही नव्हते, कशासाठी पाहावं मी?'

'तुमच्या मैत्रिणीने जेसिकाला नेले नसेल ना?'

'नाही. कोणालाच नक्की पाळणाघर कुठे आहे हे माहिती नव्हतं. आणि माझ्याशी बोलल्याशिवाय असं कोणी कसं करेल?'

'आपल्याला सगळ्या शक्यता पडताळायला हव्यात.' मरिनरने समजावले.

'मी आता तुम्हाला एक गोष्ट करायला सांगतो. एक यादी तयार करा नावांची ज्यांना तुम्ही आज इथे येणार आहात ते माहीत होते वा माहीत असावे. अगदी रात्री ज्यांच्याकडे राहिला होतात त्यांचेही नाव लिहा.'

'तुम्हाला असे सुचवायचे आहे का की हे ज्याने केले आहे ते आमच्या परिचयातले असावेत?' सावधपणे तिने विचारले. दारावर टकटक झाली, टोनी नॉक्स होता. 'बॉस, थोडं बोलू शकतो का?'

'मला माहिती आहे तसं नसावं,' असं म्हणत मरिनर उभा राहिला. 'पण आपल्याला सगळे पर्याय तपासायला हवेत. काही अधिक समजल्यास मी तुम्हाला नक्की कळवीन.'

'धन्यवाद.'

'मला वाटतं आपल्याला नीट वर्णन मिळाले आहे आता.' बाहेर आल्यावर टोनी नॉक्स म्हणाला. चार्ली ग्लोव्हरला एक मुलगी सापडली जिने या बाईला आत आल्यावर पाहिले आहे.

'देवांचे आभार मान यासाठी.'

सर्व कर्मचाऱ्यांच्या मुलाखती घेण्याचे काम चार्ली ग्लोव्हरला किचकट आणि वैफल्यजनक वाटले होते. 'बऱ्याच जणींना इतकंच स्मरतंय की दारावरची बेल वाजविताच आज दुपारी कित्येक लोकांना या ना त्या खोलीत येऊ दिले गेले होते.

मी क्रिस्टीला भेटेपर्यंत कुणालाही नेमकी वेळ आणि घडलेले संभाषण मात्र आठवत नव्हते,' तो तक्रारीच्या स्वरात सांगत होता.

'जी पाळणाघरातून वरच्या खोलीत गेली होती ती मुलगी?' नॉक्सने विचारले.

ग्लोव्हर त्यांना जिन्याने खाली घेऊन गेला. तिथे एरवी सामान ठेवत असावे. त्याने थोडी जागा करून घेऊन काही खुर्च्या मांडून तत्कालीन मुलाखतीसाठी जागा करून घेतली होती. 'ही क्रिस्टी. हॉलकडे जाण्याच्या वाटेत त्यावेळेच्या सुमारास ही एका बाईला भेटली.' ग्लोव्हरने त्या मुलीकडे पाहिले. 'मला जे सांगितलंस ते इन्स्पेक्टर मरिनरला सांग.'

ती आता विषयाच्या केंद्रस्थानी आली होती. तिच्या चेहऱ्यावर अस्पष्ट मेकअपने झाकलेली खूण होती, चेहऱ्याच्या एका बाजूला लालसर पट्टा होता. 'मी वरती बालवाडीत होते, खाली ऑफिसमध्ये काही पेपर घ्यायला आले होते.' ती म्हणाली, 'मी पुन्हा वर निघाले तेव्हा ही बाई बेल वाजवून आत आलेली होती.'

'तिला आत कुणी घेतले माहीत आहे?'

'नाही. वरच्या एखाद्या खोलीतून असेल. ती थोडी रेंगाळली होती आणि हॉलवे मधून नक्की कुठल्या दिशेने जावं हे माहिती नसल्यासारखी गोंधळलेली होती. मी तिला ओळखले नाही. ती म्हणाली ती तिच्या बाळाला न्यायला आली आहे, मिसेस बराट आहेत का असे तिने विचारल्यावर मी नाही म्हणाले, पण मला नीटसे माहीत नव्हते. सर्व काही ठीक आहे ना असे मी तिला विचारले. तेव्हा ती थोडी अडखळली. पाळणाघरात ठेवलेल्या बाळांच्या पालकांना बरेचदा नेमके कुठे जायचे ते आठवत नाही, म्हणून मी तिला वाट दाखवली आणि ती त्या दिशेने गेली.'

'मी माझ्या बाळाला न्यायला आले आहे नेमके असेच म्हणाली ती?'

'हो, नक्की. आधी मला नीट समजलं नाही. कारण तिचे उच्चार थोडे वेगळे होते.'

'वेगळे म्हणजे कसे?'

'वेगळे म्हणजे उत्तरेकडील हेल होता. डीअरडरसारखा,' डीअरडर?'

'हो, कॉरोनेशन स्ट्रीटच्या पलीकडे आहे ते,' ती ओशाळली. 'मला वाटलं या गोष्टीची मदत होईल.'

'नक्कीच ही मदत आहे. तुला काय ठाऊक होते पुढे काय होणार आहे ते?'

'पण आता विचार करताना आठवतेय, ती बाई थोडी चिंताग्रस्त आणि धपापलेली होती. मग मला वाटलं गाडी नो पार्किंगच्या पट्टयावर लावून आली असल्याने ती घाईत असेल. बरेच लोकं असं बरेचदा करतात.'

'तिच्या वागण्याचं तू समर्थन केलंस, यात काहीच चूक नाही. ती मिसेस

बराटना ओळखत असावी, कारण तिने नावानिशी त्यांच्याविषयी विचारणा केली होती,' मरिनर म्हणाला.

'ती जिथे उभी होती तिथेच हॉलमध्ये नोटीस बोर्डवर मिसेस बराटचा मोठा फोटो लावलेला आहे.' क्रिस्टीने आठवण करून दिली. 'तिने तो पाहिला असेल.' किती विरोधाभास आहे. क्रिस्टी त्या खोलीत असती तर त्या बाईने जेसिकाला नेले नसते. आणि असे काही घडलेच नसते, मरिनरला वाटले.

'कुणी मॅनेजर आसपास नाहीत ना, हे कदाचित ती पडताळत असेल,' ग्लोव्हर म्हणाला.

'तू त्या बाईला अगदी नीट पाहिलंस?' मरिनर म्हणाला.

'हो.'

'देवाची कृपाच झाली म्हणायची. बरं सांग सविस्तर सगळं.' मरिनर श्वास रोखून ऐकत होता. 'ती गोरी होती, माझ्या इतक्याच उंचीची. सर्वसाधारण सडपातळ आणि उत्तम बांध्याची.'

सुरुवात तर चांगली होती, 'आणि तिचे केस?' मरिनरने विचारले.

'मागे बांधलेले होते. मला वाटतं तपकिरी होते लालसर झाक असलेले छान तपकिरी.'

चार्ली ग्लोव्हर आपली वही पाहत होता. तिने आधी त्याला दिलेली आणि ही माहिती सारखीच आहे ना हे तो पडताळत होता.

'आणि तिचे वय काय असेल असं तुला वाटतं?'

किंचित हसत क्रिस्टी म्हणाली, 'वयाच्या बाबतीत माझे अंदाज तितके चांगले नसतात.'

'तुझ्याएवढ्या वयाची. लहान, मोठी?'

'माझ्यापेक्षा मोठी, मध्यमवयीन असावी मला वाटतं. तिने मेकअप केला नसावा, त्याने वय लहान दिसतं ना बरेचदा, नाही का?'

'हे खूपच छान निरीक्षण आहे क्रिस्टी!' मरिनरला सुटकेचा निःश्वास लपवता येत नव्हता. 'तिने काय कपडे घातले होते आठवतं का तुला?'

'ट्राऊझर्स, मला वाटतं.'

'ट्राऊझर्स का जीन्स?'

'नाही. नक्की गडद रंगाची ट्राऊझर्स आणि त्यावर एक छान टॉप आणि जॅकेट. ती खूप रूबाबदार होती, एखाद्या ऑफिसमध्ये कामाला असल्यासारखी.'

'टॉपचा रंग काय होता?'

'मला ते फारसं दिसलं नाही,' नाक किंचित उडवत ती म्हणाली. 'पण क्रीम रंगाचा आणि त्यावर भरतकाम किंवा मण्यांचे भरतकाम असावे. महागडा वाटत होता.

तो मला फार आवडला असं तेव्हा माझ्या मनात आलं होते. तिने काहीतरी दागिनेही घातले होते,' गळ्याकडे हात नेत क्रिस्टी म्हणाली. 'सोन्याची साखळी किंवा तत्सम.'

'आणि जॅकेट?'

'ते गडद रंगाचे होते, गडद निळे किंवा काळे.'

'आणि काही? बूट, एखादी बॅग?'

मी तिच्या बुटांकडे बघितल्याचे आठवत नाही. तिच्या हातात काहीतरी होते. गाडीच्या किल्ल्या असाव्यात. एक क्षणभर विचार करीत ती थांबली. ''बस्स इतकंच, आणखी काही नाही.''

'हे फार उत्तम वर्णन आहे. क्रिस्टी! शाब्बास. तुला पोलीस स्टेशनला यावे लागेल, या सर्व वर्णनावरून या बाईचे रेखाचित्र काढायला मदत करण्यासाठी.'

क्रिस्टीला ग्रॅनविलेलेनला न्या, रेखाचित्र काढणाऱ्यांना भेटण्यासाठी,' तो नॉक्सला म्हणाला. नॉक्स त्यांच्या आजूबाजूलाच घुटमळत होता. 'जितक्या लवकर तंतोतंत रेखाचित्र मिळेल तितकं बरं.

'टोनी,' नॉक्स निघत असतानाच मरिनरने हाक मारली. 'तू ॲनाशी बोललास?' काय म्हणाली ती?'

'ती ठीक होती,' नॉक्स म्हणाला. 'अगदी तुला हवी तशी शांत होती.'

पण मरिनरला हा सूर काही बरोबर वाटला नाही. त्याला माहीत होतं ती काय विचार करत असेल ते... हे असं तेव्हा नको घडायला... तिने त्याला ऑफिसमध्ये फोन केला तेव्हा ती इतकी उत्साहात होती की तिला थांबताच येत नव्हतं. 'तुला आठवतंय आपल्याला त्या लैंगिक शिक्षणात बाळं कशी जन्माला येतात ते शिकवतात?'

'हो.'

'ते सगळं बरोबर होतं, मी गरोदर आहे.' यापूर्वी त्याने तिला इतकी आनंदी पाहिली नव्हती. त्या दोघांच्या कल्पनेपेक्षा खूपच लवकर हे घडलं होतं. तिचा उत्साह जेमतेम एक महिनाभर टिकला. एका सकाळी तिला तिच्या दुलईवर ते धोकादायक डाग दिसले, मग ती बाथटबच्या काठावर बसून खूप रडली.

'हे असं नेहमी घडतं,' डॉक्टर त्यांना दिलासा देत म्हणालं, 'खरंच काळजीचं काहीच कारण नाही. तुम्हाला नक्की एक छानसं बाळ होऊ शकेल.' पण त्या शब्दांनी ॲनाला काही आराम पडेना. तिला ते बाळ पाहिजे होतं. या अनुभवाने ती घाबरून गेली होती. तेव्हापासून तिने ठरवले की डॉक्टरने सांगितल्याप्रमाणे काही आठवडे थांबून प्रयत्न करत राहायचे. पण आठवड्याचे महिने लोटले आणि ती परकी होत गेली! सगळ्या शारीरिक, मानसिक वेदनांमधून ती गेली असल्याने तिला पुन्हा ते घडण्याची वाटणारी भीती तो

समजू शकत होता. त्यावर बोलायला त्यांना संधी मिळाली नाही आणि मरिनर हा विषय काढायला धजावत नव्हता, त्यामुळे ती किती अस्वस्थ होते हे तो जाणत होता. तिच्याकडे पाहिल्यावर त्याला जाणवे की ती खूप थकलेली आहे, तिचे विझून गेलेले डोळे पुन्हा उजळण्याची त्याची खरी इच्छा होती.

'मला वाटतं तिला तुमच्याशीच बोलायला आवडेल, बॉस.' नॉक्स, त्याला वर्तमानात आणत म्हणाला.

नॉक्सचे म्हणणे बरोबर होते. आता तो काही मिनिटे वेळ काढू शकणार होता. मनाची तयारी करून ॲनाला फोन करण्यासाठी बाहेर येताच मरिनरचे लक्ष एका वाहनाकडे गेले, पार्किंगचे नियम धुडकावत ते वाहनाचे धूड पाळणाघराच्या फूटपाथवर येऊन थांबले. खिडकीच्या काचेवर 'जॅक ॲन्ड द बीनस्टॉक, पाळणाघराचा स्टिकर लावलेला होता. एक पन्नाशीची; भरदार छातीची, सूट आणि उंच बूट घातलेली, भडक रंगाचे नेलपॉलिश, त्याच रंगाची भडक लिपस्टिक लावलेली ती बाई गाडीतून उतरली. डीकीचे दार उघडून एक अवजड खोके खाली उतरवू लागली. मरिनर तिच्यापाशी गेला. तिने संशयास्पदरीत्या त्याच्याकडे पाहिले. एकटा पुरुष पाळणाघराबाहेर घुटमळतोय?

'मिसेस बराट?' मरिनरने सहज ओळखल्यासारखे केले.

'बरोबर, मी टुडी बराट. मी काही मदत करू शकते का?' त्याच्याकडे माफक लक्ष देत ती म्हणाली.

मरिनरने त्याचे ओळखपत्र दाखवले. 'मीच तुम्हाला मदत करायला आलो, आहे.' आता गाडीजवळ येत तिच्याकडे थेट पाहत तो म्हणाला.

'तुमचे एक मूल हरवले आहे.'

तिच्या बुटाच्या टोकावर रेललेलं खोकं खाली पडलं.

'शक्यच नाही.' ती अवाक् झाली अन् सारवासारव करत म्हणाली. 'कुणीतरी चुकीची माहिती दिली असेल, उगाच बोलावलं तुम्हाला मुलींनी.'

'नाही, तसं नाही. जेसिका ओ'ब्रायनला तुमच्या पाळणाघरातून नेलं आहे.'

टुडी बराट जणू थिजून गेली. फोन खिशात ठेवून मरिनरने ते जड खोके पकडले, तिच्या बुटावर ते टेकले होते; वाटले तितके ते जड नव्हते.

'धन्यवाद,' ती म्हणाली. डीकीचे दार बंद करून लगबगीने ती आत जाऊ लागली, पाळणाघरात दरवाजाच्या बटणापाशी सेफ्टी कार्ड पंच करून. मरिनर खोके आणत होता, म्हणून दार उघडे धरून ठेवले. त्याने ते आत हॉलच्या वाटेत ठेवले. सगळी घटना सांगितल्यावरही मिसेस बराट पुन्हापुन्हा म्हणत होत्या. 'मला समजत नाही हे कसं काय घडलं ते. मला मुलींशी बोललं पाहिजे.'

'आम्ही बोललो आहोत,' मरिनर म्हणाला. 'अडीचच्या सुमारास एक बाई

पाळणाघरात आली आणि तिने जेसिका ओ'ब्रायनला आपली मुलगी असल्यासारखे नेले, असे आतापर्यंत आम्हाला समजले आहे.'

'आणि त्यांनी तिला जाऊ दिले?'

'तिला न देण्यासारखे कारण कुणाकडे नव्हते. ती जेसिकाची आई नाही हे तुमच्या कर्मचाऱ्यांना माहिती नव्हते, तुम्ही एकच अशी व्यक्ती होतात जी तिला भेटली होती.'

'आणि मी इथे नव्हते.' मरिनरला त्याचे वाक्य असे निर्णायक म्हणून ऐकवायचे नव्हते पण बराटने तसेच ऐकले असावे. 'अरे देवा.'

सामंथा घाईघाईने जिन्यावरून येत म्हणाली, 'तुम्ही ऐकलं का काय झालंय ते? एक बाई आली आणि....'

'हो. मला माहीत आहे. मला काही मिनिटे वेळ हवा आहे...' हे शब्द मरिनरसाठी होते. तो थोडा बाजूला झाला, बराट आणि सामंथा आत ऑफिसमध्ये गेल्या. टुडीने दरवाजा हळूच पण घट्ट लावून घेतला. मग जणू काही घडलंच नाही असं भासवत सामंथा बाहेर आली.

'मी बाकीची मुले गेली का जाऊन पाहते,' ती उगीचच मरिनरला म्हणाली आणि हॉलमधून जिन्याने वर गेली. तो बाहेरून पाहत होता, मिसेस बराट फोन उचलायला गेल्या, जवळच नव्याने बसवलेले रेकॉर्डिंग मशीनही होते. तिचा हात अजून हवेत होता. दार ढकलून मरिनर आत गेला. 'इथून केलेल्या सर्व फोन कॉल्सवर यापुढे आमचे लक्ष असेल,' तो म्हणाला.

मिसेस बराट गोंधळल्या. 'मी माझा मोबाईल वापरू शकते का?'

'हो, पण कुणाला फोन करताय, ते मला सांगितलंत तर.'

'माझ्या नवऱ्याला....'

४

मरिनरने मिसेस बराटला काही वेळ एकांत देऊ केला, खिडकीतून तो तिच्याकडे बघत होता. येरझाऱ्या घालत ती फोनवर बडबड करत सुटली होती. तिचा चेहरा गंभीर होता. चार्ली ग्लोव्हर तिथे आला.

'तिची धांदल उडाली आहे.' ग्लोव्हरने निरीक्षण बोलून दाखवले.

'तुझी नसती का धांदल उडाली? इतरांच्या मुलांसाठी ती जबाबदार आहे आणि

त्यातले एक मूल हरवले आहे, याची बातमी पसरली की ती संपेलच, ती घाबरली आहे. तिची पत, व्यवसाय, उपजीविका सगळंच धोक्यात आलं आहे.'

ते दोघे पाहत असतानाच ट्रुडी बराटचे संभाषण आता खूपच तापले होते. जोरात हातवारे होऊ लागले. 'ती म्हणाली तिला तिच्या नवऱ्याशी बोलायचं आहे म्हणून पण त्याला ही बातमी फार काही रुचली नसावी,' मरिनर मोठ्याने स्वत:शीच बोलला. नंतर ग्लोव्हरकडे वळून म्हणाला, 'तुला काय पाहिजे होतं?'

'काही कर्मचारी विचारता आहेत अजून किती वेळ लागेल?' चार्ली ग्लोव्हर म्हणाला. 'त्यांच्या घरी कुटुंबीय वाट बघतायत. काहींना त्यांची मुलं अन्य ठिकाणाहून घ्यायची आहेत.'

मरिनरने मान हलवून सांगितले. 'सगळ्यांच्या जबान्या, पत्ते, फोन नंबर घेऊन झाले की जाऊ देत त्यांना. वीकएन्ड असला तरी गरज पडल्यास त्यांच्याशी संपर्क साधला जाईल असे सांगून ठेवा.' त्यांना ही आनंदाची बातमी सांगायला ग्लोव्हर निघून गेला. मरिनरने ट्रुडीला आणखी काही मिनिटे वेळ दिला, दारावर हलकेच टकटक केले आणि आमंत्रणाची वाट न पाहता आत शिरला तो.

'मी तुला परत फोन करते.' असं म्हणत ट्रुडीने फोन बंद केला, मरिनर अपेक्षेने पाहत होता, 'माझा नवरा!' ती पुन्हा म्हणाली.

'तो या व्यवसायात भागीदार आहे?'

'नाही, नाही, मला फक्त त्याला सांगायचे होते की मला उशीर होईल.'

फोनचे संकेत याहीपेक्षा जास्त काही सांगत होते, पण मरिनरने त्याकडे दुर्लक्ष केले.

दरवाजावर हलकेच टकटक झाली आणि एक मुलगी कारसीटमध्ये ठेवलेले बाळ घेऊन आली. हे बाळ, एली आता जोरात तोंडातली चोखणी चोखत होती. गडद डोळ्यांनी इकडेतिकडे पाहत होतं, आता सहा वाजून गेले होते.

'एली उशीरापर्यंत इथेच आहे.' मरिनर म्हणाला. 'तिच्या पालकांनी एव्हाना तिला न्यायला हवे होते ना?'

ट्रुडी बराटने आपल्या ग्राहक हिताला स्मरून सांगितलं. 'आम्ही कधीकधी पालकांच्या गरजेनुसार वेळा वाढवतो.' ती हुशारीने म्हणाली.

'तुमचे कौटुंबिक जीवन त्यामुळे अडचणीत येत असेल.'

''छे, छे, यासाठी तर आम्ही इथे आहोत.' ट्रुडी आपल्या टेबलाच्या पाठीमागे खुर्चीत जाऊन बसली. मरिनर तिच्यासमोर प्लॅस्टिकच्या खुर्चीत बसला. 'सामंथाने आम्हाला सांगितले की पाळणाघराबाबत तुमचा हॉस्पिटलशी करार आहे म्हणून. कसा आहे हा करार?'

'तसं साधंच आहे. एखाद्या विशिष्ट दिवशी आम्ही हॉस्पिटलच्या सल्लागारांच्या

मुलांसाठी काही जागा राखून ठेवतो. जास्तीतजास्त जागा पाळणाघराची जाहिरात हॉस्पिटलच्यावतीने होते, पालक आम्हाला फोन करून जितके दिवस हवेत तितक्या दिवसांसाठी आपल्या मुलांसाठी बुकिंग करतात.'

'आणि या सेवेसाठी तुम्हाला काय मिळते?'

'हॉस्पिटल आम्हाला पैसे देते अशा जागांसाठी.'

'हॉस्पिटलला काही रेकॉर्ड वगैरे द्यावा लागते का तुम्हाला?'

'हो तर. ही सेवा वापरली जाते आहे हे हॉस्पिटलच्या ट्रस्टला समजायला पाहिजे आणि म्हणून मला खूप पारदर्शक राहावे लागते.'

'कशा प्रकारचा फॉर्म भरता?'

'जुजबी माहिती. बाळाचा तपशील, नाव, पत्ता, जन्मतारीख.' तिने एक खण उघडला. 'हा एक नमुना माझ्याकडे आहे.' मरिनरला तिने एक छापील फॉर्म दिला त्यासोबत एक कार्बन कागद आणि खाली एक गुलाबी फॉर्म होता. 'हा वरचा फॉर्म मी हॉस्पिटलला पाठवते आणि खालची गुलाबी प्रत इथे फाईलला ठेवते.'

'नेमक्या कोणत्या वेळेला मूळ प्रत हॉस्पिटलकडे पाठवली जाते?'

'आठवड्याच्या आठवड्याला, बुकिंग जसे येईल तसे.'

'ओ'ब्रायनने जेसिकासाठीचे बुकिंग कधी केले होते?'

'मला वाटतं बरेच आठवडे आधी, तपासून पाहते.' शेजारच्या उंच कप्प्यांमधून तिने एक निळी फाईल काढली, त्यात बरेच गुलाबी कागद होते. 'बघू दे मला ती' कागदावरून नजर फिरवत म्हणाली. जो पाहिजे होता, तो कागद तिला सापडला. 'हो, मिसेस ओ'ब्रायनने फोनवरून ऑगस्टच्या मध्यावर बुकिंग केले होते.'

'मी पाहू शकतो का?'

'हो जरूर.' तिने ती अवजड फाईल दिली. त्यावरून मरिनरला समजले की जेसिका क्लिनमान असे त्या बाळाचे नाव आहे. वडिलांचे नाव पीटर क्लिनमान, जन्मतारीख, घरचा पत्ता, तारीख आणि वेळ. जेसिकाचे पाळणाघरात बुकिंग झाले ती वेळ. फॉर्मच्या वरच्या बाजूस 'नाही' असे वर्तुळात लिहिले होते, म्हणजे यापूर्वी जेसिका इथे आलेली नव्हती असा संकेत होता. अपहरणकर्त्याला ही माहिती काहीच उपयोगाची नव्हती. हा फॉर्म आठ ऑगस्टला भरून पूर्ण केलेला होता. मरिनरने ट्रुडी बराटच्या मागे लावलेल्या कॅलेंडरवर पाहिले, तो मंगळवार होता.

'म्हणजे जेसिकाचा फॉर्म इतर फॉर्मससह तुम्ही काही दिवसांपूर्वी हॉस्पिटलकडे पाठवला होता?'

'हो. आठवड्याच्या शेवटी मुख्य ॲडमिनिस्ट्रेशन सेंटरला तो गेला असावा.'

'तुम्ही पाळणाघराची जाहिरात कशी करता?' मरिनरने विचारले.

टेबलच्या अन्य पेपर्सच्या ढिगातून मिसेस बराटने एक चकचकीत पत्रक शोधून काढले. त्यावर नर्सरीचे नाव आणि काही सुविधांची छायाचित्रे होती. हे पत्रक हॉस्पिटलच्या काही विभागांमध्ये नोटीस बोर्डावर लावलेले आहे. हॉस्पिटलसुद्धा नियमितपणे हे पत्रक पाहुण्या वक्त्यांकडे, परिषदेतील पाहुण्यांकडे पाठवत असते. आमचा फोननंबर त्यावर मागे लिहिलेला आहे. म्हणजे इच्छुक पालक थेट आमच्याशी संपर्क साधू शकतात. ज्या परिषदेमध्ये मिसेस ओ'ब्रायन बोलणार होत्या, त्यामध्ये पाळणाघराची जाहिरात केलेली होती.'

'मिस,' मरिनरला तिला आठवण करून द्यायची होती, पण तो म्हणाला 'हॉस्पिटलमध्ये येणाऱ्या इतरांना पण ही पत्रके दिसत असणार?'

'म्हणजे नर्सरी बाहेरील लोकांना सुद्धा पाळणाघर कोणत्या विशिष्ट दिवशी वापरात आहे याची माहिती असेल.'

'हो.'

'आणि हॉस्पिटलच्या ॲडमिनिस्ट्रेशन विभागात कुणालाही कळू शकेल की जेसिका क्लिनमान आज इथे असणार आहे म्हणून?'

'हो, बहुतेक.' ही बातमी फारशी चांगली नव्हती.

बेल वाजली, सीसीटीव्ही वर डीसीआय शार्पचा चेहरा दिसत होता. ट्रुडी बराट जरा अडखळली, तिच्या कपाळावर आठी पडली होती.

'माझी ऑफिसर बॉस आहे ही,' मरिनरने वातावरण हलके केले. 'चांगली आहे ती.'

डीसीआय शार्पला भेटण्यासाठी ट्रुडी बराट त्याच्यासोबत गेली. 'घटना घडली तेव्हा मिसेस बराट बाहेर गेलेल्या होत्या,' तो म्हणाला. बरेच क्षण थांबला. ट्रुडी बराटला हा संकेत समजला.

'मी तुम्हाला एकटं सोडते जरा,' असं म्हणत ती तिच्या ऑफिसमध्ये गेली आणि तिने दार लावून घेतले.'

'मरिनर आणि ती एकटे उरताच शार्पने विचारले, 'हे काय चाललंय तरी काय?'

'आतापर्यंत आम्हाला इतकेच समजले आहे, की अंदाजे अडीच वाजता एक बाई पाळणाघरात आली आणि जेसिका ओ'ब्रायनला घेऊन निघून गेली.'

'आणि तिला कुणी अडवले नाही?'

'त्याचे कारणच नव्हते ना! ज्या मुली तिथे काम करत होत्या, त्यांनी जेसिकाच्या आईला आधी पाहिलेले नव्हते. त्यामुळे ती तिची आईच असावी असं त्यांना वाटलं जी त्या आईला, एमा ओ'ब्रायनला भेटली आहे अशी एकच व्यक्ती, अन् ती म्हणजे मिसेस बराट अन् घटनेच्या वेळी मि. बराट इथे नव्हती.'

'ती बाई अशीच रस्त्यावर निघून गेली?'

'सुरक्षा व्यवस्था आहे, पण इतकी खास नाही, म्हणजे ती कार्यरतच नाही. काहीच स्पष्ट नाहीये, त्या बाईने दारावरची बेल वाजवली की नाही, तिला कुणी आत घेतले, कर्मचाऱ्यांनी का बाहेर जाणाऱ्या व्यक्तीने? तिला अडवायला ऑफिसमध्ये पण कुणी नव्हतं? साहाय्यक अधिकारी इतर कुठल्यातरी खोलीत होती. भरीस भर म्हणजे जेसिका ज्या खोलीत होती, तिथे सगळ्या मुली करारावर होत्या आणि त्यापैकी एक तर अगदी मृदू आहे.'

'म्हणजे राजरोसपणे सांगून सवरून आत येणाऱ्यांपैकी ती होती का, कुणी नसताना हळूच खोलीत गेली हे आपल्याला माहिती नाही.'

'खोलीतल्या मुली व्यतिरिक्त एका कर्मचाऱ्याने त्या बाईला हॉलवेमध्ये पाहिले आहे, तिने तिचे सविस्तर वर्णन दिले आहे आपल्याला. ती बाई संभ्रमात होती असं तिने सांगितलं. तिने मिसेस बराट आहेत का नाहीत हे सुद्धा तपासले.'

'बरं म्हणजे तिला मिसेस बराट हे नाव माहीत होतं?'

मरिनरने थोडे इकडेतिकडे पाहिले आणि म्हणाला, 'तसंच काही नाही. बाहेरच्या बोर्डवर त्यांचे नाव आहे आणि इथे सुद्धा आहे.' शार्पच्या मागील भिंतीकडे पाहत त्याने सांगितले. 'जेव्हा क्रिस्टीने सांगितले की बराट इथे नाहीत तेव्हा ती बाई म्हणाली की ती तिचे बाळ न्यायला आलेली आहे, म्हणून क्रिस्टीने तिला पाळणाघरापर्यंत नेले. तिने गृहीत धरले की या बाईचा संभ्रम म्हणजे पाळणाघराच्या आवराशी ती अजून परिचित झाली नव्हती.'

'हे पाळणाघर कसे काम करते?'

मरिनरने थोडक्यात स्वतःला माहिती झाले होते ते सांगितले.

'अशा प्रकारचे नियोजन मी यापूर्वी पाहिलेले नव्हते. पण हॉस्पिटलला लागून हे असल्याने यात तथ्य आढळते.' शार्प म्हणाल्या.

'खोलीत आत गेल्यानंतरचे त्या बाईचे वागणे विशेष वाटले,' मरिनर म्हणाला. 'यावरून पाळणाघराचे काम कसे चालते याचे प्रात्यक्षिकच मिळते. ती बाई जर रस्त्यावरून थेट येऊन एक संधी मिळते का अशा विचाराने आत आली असेल तर मुलं एकटी सापडेपर्यंत तिला काही वेळ थांबावे लागायला हवे म्हणजे कुणीही पाहत नसताना मूल पळवता आले असते. पण ही बाई ज्या खोलीत गेली तिथे एक कर्मचारी होती. तिच्यासमोरच तिने ते मूल घेतले. हे एक मोठे धाडसच होते. तिला जेसिकाची आई कशी दिसते ते ठाऊक नाही, त्या मुलीवर अवलंबून होते. तिला पकडले वा हटकले असतेच तर तिने नक्कीच गोंधळ झाल्याचे सांगितले असते, पण सगळंच तिच्या बाजूने घडल्यासारखं घडलं. आपल्याला कुणी बघितले तर याचे तिला भय नव्हते. तिने ओळख लपवण्यासाठी काही वेगळे कष्ट पण घेतलेले नव्हते.'

'हे नक्कीच विशेष आहे, पण आतापर्यंतचे सगळे केवळ संधी मिळाली म्हणून घडत गेल्यासारखे वाटते आहे.'

'बरोबर,' मरिनर म्हणाला. 'ही बाई जुगारी वृत्तीची असणार. तिला येथील संरक्षक पद्धतीची नक्की माहिती असणार. आपल्याला कोणत्याही क्षणी हटकले जाईल याची पण जाणीव असणार. हे साधारण अपहरण आहे असं मला वाटत नाही.'

'ती बाई एकटीच होती?'

'ती पाळणाघरात एकटी आली, इथून बाहेर गेल्यावर काय घडले हे कळेपर्यंत ती एकटी होती किंवा नाही ते आपल्याला समजणार नाही. एखादा साथीदार बाहेर गाडीत असावा, त्यांना घेऊन जायला थांबलेला. लिआन–जी तिला पाळणाघरात भेटली, तिला वाटले की या बाईला जरा दूरवर गाडी पार्क करावी लागली असावी. म्हणजे तिच्याकडे वाहन होते.'

'बसेस मुख्य दारासमोरूनच जातात.'

'पण वेळ बरोबर साधायला हवी ना यासाठी! एकदा मूल घेऊन बाहेर पडल्यानंतर तिला बसची वाट पाहत नक्की थांबायचे नसेल, नाही का? अर्थात जेसिका हरवली आहे, हे चार वाजता तिची खरी आई तिला न्यायला येईपर्यंत समजलेच नव्हते पण मिसेस बराट कुठल्याही क्षणी आल्या असत्या आणि त्यांना काहीतरी गडबड झाल्याचे समजले असते.'

'ती शक्यता अजूनही आहे.'

मरिनरने होकारार्थी मान हलवली. 'काही ऑफिसर्स या रस्त्याने दुपारी जाणाऱ्या काही वाहन चालकांशी बोलत आहेत.'

'आपण प्रसूतिगृहाजवळ आहोत हा योगायोग वाटतो का तुला?'

मरिनरच्या मनात हा विचार येऊन गेला होता. यापूर्वी जेव्हा मूल चोरीला गेले तेव्हा ते प्रसूतिगृहाच्या वॉर्डमधून गेले आहे. पण अशा ठिकाणी सुरक्षा व्यवस्था वाढवली गेली आहे. विशेषत: गुड होप हॉस्पिटलमधून नाओमी कार गेली तेव्हापासून सर्व नवजातांना आता ओळखण्यासाठी बिल्ले लावले जातात.'

'बरे पण ही शक्यता लक्षात घ्यायला हवी. इथे नुकतेच कुणा बाईचे मूल मेले आहे का ते कुणाला तरी पाहायला सांग. दु:ख कमी करायला तिला अशा बाळाची गरज पडू शकते. नवजात मूल मिळाले नसेल म्हणून जेसिकावर काम निभावून नेले असेल. इथेच वंध्यत्व उपचार केंद्र आहे, ज्या बाईला मूल होत नाहीये तिला सुद्धा आपण शोधू शकतो, पाळणाघराच्या जाहिरातीबद्दल मरिनरने सविस्तर सांगितले, ही पत्रकं नक्की कुठे कुठे लावलेली आहेत हे पाहायला पाहिजे. त्यावरूनही कुणाला अशी कल्पना सुचली असावी. पाळणाघराबद्दल सहज म्हणून इतक्यात

चौकशी कुणी केली आहे, का ते मी पाहते. कदाचित कुणाला फक्त माहिती पाहिजे असेल आणि मग मूल आणून ठेवलेच नसेल.'

'म्हणजे तुला असं वाटतं की हे पूर्वनियोजित असेल?'

'काही अंशी नक्कीच असणार. नाहीतर सहजपणे रस्त्यावरून आत येऊन मूल घेऊन जाणे म्हणजे मोठी जोखीम आहे. कितीतरी गोष्टी चुकू शकल्या असत्या. तिला पाळणाघराची माहिती असावी असे मला वाटते.'

'नाहीतर ती कमालीची भाग्यवान असावी.'

'कमालीची' या शब्दावरून मरिनरने लक्ष हलत नव्हते.'

'आपल्याला नक्की माहिती आहे, ती बाई आहे म्हणून?' शार्प एकदम म्हणाली.

'हो, मॅडम. लिआन आणि क्रिस्टी दोघींना सांगितलेलं वर्णन जुळतंय. मध्यमवयीन गोरी बाई, आखूड वा मागे बांधलेले तपकिरी केस, तिच्या पेहरावाचे पण वर्णन आपल्याजवळ आहे. क्रिस्टीला थोडं जास्त न्याहाळायला संधी मिळाली होती. म्हणून रेखाचित्र तयार करण्यासाठी मी तिला नॉक्सबरोबर ग्रॅनविललेनला पाठवलं आहे, ते झालं की लगेच प्रसार माध्यमांना ते देता येईल.'

'छान,' शार्प काही क्षण हरवल्यासारखी वाटली. 'तुझ्यासाठी हे दुःस्वप्न आहे ना?' ती अगदी मनापासून बोलली. 'ती आई कशी आहे?'

'तुमच्या अपेक्षेप्रमाणेच आहे, मिली खातून तिच्यासोबत आहे.'

'बरोबर, मला तिला भेटायला पाहिजे.'

हे बोलणे सुरू असतानाच दारावरची बेल वाजली, ते दोघे थोडे दचकले. मिसेस बराट त्यांच्या ऑफिसमधून एली आणि तिची कारसीट घेऊन आल्या. मरिनर आणि शार्प थोडं मागेच थांबून पाहत होते, बराटने दार उघडलं. एक बाई आली. तिच्याकडे एलीला सुपूर्त करण्यात आलं. कोणत्याही दृष्टीने मरिनरला ती एका सल्लागाराइतपत मोठी वाटली नाही. दोघी एकमेकींशी काहीच बोलल्या नाहीत. त्या तरुण स्त्रीला एलीमध्ये फार रस नव्हता आणि एलीला पण फारसा आनंद झाल्याचे भासले नाही. निरिच्छपणे एखादे पार्सल दिले घेतले जावे तसे घडले. मरिनरने यावर टिपणी केली, ते मूल घेऊन ती बाई समोर उभ्या असलेल्या गाडीत गेली, सीट मागच्या बाजूला ठेवली.

मरिनरचा पुढचा प्रश्न ताडून मिसेस बराट म्हणाल्या, 'एलीच्या आईने काही वेळापूर्वी फोन केला होता, त्या अजून कामात व्यस्त आहेत, म्हणून या मदतनीसाला त्यांनी एलीला न्यायला पाठवले आहे. ती फारसे इंग्रजी बोलत नसावी, तरुण आणि अननुभवी पण आहे, मोजकाच पगार असावा बिचारीला.'

गरीब मुलगी? मरिनरला कॅटरिनाबरोबर नोकरीसाठी प्रवास करून आलेल्या

मुली आठवल्या. दुसऱ्यांची बाळं सांभाळण्याच्या निमित्तानेच त्या आल्या होत्या. एलीला न्यायला आलेल्या मदतनीस व्यक्तीचे काम त्यांना आवडले असते. त्या मुलींच्या मानाने हिचे आयुष्य फारच बरे होते, पण तिच्या चेहऱ्यावर समाधान नक्कीच नव्हते. डोळ्यांत तोच उदास भाव होता. कदाचित तिला घराची आठवण येत असावी.

'ही इथे कायदेशीररीत्या काम करते आहे?' मरिनरला राहवले नाही.

'मला काही कल्पना नाही. त्याच्याशी मला काही देणे-घेणे नाही.' मिसेस बराट रूक्षपणे म्हणाल्या. डीसीआय शार्पने पण मरिनरकडे नाराजीने पाहिले.

ती मुलगी गाडीची मालकीण असावी अशा लायकीची मात्र वाटली नाही. 'मरिनरने त्या जुनाट गाडीची नोंद केली. घड्याळात ६:२० झाले होते.'

'एलीला तिची आई फारशी वाट्याला येत नसावी.' डीसीआय शार्प उद्गारल्या. 'या शासनाला बायकांनी ऑफिसमध्ये कामं करायला हवे आहे.' मिसेस बराट म्हणाल्या, 'माझा व्यवसाय यामुळे उत्तम चालतो, पण खरं सांगायचं तर यामुळे कित्येक मुलं आपल्या आईवडिलांना फारशी भेटतही नाहीत.' बराट म्हणाल्या. तिला हे तत्त्व मान्य आहे किंवा नाही हे तिने सूचित केले नाही. पण बहुधा मान्य असावे कारण तिची उपजीविका त्यावर चालू होती.

'तुमचे पाळणाघर कधीपासून चालू आहे?' डविना शार्पने बोलताबोलता विचारले.

'जवळजवळ १० वर्षं.'

'या कालावधीत खूप बदल घडले असतील.'

'पेपरवर्क वाढले आहे, असं तुम्हाला म्हणायचे असेल तर खरे आहे ते' ट्रुडी बराट मनापासून म्हणाल्या. 'अनेक नियम आणि मार्गदर्शकतत्त्वे पाळावी लागतात.'

मुलांना सांभाळण्याच्या सुविधांमध्ये झालेल्या प्रचंड वाढीबद्दल मी विचार करीत होते. त्यामुळे व्यावसायिक स्पर्धा निर्माण झाली असेल नाही का? आजूबाजूच्या पाळणाघरांशी काही वैमनस्य तर नाही ना?'

मिसेस बराट हसल्या, 'माझ्या दृष्टीने थोडी फार निरोगी स्पर्धा असणे मुळीच गैर नाही. आम्ही पण उत्तम काम करायला प्रवृत्त होतो आणि लहान मुलांची संख्याही खूप वाढली आहे.'

'हॉस्पिटलशी असलेल्या करारामुळे मदत होत असेल.' मरिनर म्हणाला.

'हो ते उपयुक्त आहे खरं.'

त्याला महत्त्व देण्याचे त्यांनी सफाईने टाळले असे मरिनरला वाटले. 'हा करार करण्यास अन्य पाळणाघरं ही उत्सुक असतील.'

'माझ्या माहितीत असं कुणी नाही आणि माझ्याशी याबद्दल कुणी बोललं पण नाही.'

‘कुणाला नुसतेच तुमचे आयुष्य ढवळून काढायचे असेल तर? कर्मचाऱ्यांपैकी कुणी नुकतेच सोडून गेले असेल, त्यांच्यापैकी कोणाला?’

टुडी बराट हसल्या. ‘तुम्हाला नक्की पाळणाघर या व्यवसायाविषयाची काहीही माहिती नाहीये. चीफ इन्स्पेक्टर, कर्मचारी सोडून जाणे हे नित्याचे असते.’

‘असे कुणी वादग्रस्तपणे गेले?’

‘माझ्या आठवणीत तरी नाही. बहुतेक वेळा कर्मचारी प्रमोशनसाठी सोडून जातात किंवा वेळेचे गणित जरा सोपे असते म्हणून शाळांमध्ये जातात किंवा आपला संसार सुरू करायला जातात.’

‘हो, काही असेल. गेल्या सहा महिन्यांत जे कुणी सोडून गेलेत त्यांची यादी आम्हाला लागेल.’

‘ती यादी खूप मोठी होईल.’

मरिनर टुडी बराटच्या पाठोपाठ ऑफिसमध्ये गेला. ती शेल्फमधून आणखी एक फाईल काढायला गेली. इतक्यात सीसीटीव्ही वर एक माणूस त्यांना दिसला. पाळणाघराच्या दाराशी आलेला. तो हैराण दिसत होता. तो आत येईपर्यंत मरिनरने त्याला ओळखले होते. दारावरची बेल वाजली आणि इंटरकॉमवर तो म्हणाला, ‘मी पीटर क्लिनमान.’ त्याला धाप लागली होती, ‘मी जेसिकाचे वडील....’

५

टोनी नॉक्स क्रिस्टीला घेऊन ग्रॅनविल लेनला परत गेला. आठवड्याच्या सुरुवातीला सकाळी असते, तसे गडबडीचं वातावरण तिथे होते. ‘आम्ही डीआय मरिनरच्या ऑफिसमध्ये जातोय.’ डेलरोझ नावाच्या स्वागतिकेला तो म्हणाला. क्रिस्टीच्या नावाची त्याने पाहुण्यांच्या रजिस्टरमध्ये नोंद केली. ‘तिथे निदान भुकेल्या नजरांपासून निवांतपणा असेल. रेखाचित्र काढणारा आला की त्याला सांगा आम्ही तिथे आहोत म्हणून.’

पहिल्या मजल्यावर गुन्हा अन्वेषण कार्यालयाशेजारी आपत्कालीन कक्ष तयार करण्यात येत होता. फायली घेऊन जाणाऱ्या अधिकाऱ्यांना बाजूला सारून वाट काढत नॉक्स क्रिस्टीला नेत होता.

मरिनरच्या ऑफिसमध्ये येताच नॉक्सने दरवाजा लावला. ‘बस ना.’ तो क्रिस्टीला म्हणाला. ‘मी तुला काही खायला आणू का?’

क्रिस्टी नको म्हणाली. 'ही कोण आहे?' बोर्डवर लावलेल्या एका कागदाकडे टक लावून पाहत तिने विचारले. तो एका स्त्रीचा चेहरा होता.

'मडेलिन.'

तो आणखी काही सांगेल या अपेक्षेने क्रिस्टी त्याच्याकडे पाहत होती. नॉक्स जरा अडखळत म्हणाला. 'गेल्या वर्षी या तरुणीचा खून झाला आहे.'

'अरेरे.'

नॉक्सने तिला अधिक माहिती देण्याचे टाळले. आठ महिन्यांपूर्वी मरिनरने पहिल्यांदा हे चित्र जेव्हा या बोर्डवर लावले तेव्हा त्याच्या ऑफिसमध्ये येणाऱ्या प्रत्येकाने अशीच प्रतिक्रिया व्यक्त केली होती. प्रत्येकाचे लक्ष वेधले जात होते त्या चित्राकडे. चार्ली ग्लोव्हरने तर मरिनरवर विकृतपणाचा आरोपही केला होता. बॉसने ते चित्र का ठेवले हे नॉक्सला समजले नव्हते. अशा कितीतरी खुनाच्या घटना न सोडवताच फाईलमध्ये पडून होत्या, मग यामध्ये वेगळे ते काय होते? ती एक तरुण स्त्री होती हे किंवा तिने नुकताच एका मुलीला जन्म दिला होता, हे कारण होते? म्हणजे एक आईविना पोर अजून कुठेतरी असणार किंवा न सुटलेल्या केसचे वैफल्य म्हणून?

'ती एका गटारात फेकलेली सापडली. चिकटपट्टीने गुंडाळलेली, केराच्या पिशव्यांमध्ये गुंडाळलेली. तिचा चेहरा विद्रूप झाला होता, त्यामुळे हे जे आहे ते संगणकाच्या सहाय्याने रेखाटलेले चित्र आहे.'

त्याने फारच माहिती दिली होती. क्रिस्टीचा चेहरा झाकोळून गेला, त्यावरील जन्मखूणेसारखा डाग जास्त प्रकर्षाने दिसत होता. तिने आवंढा गिळला. 'हे ज्याने केले त्याला तुम्ही पकडले का?'

"नाही."

चार्ली ग्लोव्हरच्या प्रयत्नांमुळे त्या अल्बानियन मनुष्यापर्यंत पहिल्यांदा पोहोचता आले होते. त्याच्या हाताचे ठसे चिकटपट्टीवर सर्वत्र आढळले होते. त्यानेच ही हत्या केल्याची पोलिसांना खात्री होती, त्याने आधी हाताने मॅडेलिनचा गळा दाबला होता. पण आता तो पण मेला होता. त्याच्याविरुद्ध कारवाईची पूर्तता होण्यापूर्वीच तिराना या त्याच्या राहत्या शहरात त्याला बंदुकीच्या गोळीने ठार केले होते.

पण या तरुणीबाबतचे गूढ असे होते की तिची अद्याप ओळख पटली नव्हती. हे चित्र खूप ठिकाणी पाठवूनही इथून वा अल्बानियामधून तिला मुलगी वा बहीण म्हणवून घेणारे कुणीही समोर आले नाही. चार्ली ग्लोव्हरने तिचे नाव मॅडेलिन ठेवले होते, त्याच्या बायकोचे प्रिय असलेले चित्र कॅरावागीयोची मेरी मॅग्डालिनच्या धर्तीवर. खरे नाव अद्याप समजलेले नव्हते. अशी ही न सोडवता आलेली कथा होती, त्यामुळे सर्वांनाच अप्रिय!

क्रिस्टी जणू त्या चित्रामुळे दिग्मूढ झाली होती. 'मला वाटतं ही पाळणाघरात येऊन गेलेली आहे, मी तिला बहुधा ओळखते.'

'ही आली होती?' नॉक्सची धडपड वाढली होती.

एकाएकी क्रिस्टी अनिश्चिततेने म्हणाली, 'हिच्यासारखेच कुणी असावे असे वाटले.'

'ओ!' हिच्यासारखे' असे किती लोकांनी आजवर म्हटले होते. त्याची मोजदाद एव्हाना तो विसरला होता.

पाच मिनिटांच्या आतच रेखाचित्र काढणारी सुझान कोहेन तिथे आली.

'मी आता तुमच्यावर सोपवतो.' जाण्यासाठी उभं राहत नॉक्स म्हणाला. त्याने क्रिस्टीचा चेहरा पाहिला. 'आपल्याला काळजीपूर्वक हे करायला पाहिजे. तो तिला म्हणाला. 'सू तुझी काळजी घेईल. मी आपल्याला चहा कॉफी आणतो. तुला काय आवडेल?'

'दूध. साखर नको.' ती अवघडून म्हणाली.

साधारण ४५ मिनिटांनी कोहेनने नॉक्सला आत बोलावले आणि कॉम्प्युटरवर काढलेले रेखाचित्र सादर केले, ते जेसिकाला पळवून नेलेल्या महिलेचे होते. 'उत्तम' चित्र पाहून नॉक्स म्हणाला.

'तिने खरंच खूप छान काम केले. तिची निरीक्षणशक्ती पण छान आहे.' कोहेन सांगत होती.

क्रिस्टी लाजली. या कौतुकाचे काय करावे हे तिला कळेना. कोहेन आपल्या वस्तु आवरून निघून गेल्यावर ती नॉक्सला म्हणाली, 'पोलिसात भरती होण्याचा विचार केला होता मी पूर्वी.''

'मग काय झाले? चांगली रुळली असतीस,' नॉक्स म्हणाला.

'जिम्मीने मला कधीच तसे करू दिले नाही.'

'जिम्मी?'

'माझा मित्र. पोलिसांबद्दल त्याचे मत फार काही चांगले नाही. शिवाय आम्ही आता संसाराला सुरुवात करावी असं त्याचं म्हणणं आहे. त्यामुळे हे तसं धोकादायक ठरलं असतं.'

'तुला मूलबाळ पण पाहिजे आहे?'

तिने स्मित केले. इथे आल्यापासून हा एखादा क्षण होता, जेव्हा ती तणावमुक्त झाली होती. 'मला एक मुलगी झाली तर आवडेल. मी तिला शाँतेली असं म्हणेन.'

'तू नेहमी तुझ्या मित्रालाच ठरवू देतेस का तुला काय करायचे आहे?' मुद्दाम विषयांतर करण्यासाठी नॉक्सने विचारले.

'ओ! तो तसा नाही, खरंच नाही.'

'त्याच्यामुळं तुझ्या चेहऱ्यावर हा व्रण आलेला नाहीये ना?' शांतता पसरली. 'ठीक आहे क्रिस्टी,' नॉक्स हळूच म्हणाला. 'असं होतं. माझ्याबाबतीत पण झालेलं आहे.' त्याने शर्टाच्या कफचे बटन काढून बाही वर गुंडाळली. नुकतेच बरे होऊ घातलेले व्रण होते हातावर. तिने विस्फारित नजरेने त्याच्याकडे पाहिले. 'माझी मैत्रिण... तिचा अपघात झाला होता.' तो म्हणाला,'तिने मला दोष दिला. मी हे समजू शकत होतो. कारण ती माझ्यामुळे तिथे होती, त्याजागी जिथे हे सगळे सुरू झाले. ती मला मारायची, बोचकारायची, कधी वस्तू सुद्धा फेकून मारायची.'

'जिमला राग आवरता येत नाही.' क्रिस्टी हळूच म्हणाली. 'त्याचा व्यवसाय काही नीट चाललेला नाही, म्हणून तो नाराज होतो. आणि मग त्याला राग आवरत नाही.' तिने चहाचा एक घोट घेतला मग नजर वर करून म्हणाली, 'तू काय करतोस?'

'मी काही काळ ते सगळं सहन केलं.' नॉक्स सहज म्हणाला, 'मी स्वत:ला सांगितलं की आपल्याला मैत्रिणीला सावरणे जमत नाही. तिचा अपघात झाला होता आणि राग आवरणे तिला कठीण जात होते. अर्थपूर्ण नजरेने क्रिस्टीकडे पाहत नॉक्स म्हणाला, 'मग मला समजलं की हे कारण काही पुरेसं नाही, मग मी त्यातून बाहेर पडलो,' नॉक्स उठून उभा राहिला आणि म्हणाला 'चल, तुला घरी सोडतो.'

तातडीच्या प्रसारणासाठी काढलेलं रेखाचित्र प्रेसमध्ये पोहोचते करून नॉक्स स्वत: क्रिस्टीला तिच्या घरी घेऊन जात होता. 'आम्हाला तुझ्याशी पुन्हा बोलावे लागेल' तो म्हणाला. ती गाडीतून उतरताना त्याने आपले कार्ड तिला दिले. 'यावर माझा नंबर आहे, जेसिकाला शोधण्यासाठी आम्हाला उपयोगी पडेल असे काहीही आठवले तर हा लागेल. एरवी काही मदत लागली तरी मला फोन कर, काय.' गच्ची असलेले एक छोटेखानी घर होते तिचे. खिडकीतून एक चेहरा डोकावला, 'मी आत येऊन दोन शब्द बोलायला हवेत का?'

'नको! खरंच मी ठीक आहे.' क्रिस्टीने कार्डकडे पाहिले आणि नॉक्सला 'धन्यवाद.' म्हणाली.

ती घरात गेल्यानंतर नॉक्स तिथून निघून गेला.

मरिनरने पीटर क्लिनमानला सरळ वरती पाळणाघराच्या खोलीत नेले. तो आणि एमा त्याची जोडीदारीण एकमेकांचे हात घट्ट धरून बसून राहिले. ते बोलण्याच्या मन:स्थितीत येताच मरिनरला क्लिनमानला त्याच्या नावाचे स्पेलिंग विचारायचे होते.

'हे ऑस्ट्रियन नाव आहे,' क्लिनमान म्हणाला. त्याचे इंग्रजी बोलणे अस्खलित होते. पण काही शब्द तो खूप काळजीपूर्वक उच्चारत होता, काही वाक्यप्रचारही

वेगळेच होते, ही त्याची मूळ भाषा नाही हे सहजपणे जाणवत होते.

'पण तुम्ही कायमस्वरूपी इथेच राहता?' मरिनरने विचारले. पीटर हा एमापेक्षा वयाने कितीतरी मोठा असावा, असे मरिनरने ताडले. तो पन्नाशी उलटलेला आणि ती साधारण चाळिशीची दिसत होती.

'माझ्याकडे दुहेरी नागरिकत्व आहे.' क्लिनमान सांगत होता. 'मी माझ्या बायकोशी लग्न केल्यावर ते मला मिळाले. ती इंग्लिश आहे.'

'त्याची पहिली बायको,' एमाने पुस्ती जोडली.

'तुम्ही काय स्वरूपाचे काम करता, मि. क्लिनमान?'

'मी संशोधनाच्या क्षेत्रात आहे.'

'आणि केंब्रिजमध्ये असता?'

'अगदी बरोबर. मला समजत नाही की हे असे कसे घडले?'

'आम्ही तेच तर शोधण्याचा प्रयत्न करतोय.' मरिनर म्हणाला, 'आम्हाला इतकंच माहीत आहे की अंदाजे २:३० वाजता एक बाई पाळणाघरात आली. स्टाफला तिने सांगितले की ती तिचे मूल न्यायला आलेली आहे. जेसिकाला तिने घेतले आणि ती निघून गेली. दुर्दैवाने तिथे जे लोक होते. त्यावेळी त्यांनी तुमच्या बाय... तुमच्या जोडीदारिणीला पाहिलेले नव्हते. म्हणून काही चुकतंय असा संशय येण्याचे काही कारण नव्हते. या घडीला आम्हाला कळायला मार्गच नाही की यामागे उद्दिष्ट काय असावं ते.'

'ती नक्की एक वेडसर बाई असणार. एमा ओ'ब्रायन मध्येच म्हणाली. 'एका वेडपट बाईने हॉस्पिटलमधून मूल चोरून नेले होते, तिच्यासारखी....'

'आम्हाला ते माहिती नाही.' मरिनर तिचे सांत्वन करत म्हणाला.

'या घटनेमागे खूप कारणे असू शकतात. ही बाई वरून तरी खूप शांत आणि स्वस्थ वाटली हे एक कारण होते की, ज्यामुळे कर्मचाऱ्यांनी तिला हटकले नाही. तिच्या कोणत्याही बोलण्या-वागण्यामुळे संशयाची घंटा वाजली नाही.'

'याला काही अर्थ नाही. ती एक उत्तम अभिनेत्री असू शकेल.'

'ती पण शक्यता असेल.' मरिनरने आवरते घेतले.

'पण आपण असा विचार करायला हवा की, जेसिकाकडे नीट लक्ष दिले जात असणार.'

थोड्या प्रयासाने पीटर क्लिनमान त्याच्या जोडीदारापासून थोडा दूर झाला. 'मुलांना फोन करून सांगितले पाहिजे, काय घडलंय ते. त्यांनी टीव्हीवर बातम्यांमध्ये पाहिलंच तर....'

'तुझ्याशिवाय काही तास ते नक्कीच राहू शकतील ना?' एमा जरा गुश्यातच म्हणाली.

'नक्कीच. पण त्यांना काळजी वाटेल ना.'

'मला शंकाच आहे, आनंदाच्या उकळ्या फुटत असतील.' तिच्या आवाजातली ही धार ऐकून मरिनर चमकलाच. त्याने खातूनकडे अर्थपूर्ण कटाक्ष टाकला.

पीटर क्लिनमान केविलवाणे हसला, 'हे चुकीचे बोलते आहेस तू, नाही का?'

'मला ते इथे नको आहेत.'

'मी फक्त त्यांना इथे काय घडलंय ते कळवतोय. बस्स!'

तो खोलीतून बाहेर पडताच मरिनर त्याच्या पाठोपाठ जिन्यावरून खाली हॉलमध्ये आला. त्याचा फोन करून होईपर्यंत त्यापासून थोडे अंतर ठेवून उभा राहिला. तो सलग काही बोलत राहिला, बहुधा फोनवर निरोप ठेवत असावा.

'जेसिकाला भाऊ बहीण आहेत हे मला माहिती नव्हतं' फोन झाल्यावर मरिनर म्हणाला.

'एक सावत्र भाऊ आणि सावत्र बहीण. माझ्या आधीच्या पत्नीपासून झालेली ही मुलं आहेत.' क्लिनमान क्षमा याचनेच्या सुरात म्हणाला, 'ते आता मोठे झाले आहेत, पण पॉल बरेचदा आमच्याकडे राहतो. बातम्यांमध्ये हे पाहिले तर तो उद्ध्वस्तच होईल. मला तो इथे येऊन धडकायला नको आहे.' हे म्हणणे फारसे पटणारे नव्हते.

'त्यांना त्यांची ही छोटीशी बहीण आवडत असेल नाही?' मरिनर म्हणाला.

क्लिनमानने बहुधा हे वाक्य ऐकले नसावे, मरिनर जरा वेळ वाट पाहत राहिला. 'खरं तर ते फारसे खूश नाहीत.' क्लिनमानने शेवटी कबूल केलेच. 'एमाचे आणि माझे प्रेमप्रकरण दोन वर्षांपूर्वी, माझे पहिले लग्न मोडले असतानाच सुरू झाले होते. जेसिका हे आम्हां सर्वांसाठी आश्चर्यच होते. मी माझ्या पहिल्या घरीच राहत होतो आणि अचानक एमाला समजले की ती गरोदर आहे म्हणून. गोष्टी अजूनही तशा हळव्याच आहेत. माझ्या पहिल्या पत्नीला याचे फार दुःख झाले आणि अर्थातच जेसिका झाल्यावर माझे पहिले लग्न संपुष्टात आले, मी ठरवले होते त्याच्याही आधीच. जरी त्यांच्या आईला आणि मला हे लग्न संपल्याचे माहीत होते तरी मुलांच्या दृष्टीने एमा एक दुष्ट बाईच ठरली.'

'तुम्ही तुमच्या मुलाला समजावून सांगू शकलात का?'

क्लिनमान हातातल्या फोनकडे कटाक्ष टाकत म्हणाला, 'तो फोन घेत नाही. मला निरोप ठेवावा लागला.'

दोघेही जिन्याने पुन्हा वरती आले. 'तुम्ही कोणत्या कंपनीत काम करता?' मरिनरने विचारले.

''हॅमिल्टनमधील एका पथकाचा मी प्रमुख आहे.''

हे नाव मरिनरला जरा ओळखीचे वाटले; पण नीटसे काही आठवले नाही. 'कशाचे संशोधन करत आहात?'

'बहुतांशी आरोग्याशी संबंधित उत्पादनांमध्ये' अधिक माहिती द्यायची क्लिनमानला इच्छा नव्हती असे दिसले. मरिनर काही गप्प बसणार नव्हता. शोध पथकाला सांगून तो याचा मागोवा घेणार होता. त्याने चेहऱ्यावर काहीच दर्शवले नाही, खोलीच्या आत जाण्याकरता क्लिनमानसाठी त्याने दरवाजा उघडून धरला.

एमा ओ'ब्रायन सारखी रडत होती, सतत नाक पुसत होती. क्लिनमान येताच तिने त्याचा हात धरून त्याला शेजारी बसवले.

असे छायाचित्र उत्तम होईल, मरिनरला वाटले. स्वत:च्या तटस्थपणाचा त्यालाच तिरस्कार वाटला. 'मला आणखी काही प्रश्न विचारायचे आहेत. हे सहज घडून गेलेले कृत्य आहे असे नाही. असे आपल्याला गृहीत धरायला हवे.'

'तुम्हाला काय म्हणायचे आहे?' एमाने विचारले.

'आपल्याला इतर पर्यायी विचार करायला हवेत. ही एक सरसकट वापरली जाणारी पद्धती आहे. इथे येण्याविषयी तुम्ही कुणाजवळ बोलला होतात आज?'

'मी २-४ लोकांना हे सांगितले असावे.'

'तुम्ही पाळणाघराबद्दल बोललात का?'

'आठवत नाही. मला जेसिकाला सोडून राहण्याची काळजी होती. त्याचा उल्लेख मी १-२ मैत्रिणींजवळ केला होता आणि याचे पत्रक स्वयंपाकघरातल्या बोर्डवर काही आठवड्यांपूर्वीपासून लावून ठेवलेले आहे.'

'तुमच्या मुलांना माहिती होतं?' मरिनरने क्लिनमानला विचारले.

'शक्य आहे. म्हणजे त्यांचा यात हात असेल असं तुम्हाला सुचवायचं आहे? ते असं काही करणार नाहीत.' क्लिनमान वैतागून बोलला. एमा ओ'ब्रायनच्या चेहऱ्यावर अनिश्चितता होती. म्हणजे ती एकटी असताना हा विषय पुन्हा बोलायला हवा.

'संध्याकाळी प्रसारित होणाऱ्या बातम्यांमध्ये जी पत्रकार परिषद होणार आहे.' त्यासाठी तुम्ही हजर राहावे असे आम्हाला वाटते. मरिनर म्हणाला. 'आता आपण इतकंच करणार आहोत की जेसिकाच्या अपहरणकर्त्यांला निवेदन करू की ती सुखरूप असल्याचे आम्हाला कळवा.'

'अरे देवा!' एमाला भोवळ आल्यासारखे झाले. क्लिनमानने तिला आधार दिला.

'तुम्ही याप्रसंगी बोलावं असंही मुळीच नाही.' मरिनर म्हणाला. 'अशा दु:खाच्या वेळी तुम्हाला मी जनतेसमोर यायला सांगतोय याबद्दल माफ करा. पण या कृत्यामुळे किती त्रास होतो आहे ते अपहरणकर्त्यांना समजू देत.'

क्लिनमान म्हणाला, 'हो जरूर. आम्ही काहीही करायला तयार आहोत.'

मरिनर आणि डीसीआय शार्प जाण्यासाठी उभ्या राहिल्या. 'आम्ही तुमच्या संपर्कात राहू' असे म्हणून तो शार्पच्या पाठोपाठ बाहेर गेला.

बाहेरच्या अंधारलेल्या खोलीत एकत्र येत शार्पने विचारले, 'काय वाटतं तुला?'

'ते दोघे खूपच सावरले आहेत.' मरिनर म्हणाला.

'किती विचित्र प्रसंगातून जावं लागतंय त्यांना.'

खिडकीतून बाहेर दिसणारी पाळणाघराचा स्टिकर लावलेली नवी कोरी चेरोकी जीप पाहून मरिनरने विचारले, 'या व्यवसायातून मिसेस बराट बरेच पैसे मिळवत असावी. अशा प्रकारची व्यवस्था असणाऱ्या व्यवसायातून किती नफा मिळत असावा असे वाटते तुम्हाला?'

'तिच्याकडे हुकमी गिऱ्हाईक आहे.' शार्प म्हणाल्या. 'हॉस्पिटलच्या कर्मचाऱ्यांसाठी मुलं सोडायला हे सर्वांत सोयीचे असणार आणि भिंतीवर लावलेले दरपत्रक पण मी पाहिले. तुलनात्मकरीत्या पाहिले तर दर वाजवी आहेत तसे.'

मरिनर विचार करत होता, की हा मुद्दा शार्पला कसा समजला. तो म्हणाला 'मुलं इतकी लहान असताना जेव्हा ती आपल्या आईजवळ असायला हवीत तेव्हा ती इथे ठेवायची, हे बरोबर नाही असं वाटतं तरी सुद्धा?'

शार्प जरा खिन्नपणेच हसली. 'फक्त एक पुरुष असे म्हणू शकतो. तत्त्वत: ही कल्पना फारच चांगली आहे. पण करिअरमध्ये खंड पडल्यावर स्त्रीवर त्याचा काय परिणाम होतो याची कल्पना आहे का तुला? तुमच्याकडे शैक्षणिक पात्रता नसेल तर तुम्ही असेच मूल सांभाळण्यासारखे, कमीतकमी पैसे मिळणारे काम करू शकता आणि तुम्ही अनुभवी असाल, शैक्षणिक पात्रताही असेल तर करिअरमध्ये प्रगतीच्या शिडीवरच्या कित्येक पायऱ्या सोडून द्याव्या लागतात. काही स्त्रिया मग त्यातून वर येतच नाहीत. आमच्याकडे पर्याय नसता तर आम्ही पण या पाळणाघराचा उपयोग करून घेतला असता.'

'तुम्हाला मुलंबाळं आहेत, हे मला माहीत नव्हतं.' मरिनरला आश्चर्य लपवता येत नव्हतं.

ती मोठ्याने हसून म्हणाली, 'तीन आहेत. २,७ आणि ९ वर्षांची.'

तिच्या करिअरचा जो इतिहास मरिनरला ठाऊक होता तो पडताळून पाहत होता. बाळंतपणाच्या रजेचा त्यात कुठेही उल्लेख नव्हता. तीन वेळा तर नक्कीच नाही. आणि इतका अवधी घालवून ती जर डीसीआय झाली असेल तर ही प्रगती फारच वेगाने घडली होती. कदाचित दत्तक घेतली असावीत. 'मग त्यांच्याकडे

कोण पाहते?' त्याने विचारले, विशेषत: २ वर्षे वयाच्या बाळाबद्दल विचार करत होता तो.

'आम्ही खूप लवकर असा निर्णय घेतला की माझा जोडीदार हा घरी राहून मुलांचे पालन करेल.' मरिनरच्या शांत राहण्याचा तिनेच अर्थ काढत विचारले. 'तुला पटत नाही का हे?'

मरिनर खांदे उडवत म्हणाला, 'मी जरा जुन्या विचारांचा आहे. बहुधा मला अजूनही वाटते की लहान मुले आपल्या आईजवळ असावीत.'

'ती त्यांची आई आहे.'

'ओ!'

'मला तुमच्याबद्दल फार वाईट वाटतंय डीआय मरिनर. एका उत्तम गुप्तहेराचा कानमंत्र हाच आहे की कुणाहीबद्दल अगदी सहकाऱ्यांबद्दल सुद्धा समज करून घेऊ नये.' तिच्या बोलण्यात खोडकरपणा होता.

पलीकडे रस्त्यावर त्यांना काही ऑफिसर्स वाहने थांबवून चौकशी करत असताना दिसत होते. काही ऑफिसर्स घरोघरी जाऊन चौकशी करताना दिसले. आता बरीच मुले आणि कर्मचारी घरी गेल्याने, पाळणाघर बंद करण्याची वेळ झाली होती.

'मग, आता पुढे काय?' शार्पने विचारले.

'मला वाटतंय इथे जे करण्यासारखं आहे, ते आपण केलं आहे. आता आपण ग्रॅनविल लेनला जायला पाहिजे.' मरिनर म्हणाला.

'मी तोच विचार करत होते.' पीसी खातून आणि क्लिनमानला हे सांगण्यासाठी मरिनर पुन्हा आत गेला आणि स्टाफ रूममध्ये गेला. त्यांनी सर्वांनी आपले सामान गोळा केले. मान मात्र तिथेच थांबणार होता, टुडी बराट जाईपर्यंत. नंतर तो इमारतीला सील करू शकणार होता. बाकी सर्वजण निघाले होते. चार्ली ग्लोव्हर गाडी वळवून आणण्यासाठी पुढे गेला.

प्रेसची माणसे आपली कामे करत होती. बाहेर वार्ताहरांचा गराडा, गोंधळ सुरू झाला होता. अपवादात्मकपणे मरिनरने याला आक्षेप घेतला नाही. ही अशी क्वचित घडणारी घटना असल्याने प्रेसला उत्तेजित करायला हवेच होते.

'चीफ इन्स्पेक्टर,' कोणीतरी हाक मारली. 'बेबी जेसिका हरवून आता काही तास उलटून गेले आहेत. तुम्हाला वाटतं ती अजूनही जिवंत असेल?' गर्दीच्या पाठीमागच्या बाजूने हा आवाज आला.

मरिनरच्या पोटात कालवले. हे वाक्य क्लिनमान जोडीने ऐकले नसणे शक्य नव्हते.

त्यांना गाडीत घालून मिलीबरोबर पुढे पाठवल्यावर शार्प म्हणाल्या, 'सात

वाजता ग्रॅनविल लेन पोलीस स्टेशनवर पत्रकार परिषद घेणार आहोत, तेव्हा अधिक तपशील आम्ही देऊ.'

'चीफ इन्स्पेक्टर! आज जे इथे घडले ते सरकारच्या धोरणामुळे घडले असे वाटते का तुम्हाला? आयांनी नोकऱ्या केल्या पाहिजेत ते सुद्धा मुलांना इतरांच्या स्वाधीन करून असा आग्रह आहे सरकारचा?'

हा प्रश्न एका डेनिमचे जाकिट घातलेल्या मध्यमवर्गीय महिलेने विचारला होता. ती गर्दीपासून थोडी वेगळी उभी राहिली होती. तिच्या हातात रेकॉर्डिंग करण्यासाठी वा टिपणी घेण्यासाठी काहीच नव्हते. या प्रश्नाकडे शार्पने दुर्लक्ष केले.

'अशा कुठल्याही क्षणी ही एकदम समोर येईल याचा अंदाज यायला हवा होता' शार्प बडबडली. ती आणि मरिनर, रस्ता संपतो तेथे पार्क केलेल्या मरिनरच्या गाडीकडे जात होते.

गाडीचे दार उघडत मरिनर म्हणाला, 'कोण आहे ती?'

'मार्सेला टर्नर. पारंपरिक परिवाराची ती पुरस्कर्ती आहे. 'फॅमिलीज कम फर्स्ट' नावाची संस्था चालवते. सर्व मातांनी मुलांच्या संगोपनासाठी घरी राहिले पाहिजे आणि सरकारने त्यांना यासाठी पैसे द्यायला पाहिजेत असे तिला वाटते. काही अंशी मी तिच्याशी सहमत आहे. पण ती कधीकधी फार टोकाला जाते. मुलांनी उच्च शिक्षणाला जाईपर्यंत स्तनपान करावे आणि असेच काही.' शार्पने मरिनरकडे पाहिले. 'बरं, बरं, मी काही वेळा जरा अतिरेकच करते. पण हिच्या ग्रुपमधले लोक पालक असल्याचे भासवून दिवसा पाळणाघरांमध्ये जाऊन माहिती घेतात आणि ती मग बंद पडण्याच्या दृष्टीने ऑफस्टेडला तक्रार नोंदवतात. मला अजिबात शंका नाही की तीही या सगळ्या प्रकरणाची माहिती घेऊन प्रेसला स्वतःच्या हिताच्या दृष्टीने पटवेल म्हणून' काही मिनिटांनंतर शार्पने विचारले, 'या प्रकरणाचा तपासप्रमुख होण्यात तुला आनंद आहे ना टॉम?'

'असे खूश न होण्याचे काही कारण आहे का मॅडम?'

'मला आपलं वाटलं, तुझ्या येऊ घातलेल्या कोर्टकेसच्या संदर्भात तुझ्या मनावरही खूप दडपण असेल आता.'

'मी ठीक आहे मॅडम.'

'उत्तम आहे. मग आता हे प्रकरण आपण धसास लावू' आणि ती पुढे गेली. ती आता त्याच्यावर विश्वास ठेऊ लागली होती, मरिनरला समाधान झाले.

ग्रॅनविल लेनला आल्यावर क्लिनमान जोडीला शेजारच्या खोलीत नेऊन त्यांची व्यवस्था पाहण्याविषयी मरिनरने मिलीला सूचना दिल्या आणि तो स्वतः पहिल्या

मजल्यावर, प्रेस रूमशेजारी उभ्या केलेल्या आपत्कालीन कक्षात गेला. अनेक स्वयंसेवक जादा काम करत होते. त्यानं दरवाजा उघडताच डझनभर गणवेशधारी कर्मचारी कामे करताना दिसले. कुणी येणारे फोन घेत होते, कुणी संगणकावर काम करत होते. मिळालेली माहिती त्यावर साठवून ठेवत होते. या घडीला प्रत्येक बारीकसारीक माहिती तपशीलाची नोंद होणे महत्त्वाचे होते. आता संदर्भहीन वाटणारी कुठलीही माहिती नंतर तपासांअंतर्गत फार महत्त्वाची ठरू शकणार होती.

एका भिंतीवर मोठा पांढरा फळा लावलेला होता, सगळ्या गोंधळामध्ये टोनी नॉक्स मोठे केलेले रेखाचित्र चिकटवण्याचे काम करत होता. 'काय चालले आहे?' मरिनरने विचारले. 'हे चित्र क्रिस्टीच्या वर्णनावरून काढले आहे का?'

'हो हेच ते' नॉक्स म्हणाला. 'तिने खूप चांगली कामगिरी केली शेवटी आणि मनापासून केली.' दोघांनी काही अंतरावर उभे राहून ते रेखाचित्र न्याहाळले. चेहरा लक्षात राहण्याजोगा होता, तपकिरी रंगाचे केस मागे बांधलेले होते.

'हे चित्र किती सर्वसामान्य आहे, नाही का?' मरिनरने तक्रार केली. याचा त्यांना उपयोग होणार नव्हता.

'पण कुणीतरी तिला ओळखलं' नॉक्स म्हणाला. 'हे चित्र प्रसारित झाले आहे. आणि माध्यमांना सर्वतोपरी सज्ज अशी यंत्रणा उभी करून दिलेली आहे. मिळणारी प्रत्येक माहिती नोंदवण्याकरता, सुरुवातीलाच आपल्याला चांगला प्रतिसाद देणारे जवळजवळ २०-२५ फोन कॉल आले पण अजून नेमक्या दिशेने काही सापडत नाही.'

'आपल्याला उपयुक्त आहे ती एका वाहनाची माहिती किंवा वाहतुकीचा दुवा मिळण्याची.'

'ती एखाद्या गाडीत बसून गेली असेल तरी अजून कुणी तिला पाहिल्याचे सांगण्यासाठी पुढे आलेले नाही.'

ग्लोव्हर, खातून आणि डीसीआय शार्प खोलीतल्या एका निवांत कोपऱ्यातल्या टेबलाभोवती जमा झाले. मरिनरने त्यांना थोडक्यात माहिती दिली. ती काही फार नव्हतीच. 'या गोष्टीचा मागोवा घेण्यासाठी सर्वांत महत्त्वाचे आहे, ते उद्दिष्ट शोधून काढणे असे मला वाटते,' तो म्हणाला. 'जेसिकाला का पळवून नेण्यात आले हे जर समजले तर मग कोणी नेले असावे याचा माग सापडेल. शक्यता अनेक आहेत. खंडणीसाठी पळवून नेले असण्याची शक्यता वाटत नाही. तसेच काही धार्मिक उपक्रमासाठीही जेसिकाला पळवले गेले नसावे. कारण फक्त एक मूल मिळवण्यासाठी ही अशी धडपड कुणी करणार नाही. कुणी आपले मूल समजून चुकून तिला नेले असावे ही शक्यता पण निरर्थक आहे. टोनीशी मी सहमत आहे की, कुणीही आई आपले मूल ओळखण्यात चूक करणार नाही आणि इथे तर ही बाई जेसिकाला ओळखत असल्यासारखे वागली आहे.'

‘आणि समजा तिने चुकीचे बाळ नेलेच असेल तर मग तिचे बाळ कुठे आहे? जे उशीरापर्यंत मागे राहिले होते ते?’ मिलीने विचारले.

‘बरोबर. मला पण असे वाटले पण आपण हॉस्पिटलशी असलेले या पाळणाघराचे संबंध पडताळायला हवेत. हे दुर्लक्ष करण्यासारखं नाही. पाळणाघराच्या सुविधेची तिथे जाहिरात केली जाते आणि पाळणाघरात बुकिंग केलेल्या बाळांचा तपशीलही हॉस्पिटलच्या व्यवस्थापनाला कळवला जातो, यामागे अपहरणकर्त्याचे वैयक्तिक काही कारण आहे का अन्य काही उद्दिष्ट आहे हे आपल्याला अजून काही समजलेले नाही.’

मिली सर्वप्रथम बोलली. ‘यापूर्वी झालेल्या लहान मुलांच्या अपहरणांचा जर विचार केला तर बहुतेक घटनांमध्ये नुकतेच बाळंतपणात मूल गमावलेल्या स्त्रीने मानसिक संतुलन ढळल्याने मूल पळविले होते. हे पाळणघर प्रसूतिगृहाला लागून आणि सहजी मूल न होणाऱ्यांवर जिथे उपचार होतात त्या क्लिनिकच्या जवळ आहे. त्यामुळे आपण मूल गमावलेली स्त्री अथवा ज्या स्त्रीला मूल होणार नाही, असे नुकतेच सांगितले असावे अशा दोन शक्यतांकडे पाहू शकतो.’

‘हो, पण गेल्या काही वर्षांत प्रसूतिगृहांमधील सुरक्षा व्यवस्थेत लक्षणीय वाढ करण्यात आलेली आहे.’ नॉक्सने निदर्शनास आणले. ‘नवजातांना इलेक्ट्रॉनिक पद्धतीने रीड होणारे बिल्ले लावले जातात, दरवाजांना पण कोडची कुलपे आहेत आणि परक्या व्यक्तींबाबत स्टाफला विशेष ट्रेनिंग पण दिलेले आहे.’

‘म्हणूनच कदाचित या बाईने पाळणाघर हा उत्तम पर्याय निवडला.’ मिली पुन्हा बोलली. ‘असे कृत्य करणाऱ्या स्त्रिया तारतम्याने विचार करतात का? असे कृत्य वैफल्यातून घडते. तिने कदाचित प्रसूतिगृहातील कक्षापासून सुरुवात केली असणार आणि तेथे काही हाती लागत नाही म्हटल्यावर तिला पाळणाघराचा पर्याय उत्तम वाटला, ‘पण ही स्त्री वैफल्यग्रस्त वाटत नाही.’ नॉक्सने तोडले. पाळणाघराच्या कर्मचाऱ्यांनी तिचे वर्णन करताना ती खूप शांत होती असे सांगितले आहे. तिच्या वागण्यात काही विचित्र वा वेगळेपण जाणवले नाही. ती इतकी संयमित असेल?

‘ती किती भ्रमिष्ट झाली आहे, यावर ते अवलंबून आहे.’ शार्प मध्येच म्हणाल्या. ‘यापूर्वी अपहरणकर्ते हे आपण सामाजिक कार्यकर्ते वा आरोग्यखात्याचे कार्यकर्ते असल्याची यशस्वीरीत्या बतावणी करू शकले. पण या स्त्रीने जर मनाने घेतले असेल की ती जेसिकाची आई आहे. ती तिच्या विश्वात वावरत असेल तर ती बाह्यरूपी इतकी थंड राहू शकते.’

‘याचा पडताळा तिच्या पाळणाघराच्या कर्मचाऱ्यांशी झालेल्या संवादात घेता येईल.’ नॉक्स म्हणाला, ‘अगदी पहिल्यांदा जेव्हा क्रिस्टीने तिला विचारले काही मदत पाहिजे आहे का तेव्हा ती म्हणाली मी माझ्या बाळाला न्यायला आले आहे.

असे क्रिस्टीने स्पष्टपणे सांगितले आहे. अपहरणकर्त्याला प्रथमच समोरासमोर प्रश्न विचारला गेला आणि जेसिका तिचीच आहे अशी तिची स्वाभाविक प्रतिक्रिया होती.'

'त्यामुळे आपण अशा स्त्रीकडे पाहत आहोत जी स्वत:ला बाळाच्या आईच्या भूमिकेत पाहते आणि जेसिकाला घेतल्यावर जेसिका कशी खऱ्या अर्थाने तिचीच आहे असा जिचा समज झालेला आहे. जर तिला पाळणाघराचीच व्यवस्था माहिती असती तर ती स्वत:चेच बाळ तिथे ठेवले आहे अशा समजुतीने थेट तिथेच जाऊन बाळाला घेऊन गेली असती. पण ती पाळणाघरात गेली, मग खेळण्याच्या खोलीत पण गेली, जिथे थोडी मोठी बाळं खेळतात, भुऱ्या केसांचं, निळ्या डोळ्यांचं बाळ हे कुणाच्याही आदर्श बाळाच्या कल्पनेत बसतं, त्यामुळे ही स्त्री खेळण्याच्या खोलीत गेली, जेसिकाला पाहिले आणि तिला उचलले.'

'हा सगळा घटनाक्रम पाहिला तर पाळणाघराच्या कर्मचाऱ्यांनी या स्त्रीवर जेसिकाची आई असल्याचा विश्वास टाकला म्हणून अपहरण होऊ शकले किंवा तिने या कृतीची प्रॅक्टिस केली असावी.'

नॉक्सला काहीच पटेना. 'जर एखाद्याला कोणतेही मूल पळवायचे झाले तर दिवसा चालणाऱ्या पाळणाघरातून मूल पळवून नेईल, हे तितके सहज पटत नाही. नुकतेच मूल गमावलेल्या वा मूल होऊ न शकणाऱ्या स्त्रीला जर मूल पाहिजे असेल तर जे आपलंच असल्याचा देखावा करता येईल, असे अर्भक तिला हवे असेल. असे थोडे मोठे ते पण दुसऱ्याचे हे मूल त्या नेणार नाहीत. नर्सरीत नवजात अर्भकापेक्षा थोडी मोठी मुले येतात.

'पण पाळणाघरात खूपच लहान मुलंही घेतात, आज आपण पाहिलंच,' ग्लोव्हरने मुद्दा मांडला.

'अपहरणकर्त्याला हे माहिती नसावं आणि जेसिका फक्त ७ आठवड्यांची आहे. ती नवजात नक्कीच नाही, नाही का?'

'नाओमी कारने एक नाते टिकवायला, जपायला असे केले होते.' मिली म्हणाली. 'तिला वाटले की एक मूल असेल तर तिचा जोडीदार तिच्याबरोबर टिकून राहील. तिने गरोदरपणाचे पूर्ण नाटक पार पाडले होते.'

'मला तेच म्हणायचे आहे.' नॉक्स म्हणाला, 'तिने जे केले त्याचे यश पूर्णपणे तिच्या मित्रमैत्रिणींनी, परिवाराने तिच्यावर विश्वास ठेवण्यावर होते. काही आठवड्यांच्या बाळाचं असं नाटक नाही होऊ शकणार.'

'या घटनेला आणखी एक बाजू आहे, ती म्हणजे कर्मचारी' डीसीआय शार्प म्हणाल्या, 'बहुतेक पाळणाघरातून कर्मचाऱ्यांची, असे काही घडण्यासाठी पालकांशी चांगली ओळख असते.'

'तिला पाळणाघराबद्दल माहिती असावी असं तुम्हाला वाटतं?'

'पाळणाघर हे या नर्सरीचं असं वैशिष्ट्य आहे, जे या घटनेत महत्त्वाचे आहे. इतर कोणत्याही ठिकाणी तिला असे करता आलेच नसते.'

इतका वेळ सगळ्यांचे ऐकत बसलेला मरिनर हस्तक्षेप करीत म्हणाला, 'मी डीसीआय शार्पशी सहमत आहे. ही अपहरणाची सर्वसामान्य घटना नाही. हे काही अचानक वा भावनावेगात घडलेले अपहरण नाही. कारण त्यात अनेक चुका घडणे शक्य होते.'

सर्व जणांच्या कुजबुजीतून एक सूर निघत होता की, सर्वजण याच दिशेने विचार करीत होते. 'रस्त्यावरून सहज येऊन एक मूल घेऊन बाहेर चालायला लागणे ही काही साधी सोपी गोष्ट नाही.' मरिनर पुढे सांगत होता. 'म्हणजे हे सगळं नीट योजना करून पार पडलेले आहे, अपहरणकर्तीला पाळणाघर कसे चालते, त्यातल्या कर्मचाऱ्यांच्या कामाच्या पाळ्यांची योजना याची इत्यंभूत माहिती असणार. विशेष असे आहे की हे सगळे घडले तेव्हा मिसेस बराट बाहेर गेलेल्या होत्या, त्या एकट्याच अशा होत्या ज्या जेसिकाच्या खऱ्या आईला ओळखत होत्या. मिसेस बराट तिथे नाहीत याविषयी अपहरणकर्तीने दोनदा खात्री करून घेतली.'

'पण यात धोका जास्त होता. तिला कसे समजणार की मिसेस बराट बाहेर गेलेल्या आहेत म्हणून?'

'त्यांची गाडी ही महत्त्वाची खूण आहे.'

'आणि जर तिला पाळणाघरातले काम कसे चालते ते माहीत असेल तर तिला लगेच समजले असेल, की मूल आणून सोडणाऱ्या पालकांना कर्मचारी ओळखतातच असे काही नाही. शिवाय पाळणाघरात बाहेरच्या एजन्सीतील तात्पुरते कामगार पण असतात ज्यांना तिथल्या सुरक्षा प्रणालीची फारशी माहिती नसते. जर आपण सगळे या मुद्यावर सहमत असू की हा कट पूर्वनियोजित असावा तर मग मी असा विचार करते की, हे मूल किंवा नर्सरी एका विशिष्ट कारणासाठी हेरली गेली असावी.'

'या पाळणाघरात आधी काम करून गेलेल्या कर्मचाऱ्यांना शोधायला पाहिजे आणि हॉस्पिटलमधून या पाळणाघराशी कोणी जोडलेले आहे का तेही पाहायला पाहिजे. हे पाळणाघर सुरू होऊन किती वर्षे झाली?' शार्पने विचारले.

'अंदाजे सात वर्षे,' ग्लोव्हरने तिला सांगितले.

'आधी काम करून गेलेल्या लोकांकडे पाहा.' मरिनर म्हणाला. 'विशेषत: ज्यांना मूल-बाळ नाहीत असे किंवा ज्यांचे अजून लग्न झालेले नाही असे. या नर्सरीत कर्मचाऱ्यांची उलाढाल खूप आहे, गेल्या सहा महिन्यांत सोडून गेलेल्यांची माहिती गोळा करायला मिसेस बराटला मी सांगितले आहे. टोनी तू ती माहिती नीट तपास आणि कुणाला मिसेस बराटविरूद्ध काही राग, रोष असेल काय असे शोध.'

‘हे आतील लोकांचे काम पण असू शकेल.’ शार्पने पुस्ती जोडली. ‘दोन मुली हंगामी एजन्सीकडून आलेल्या आहेत.’

‘मला नाही वाटत इथे असलेल्या कुणी मुली यामध्ये गुंतलेल्या असतील म्हणून. उपप्रमुख सामंथा, ती तर अनुभवी आहे, तरी गोंधळलेली दिसली. बाकीच्या खूपच लहान वाटल्या पण आम्ही नेहमीप्रमाणे सर्वतोपरी तपास करत आहोत. सीआरबीच्या रेकॉर्डपासून सुरुवात केली आहे.’

‘कुणाला तरी ती रेकॉर्डस मिळाली असतील.’

मरिनर नॉक्सला म्हणाला, ‘तू क्रिस्टीसोबत काही वेळ होतास. तिने आपल्याला त्या स्त्रीचे सर्वोत्तम वर्णन दिले आहे.’

नॉक्स जरा संभ्रमात होता. ‘ती मनापासून मदत करू पाहत होती. पण ते व्रण पाहिलेत का?’

‘तो चेहऱ्यावरचा व्रण?’

‘ती वादग्रस्त नातेसंबंधात अडकलेली आहे. ती असं म्हणाली नाही, पण तिने हे नाकारलेही नाही. म्हणून मी तिच्या मित्राचा तपास केला, जिमी बॉन्ड.’

‘आणि?’

‘त्याचे नाव आधीच आपल्या रेकॉर्डला आहे. तीन वर्षांपूर्वी कराच्या पैशात काही अफरातफर केल्याचा त्याच्यावर आरोप आहे. तो गाड्या दुरूस्त करण्याचे गॅरेज चालवतो आणि काही गाड्यांच्या वितरणाचाही व्यवसाय करतो.’

‘ठीक आहे. इथे उघड काही धागा दिसत नाही पण आर्थिक बाजू आहे. त्यामुळे यावरही नजर ठेवावी लागेल आणि आणखी एक उद्दिष्ट असू शकते.’

‘काय? यात आर्थिक फायद्यासाठी कुणी गुंतले आहे असे?’

‘असू शकते, म्हणूनच कोणत्याही क्षणी आपल्याला असा फोन येऊ शकतो.’

‘पण हेच पाळणाघर का? हेच मूल का? इतका फायदा होण्यासारखे इथे यात काय आहे?’

‘मला मान्य आहे.’ शार्प म्हणाल्या. ‘नर्सरी एक स्वतंत्र व्यवसाय आहे. अपहरणातून कुणाला खूप पैसा मिळवायचा असता तर यापेक्षा मोठ्या प्रमाणावर चालणाऱ्या नामवंत नर्सरीकडे त्यांनी रोख ठेवला असता.’

‘म्हणजे काही वैयक्तिक बाबही असू शकते.’ मरिनर म्हणाला, ‘मार्सेला टर्नरबद्दल काही अधिक सांगा आम्हाला. काही कारणाने तिने हे घडवून तर आणले नसेल ना? मुलंबाळं पाळणाघरात तितकीशी सुरक्षित नाहीत, हे दाखवण्यासाठी?’

शार्प म्हणाल्या, ‘तिच्या नेहमीच्या पद्धतीच्या निषेधापेक्षा हे फार गंभीर आहे. पण अशक्य आहे असे म्हणता येणार नाही. नैराश्यातून घडलेले हे एक धाडस

असेल, लोकांनी नक्कीच सावध होऊन दखल घ्यावी म्हणून केलेले. यात संबंधित व्यक्तींवर आपल्याला लक्ष ठेवायला पाहिजे. अगदी बाहेरचे सुद्धा. यावरून जेसिकाच्या पालकांची आठवण झाली, त्यांची काय प्रतिक्रिया आहे. या सगळ्यावर?' शार्पने हा प्रश्न मिलीला विचारला.

'ते आता अपेक्षेप्रमाणे त्यांच्या स्वत:च्या विवंचनेत आहेत.'

'त्यांच्या घरी नक्कीच आज ते स्वस्थ नसतील.' मरिनर म्हणाला. सगळ्यांनी लगेच कान टवकारले.

'हे दुसरे नातेसंबंध आहेत.' मिली म्हणाली, 'पण याचा अर्थ असा नाही की... मरिनर हलकेच मान हलवत म्हणाला, 'केवळ एवढेच नाही. त्याची आधीची बायको, मुलं आणि ही नवीन बायको यामध्ये तेढ आहे. त्यांचा उल्लेख होताच तापलेले वातावरण मला जाणवले. क्लिनमानने मला सांगितले की त्याच्या बायकोला त्याचे एमाबरोबरचे प्रकरण जेसिकाची चाहूल लागेपर्यंत माहिती नव्हते.'

'बाप रे!'

'त्याच्या दोन मोठ्या मुलांना या सगळ्याचे काही फारसे वाटले नसावे. त्याचा मुलगा – पॉल फरार आहे. त्याचा शोध घ्यायला लागेल,' मरिनर म्हणाला.

'म्हणजे नर्सरी हे लक्ष्य नसून क्लिनमान कुटुंब धोक्यात असावे.'

'पैशांची पण इथे अडचण आहे हे समजले आहे का?' मरिनरने विचारले. 'आमच्या सुरुवातीच्या संभाषणात एमाने काटकसरीचा उल्लेख केला होता. पाळणाघरासंदर्भात आणि आदल्या रात्री मित्रांच्या घरी राहण्यासंदर्भात.'

'अजून दुसरे कुटुंब चालवणे सोपे नसते आणि ती पुन्हा कामावर रुजू पण झालेली नाही.'

'मला वाटतं क्लिनमानविषयी अधिक माहिती मिळवणे आपल्याला उपयोगाचे ठरेल.' शार्प म्हणाल्या.

'मी केंब्रिजशायर पोलिसांना फोन करतो मॅडम.' मरिनर म्हणाला.

'आणि आम्ही प्रेस कॉन्फरन्स उरकतो.'

'जमेची बाजू ही आहे की आपण चर्चा केलेल्या शक्यतांमध्ये जेसिकाच्या जीवाला जाणूनबुजून काही इजा होईल असे नक्कीच काही नाही. ती बाई एकटी काम करत असेल किंवा कोणी साथीदार असेल. आपण इतकीच आशा करूयात की, या अपहरणकर्त्यांना हे मूल नीट सांभाळण्याचे कौशल्य, इच्छा आणि जाणीव असावी.'

हे सगळे बोलणे चालू होते तेव्हा मरिनर पांढऱ्या फळ्यावर अनेक धाग्यांचे कोळ्यांचे जाळे रेखाटत होता. कितीतरी गोष्टींचा मागोवा घ्यायचा होता. घड्याळही सरकत होतं. जेसिकाला काही इजा होण्याआधी शोधून काढायचं होतं पण

जेसिकाला कुठे नेले असावे? याबद्दल त्यांच्याकडे अद्याप कोणताही दुवा हाती आला नव्हता.

६

शोधपथकातील काही अधिकारी ठरलेल्या गोष्टींचा पाठपुरावा करण्यासाठी निघून गेले. मरिनर शार्प आणि खातून सोबत पत्रकार परिषदेचे नियोजन करायला थांबला.

'तू काय निवेदन करायचे ठरवले आहेस?' शार्पने विचारले.

'हे पाहा काहीही घडले असले तरी आपण सहिष्णुतेचे आवाहन करायला पाहिजे. अपहरणकर्ते आपल्या बाजूने झाले पाहिजेत.' मरिनर बोलू लागला. 'या क्षणाला या बाळाचे अपहरण का करण्यात आले आहे ते आपण सांगू शकत नाही. पण आपण या बाईला किंवा जे कुणी असेल त्याला, जेसिकाला कुठेतरी सोडून ते पळून जातील, अशातऱ्हेने गोंधळून बावचळून पण टाकायचे नाही. एकटे सोडल्यावर हे बाळं काही दिवसांपेक्षा जास्त जगू शकणार नाही. आपण अपहरणकर्त्यांशी संपर्क साधण्याचा प्रयत्न करू. जेसिका सुखरूप आहे ना इतकंच आम्हाला समजू देत असे म्हणू. तिचे आईवडील काय मनस्तापातून चालले आहेत ते त्यांच्यापर्यंत पोहोचवू. आपण कोणताही निर्णय देणार नाही तर सहानुभूती दाखवू हे त्यांना समजले पाहिजे.'

'क्लिनमानचे काय?' मिलीने विचारले.

'ते तिथे येऊ देत पण त्यांनी इतक्यात बोलायला नको. यातून काही निष्पन्न झालं नाही तर नंतर पुन्हा एकदा आवाहन करू. मी जरा ठीकठाक होऊन येतो.'

एमा ओ'ब्रायन आणि पीटर क्लिनमानला पुढील गोष्टींची कल्पना देण्यासाठी मिली गेली. ती बोलेपर्यंत मरिनर तोंडावर पाणी मारण्याकरता गेला. त्याच्या ऑफिसमध्ये अशा प्रसंगी घालण्यासाठी एक स्वच्छ शर्ट ठेवलेला होता. तो टाय नीट करून लावत असतानाच मिली आत आली. 'खूप छान सर,' ती हसतहसत म्हणाली. काही वर्षांपूर्वीचा प्रसंग मरिनरला स्मरला तेव्हा. त्याने आणि मिलीने एका तरुण आशियाई मुलीच्या बेपत्ता होण्याच्या केसवर एकत्र काम केले होते. आत्तासारखा तो काळ सुद्धा भावनेने भारावलेला होता आणि एका अविस्मरणीय संध्याकाळी तिच्या फ्लॅटवर दोघे एकरूप झाले होते.

भावनावेगात घडलेल्या त्या घटनेचा उच्चार पुन्हा कधी दोघांमध्ये झाला नाही; पण तरी तिने त्याला त्याचा विसर पडू दिला नव्हता. मरिनरला तिच्या बोटांतली अंगठी दृष्टीस पडली. सहा महिन्यांपूर्वी आईवडिलांनी शोधलेल्या एका माणसाशी तिचे लग्न ठरलेले होते, या प्रकारे लग्न ठरवण्यास तिचा विरोध होता. 'तो तसा ठीक आहे.' असे तिने मरिनरला लगेचच सांगितले होते. पण वाटले त्यापेक्षा तो निश्चित चांगला होता.

ॲनाला पुन्हा फोन करण्याचा प्रयत्न करायला पाहिजे, असे मरिनरला वाटले पण पत्रकार परिषदेच्या आधी खरंच वेळ नव्हता.

काही मिनिटांनी प्रेसरूममध्ये प्रखर दिव्यांच्या झोतात मरिनर डीसीआय शार्पच्या साहाय्यासाठी उभा राहिला. तयार केलेला मसुदा शार्प, वाचून दाखवत होत्या. कॅमेऱ्यात थेट पाहत त्या जेसिकाच्या अपहरणकर्त्यांला आवाहन करत होत्या. त्या खरंच चांगल्या आहेत, मरिनरला वाटले. एमा ओ'ब्रायन शेजारीच बसलेली होती आणि अगदी स्वाभाविकपणे दुःखी कष्टी दिसत होती. मधेमधे तिला रडू येत होतं. आपल्या जोडीदारीणीजवळ पीटर क्लिनमान मात्र शांत बसले होते.

क्रिस्टीने दिलेल्या वर्णनानुसार तयार केलेले रेखाचित्र प्रसारित होत होते. मरिनर आणखी सविस्तर माहिती सांगत होता. काही माहिती जाणीवपूर्वक टाळण्यात आली. उगाचच येणारे फोन टाळण्यासाठी घटना आपत्कालीन फोन नंबरही तो सांगत होता. त्याने जनतेला आवाहन केले की, 'एखाद्या कुटुंबात, मित्रांच्या, शेजाऱ्याच्या घरात जर अचानक एक मूल अधिक दिसले किंवा कुणी संशयास्पदरीत्या वागताना दिसले तरी कृपया पुढे येऊन ती महिती द्यावी.' ही पत्रकार परिषद स्थानिक आणि राष्ट्रीय स्तरावर संध्याकाळच्या बातम्यांमध्ये प्रसारित होणार होती. मिलीने क्लिनमान जोडीला खोलीबाहेर नेले. मरिनर आणि शार्प प्रेसच्या प्रश्नांना सामोरे गेले.

'डीसीआय शार्प, ही घटना प्रसूतिगृहाच्या जवळच घडली आहे. नाओमी कार्रच्या केसशी काही साम्य आढळते का?'

'अनेक शक्यतांपैकी ही एक आहे. आम्ही त्या दृष्टीने तपास करत आहोत.'

क्लिनमान जोडी दरवाजातून बाहेर जात असतानाच एका पत्रकाराने त्यांना हाक मारली. 'मि. क्लिनमान हॅमिल्टन सायन्सेससाठी काम करणारे पीटर क्लिनमान तुम्हीच आणि असं असेल तर हे कृत्य प्राणी हक्कांसाठी काम करणाऱ्या कार्यकर्त्यांचे असू शकते?'

या प्रश्नाने सर्वांना आश्चर्यच वाटले. सर्वांच्या चेहऱ्यावर झपाट्याने भीती पसरली. कुणीतरी सहज म्हणून फार मोठा समज केलेला होता किंवा अगदी

नीट अभ्यास करून हा प्रश्न विचारला होता. क्लिनमानच्या चेहऱ्यावर तरी दुसरी शक्यताच जास्त वाटली. क्लिनमान काही म्हणण्याआधीच मरिनरने मध्येच नेहमीचेच उत्तर दिले, 'आता आम्ही कोणतीही शक्यता नाकारत नाही आहोत.' तो डीसीआय शार्पकडे अर्थपूर्ण पाहत होता. 'देवा, हा पत्रकार म्हणतो हे जर खरं असेल तर हे सगळे प्रकरण एका वेगळ्याच स्तरावर गेलेले आहे.'

प्रेसरूममधले आपले बोलणे झाल्यावर मरिनर शेजारच्या खोलीत क्लिनमान जोडीला भेटायला गेला. मिली समोरून येत होती.

'त्यांना तू कुठे नेले आहेस?' त्याने विचारले.

'सिडार वुड हॉटेल.'

'छान.' या जागेपासून काही मिनिटांच्या अंतरावर असलेले हे हॉटेल अपरिचित होते. प्रेसच्या गोंधळातून क्लिनमान जोडीला जरा निवांतपणा हवाच होता. मरिनर आणि मिली जसे क्लिनमानच्या खोलीजवळ आले, त्यांना आतून चढलेले आवाज आले.

'जर हे त्यांचे काम असेल, तर मी तुला कधीच माफ करणार नाही.' एमा ओ'ब्रायन ओरडत होती. मरिनरने दारावर टकटक करताच आवाज एकाएकी थांबले, मरिनर आत गेला तेव्हा एमा आणि पीटर एकमेकांपासून काही इंचांच्या अंतरावर उभे होते. एमा जरा रागावल्यासारखी पीटरकडे झुकलेली वाटली. पोलिसांना पाहताच तिचे अवसान गळून पडले. ती उद्ध्वस्त दिसत होती.

'सॉरी तुम्हाला हे सगळं सहन करावं लागलं,' मरिनर पत्रकार परिषदेच्या संदर्भात उद्देशून म्हणाला. तणावग्रस्त वातावरणाकडे त्याने दुर्लक्ष केले. 'पण अपहरणकर्त्यांशी संपर्क साधायला हेच सर्वांत प्रभावी माध्यम आहे.'

'आम्ही समजू शकतो.' आवंढा गिळत पीटर क्लिनमान दोघांच्यावतीने म्हणाले. 'एका स्थानिक हॉटेलमध्ये तुमच्यासाठी खोली बुक केली आहे. जरा आड वाटेलाच आहे, प्रसार माध्यमांपासून थोडी सुटका होईल तुमची. पीसी खातून तुम्हाला तिथे घेऊन जातील, सांगणं सोपं आहे. पण खरंच तुम्ही दोघं जरा आराम करायचा प्रयत्न करा. पाहिजे असेल तर आमचे वैद्यकीय अधिकारी येऊन तुम्हाला काही औषध वगैरे पण देऊ शकतील.'

'आम्हाला काहीही नकोय,' पीटर क्लिनमान शांतपणे पण लगेचच म्हणाले. 'आमची मुलगी फक्त आम्हाला शोधून द्या.'

'नक्कीच,' मरिनर म्हणाला. 'काही कळलेच तर तुम्हाला नक्कीच आम्ही सांगत राहू, हे वेगळे सांगायला नको. देवा,' हे वाक्य बोलून तो कंटाळला होता!

हाताने आधार देऊन मिलीने एमा ओ'ब्रायनला खोलीबाहेर आणले. पीटर क्लिनमानच्या मागोमाग मरिनर निघाला. त्या दोघी बाहेर जाईपर्यंत वाट पाहून

एकदम मरिनरकडे वळून क्लिनमान म्हणाला, ‘या पत्रकारांना माझ्या कामाच्या ठिकाणाबद्दल कळलंच कसं?’ त्याला याचे उत्तर पाहिजेच होते.

‘मला काहीच कल्पना नाही.’ मरिनर म्हणाला. ‘कदाचित तुमचे नाव....’

‘असा संदर्भ लावण्याचे त्यांना काहीच कारण नाही. तुमच्या एका अधिकाऱ्याने सांगितले असणार.’ क्लिनमान खवळला होता.

‘मी तुम्हाला खात्रीपूर्वक सांगतो की आमच्या कोणत्याही अधिकाऱ्याने असे स्वत:हून काही संदर्भ जोडलेले नाहीत. जरी त्यांना असे वाटले असते तरी माझ्याशी बोलल्याशिवाय त्यांनी असे पत्रकारांना सांगितले नसते. मी क्षमा मागतो पाहिजे तर, पण मला खरंच माहीत नाही, हा विषय कसा निघाला ते.’

‘मग त्या पाळणाघरातल्या कर्मचाऱ्यांनी सांगितले असेल.’

‘मी त्यांच्यावतीने तर नाही बोलू शकणार, पण आता नाही तर नंतर हा विषय बाहेर पडलाच असता. तुम्ही आम्हाला आधी का सांगितले नाही याचे मला वाईट वाटले. ही शोध घेण्यासारखी आणखी एक शक्यता आहे आणि आपण मौल्यवान वेळ दवडला आहे. तुम्ही आमच्याशी निखळ राहिला असतात तर खरंच मदत झाली असती.’

‘मला, एमाला आणखी घाबरवायचे नव्हते. कार्यकर्ते कोणत्या थराला जाऊ शकतात, हे तुम्ही जाणता इन्स्पेक्टर! प्राण्यांच्या जीवाचे मोल त्यांना मानवी जीवनापेक्षा जास्त आहे. अशा एखाद्या नराधमाकडे आमची मुलगी आहे, हे समजल्यावर एमाची काय अवस्था होईल, याची कल्पना करू शकता का तुम्ही?’

‘हे प्रेसला आधी समजलं याचं वाईट वाटतं. मि. क्लिनमान; पण जेसिकाला सुखरूप परत आणणं हे आमच्या दृष्टीने प्राधान्याचे आहे.’

या वाक्याने क्लिनमान एकदम जागा झाल्यासारखा नरमला. ‘माझं चुकलं, मी क्षमा मागतो.’

‘ही फार नाजूक वेळ आहे. मला सांगा, तुमच्या कामाचे नक्की स्वरूप काय आहे?’ मरिनर म्हणाला.

‘अल्झायमर नावाच्या रोगावर उपचार करणाऱ्या औषधाच्या उपयुक्ततेसंदर्भात मी संशोधन करत आहे.’

‘आणि यात जिवंत प्राण्यांचा वापर केला जातो?’

‘हो.’

ते दोघे एकटे असताना संवेदनशील विषय बोलण्याची हीच वेळ होती. मरिनर कठोर होत म्हणाला, ‘मि. क्लिनमान अपहरणकर्त्यांकडून कुणीतरी तुम्हाला फोन करण्याची शक्यता दाट आहे. जेसिकाची अशी काही विशिष्ट ओळख आहे का, जन्मखूण, तीळ वगैरे?’

थकवा आल्याने क्लिनमानने क्षणभर चेहऱ्यावरून हात फिरवला, 'हो, तिला एक मस आहे...' पंजाच्या पाठीमागच्या भागावर गोलाकार बोट फिरवून तो सांगत होता.

'जन्मखूण?' मरिनरने ताडले.

'हो. अंदाजे एक इंच पण इथे,' क्लिनमान मानेवर हात ठेवून म्हणाला, 'इथे केसांच्या खाली.'

'आणि आम्हाला काहीतरी म्हणजे, जेसिकाच्या केसाची एखादी बट वगैरे लागेल.' मरिनर पुढे म्हणाला.

'हो मला वाटते...' पण मरिनरच्या बोलण्याचा अर्थ उमगून एकदम थांबला आणि म्हणाला, 'अरे देवा!'

'तपासाचा हा एक भाग आहे.' मरिनर पटकन दिलासा देण्यासाठी म्हणाला. 'आणि गरज पडल्यावर बोलण्यापेक्षा आता बोलणे सोपे वाटले, म्हणून मी हा विषय बोललो इतकेच.'

'हो, हो नक्कीच. मी व्यवस्था करतो.'

'हॅमिल्टन सायन्सेसं म्हणजे काय?' मिलीने विचारले. क्लिनमान जोडीला हॉटेलवर सोडून ती परत आली होती.

'ते एक संशोधन केंद्र आहे. प्राणी हक्कांसाठी लढणाऱ्या लोकांचे एक लक्ष्य आहे.' मरिनर तिला माहिती देत होता. 'हे कायम बातम्यांमध्ये झळकत असतात.'

'तरीच, हे नाव परिचित वाटले खरे.'

'हो ना, काही तासांपूर्वी त्याने मला हे नाव सांगितले होते, तो इथे काम करतो, असे म्हणाला पण तेव्हा त्याचा असा संदर्भ नाही लावला मी! तेव्हाच सुचायला पाहिजे होते खरे तर.'

'त्यांनी मागे एका अशाच संशोधकाचा पाठलाग केला होता आणि त्याच्या बायको आणि मुलांसमोर त्याला मारले होते ना?' नॉक्सने विचारले.

'देवा, जर ही मंडळी यात गुंतली असतील तर आपण फारच वेगळा विषय हाताळत आहोत. या क्लिनमानने आधीच का नाही सांगितले आपल्याला?'

मिली हादरून गेली होती. 'कदाचित त्याला त्याची शक्यता वाटली नसेल.'

'मूर्ख आहे तो. तो संशोधकाच्या चमूचं नेतृत्व करीत असल्याने तो प्रमुख लक्ष्य आहे.'

'ते जर हेच लोक असतील तर त्यांनी एव्हाना काम तमाम केले असेल. कुणाला तरी आधीच समजले असेल एमा ओ'ब्रायन इथे येणार हे. त्यांनी शोधून पाळणाघरावर पाळत ठेवली असेल.'

'शक्य आहे हे,' प्राण्यांच्या हक्कांसाठी लढणाऱ्या लोकांचे गट देशभर आहेत. ते इन्टरनेटवरून माहिती काढत असतात. एकमेकांशी संपर्क साधता असतात. हा एक मोठा कट असू शकतो. खूप शिस्तबद्धपणे काम करतात ते आणि या पलीकडे त्यांची काही योजना असेल. पाळणाघराचा हॉस्पिटलशी करार आहे आणि जी मुलं इथे येतात त्यांची सर्व माहिती हॉस्पिटलला पोहोचवलेली असते, तिथे कुणीतरी संधान जोडले असेल. त्या जिमी बॉन्डचा यात काही संबंध आहे का याचा शोध घेणे उपयुक्त ठरेल.'

यामुळे कामाला आणखी एक पैलू लाभला. आता काम वाढले होते. 'कुणीतरी इथे संशयिताचा आणखी काही तपशील मिळतो का ते पाहा, मी तोपर्यंत केंब्रिजमध्ये त्यांना विचारण्याच्या प्रश्नांनी यादी तयार करतो.'

मरिनर, केंब्रिज शायर पोलिसांना स्वत: फोन करण्यासाठी आपल्या ऑफिसमध्ये परतला. डेप्युटी इन्स्पेक्टर रूथ टन्सटलला मरिनरशी वाटाघाटी करण्यासाठी तिकडून नेमले गेले. अतिशय व्यावसायिक पद्धतीचा आवाज फोनवरून ऐकूनच मरिनर खूश झाला. रूथला क्लिनमानचे कुटुंब आधीच्या एका प्रसंगामुळे माहिती होते. तिने आधीच काही कागदपत्रं तयार ठेवली होती. तपशीलाचे स्वरुप ऐकूनच मरिनरला आश्चर्य वाटले.

'पीटर क्लिनमानने त्याच्या पहिल्या बायकोला मेरीला, गेल्या ऑक्टोबरमध्ये सोडून दिले होते, तेव्हा एमा दोन महिन्यांची गरोदर होती.' रूथाने मरिनरला सांगितले. 'मेरीला याचा फार त्रास झाला होता आणि तिने सूड उगवायचे ठरवले होते, हे प्रकरण चांगलेच पेटले होते. पण त्यात विशेष वेगळे असे काही नव्हते. सुरुवातीला केंब्रिजमध्येच एमाच्या फ्लॅटमध्ये पीटर राहायला गेला. मेरी तिथे जात असे आणि कित्येक प्रसंगी पोलिसांना हस्तक्षेप करण्यासाठी पाचारण केले गेले होते. मेरी रस्त्यावर खाली उभी राहून त्या दोघांवर ओरडाओरडा करायची, शिव्या द्यायची, कधीकधी कुजलेली फळं आणि अंडी खिडकीवर फेकून मारायची. एकदा तर तिने पीटरचे कपडे एमाच्या घराबाहेर कचऱ्याच्या डब्यात टाकून दिले होते. हे पीटरला अगदी स्वाभाविक वाटले पण त्याने जेव्हा पिशव्या उघडून पाहिले तेव्हा त्यात त्याचे सर्वोत्तम सूट आणि शर्ट होते, त्यावर टोमॅटो सॉस ओतलेला होता.'

'अरे बापरे!' मरिनर म्हणाला.

'असेच मेरीने, एमाला घरी आणि तिच्या कामाच्या ठिकाणी अद्वातद्वा सुनावण्यासाठी फोन केल्याचे कबूल केले होते. त्या दोघांच्या गाड्यांना इजा पोहोचवली गेली होती. समोरच्या काचेवर लिपस्टिकने गिरवणे, टायरमध्ये सुरी खुपसून ठेवणे असे प्रकार तिने केले होते. हे हल्ले फार गंभीर नसले तरी ते इतके वारंवार घडत होते की

पीटर क्लिनमानला तिच्याविरूद्ध कायदेशीर कारवाई करावी लागली.'

'आणि त्याचा उपयोग झाला?'

'हो, म्हणजे हे सगळं काही महिन्यांपूर्वी झालं आणि तेव्हापासून मेरी बरीच शांत आहे. मी तिच्यावर लक्ष ठेवून आहेच, आम्ही दोघी बरंच बोललो आहोत आणि ती माझं ऐकते असं वाटतं.'

मरिनरला आश्चर्य वाटले नाही. टन्सटल अशी व्यक्ती वाटत होती, जी कुणावरही प्रभाव पाडू शकत होती. 'तू तिला शेवटचे कधी पाहिलेस?'

'मी आताच तिच्या घरून आले आहे... कागदोपत्री ते घर अजूनही त्यांचे आहे. मेरीचा यात काहीही सहभाग नाही याबाबत तुम्ही निश्चिंत राहा. झालंय त्याचं तिला विशेष दुःख जरी झाले तरी ती असे काही नक्कीच करणार नाही. ती नैराश्यावर मात करण्यासाठी गोळ्या घेत आहे आणि तशी फार शांत झाली आहे.'

'मुलांचे काय?'

'लिस्बेट गोड मुलगी आहे. आता ती घरापासून दूर पीटरबरोबर राहाते, पण ती खूप वेळ आईबरोबर घालवून तिला आधार देते.'

'आणि पॉल?'

रूथ टन्सटल आता शब्द तोलून-मापून बोलू लागली. 'पॉल वेगळा आहे.' ती म्हणाली. 'या सगळ्याचा त्याच्यावर जरा जास्तच परिणाम झालाय. त्याच्या वडिलांवर तो खूपच रागावलेला आहे.'

मरिनरला समजत होते की रूथ जरा हातचे राखून बोलते आहे. 'आणि?'

'हे पाहा, यात काही तथ्य शोधू नका. पॉलला काही प्रॉब्लेम होते पूर्वी. तीन वर्षांपूर्वी त्याला ड्रग बाळगल्याबद्दल इशारा देण्यात आला होता. त्यानंतर तो त्याहीपेक्षा जहाल ड्रगकडे वळला. आता तो या सगळ्यापासून लांब आहे. पण त्याच्या वडिलांच्या वागण्याने काही त्याला सावरायला मदत मात्र झालेली नाही.'

'देवा! त्याला ड्रग्जची सवय आहे? जरी तो या अपहरणामागे नसला तरी त्याच्या वडिलांपर्यंत पोहोचायला त्याचा कोणी वापर करत असेल तर? तो आता संध्याकाळी घरी नव्हता?'

'नाही, पण मी म्हणाले त्याप्रमाणे यात वावगे काहीच नाही. तो यूसीएल युनिव्हर्सिटीत आहे, तो जरा लवकरच परत गेला असावा.'

'त्याच्या वडिलांनी त्याच्याशी आज लवकर संपर्क साधायचा प्रयत्न केला; पण त्याचा फोन बंद होता.'

'मी त्याला शोधायचा प्रयत्न करू का?'

'तो कुठे आहे एवढेच मला पाहिजे आहे.' मरिनर म्हणाला.

'जरूर. मी मेरीशी बोलते आणि तिला काही माहिती आहे का ते विचारते.'

'आणि कुणी जवळचे मित्र?'

'माझं खरं मत पाहिजे असेल तर या मुलांपैकी अपहरणात कुणाचा हात असेल याची मी कल्पनाही करू शकत नाही. ठीक आहे, त्यांच्या वडिलांवर त्यांचा राग आहे, पण म्हणून ते त्यांना दुखवणार नाहीत.'

'क्लिनमान कुटुंबाच्या आर्थिक परिस्थितीबद्दल तुला काय माहिती आहे?'

'विशेष असे नाही. स्वाभाविकपणे मेरी त्याच्याकडे आहे ते सगळं मिळवायचा प्रयत्न करत आहे. घर आणि गाडी हे आता तरी तिच्याकडे आहे. एमा ओ'ब्रायनने तिचा फ्लॅट विकला आणि हे आनंदी जोडपे शहराच्या जरा बाहेरच्या बाजूला विथाम येथे राहायले गेले.'

'कशा प्रकारची जागा आहे ही?'

'या मूळ घराच्या तुलनेत हे नवे घर फार साधे, छोटेसे आहे पण केंब्रिजच्या आसपास सुद्धा जागा काही फार स्वस्त नाहीत.'

'पॉल युनिव्हर्सिटीत किती वर्षांपासून आहे?'

'आता शेवटच्या वर्षाला आहे तो. पीटर क्लिनमान कुठे काम करतात माहीत आहे का तुम्हाला?'

'आम्हाला माहिती आहे; पण एका स्थानिक पत्रकाराने आमच्या आधी याचा शोध लावला. आम्हाला हे सांगावे असे क्लिनमानला वाटले नाही. तुमच्या परिसरात या गटाच्या काही हालचाली सुरू असतील तर आम्हाला त्याची माहिती लागेल.'

'काही ऑफिसर्स आधीच या कामावर लावले आहेत मी. ते काही घरांमधून पण चौकशी करणार आहेत. अजून तरी सांगण्यासारखे काही नाही, काही कळले तर मी तुम्हाला सांगीनच.'

'धन्यवाद.'

'आणि शुभेच्छा. ही अशी केस आहे की यात पडावे असे आपल्याला कुणाला वाटणार नाही. खरे तर पडायचेही नसते.'

टन्सटलचे पुन्हा आभार मानून मरिनरने फोन ठेवला.

प्रेस कॉन्फरन्सनंतर फोन सारखे वाजू लागले. विशेष प्रशिक्षण दिलेले ऑफिसर्स त्यासाठी तैनात केले होते, अनावश्यक माहिती देणारे फोन कॉल ते बाजूला करत होते. टोनी नॉक्स पाहणी करत होता.

'घरोघरीची मोहीम कशी चालली आहे?' मरिनरने त्याला विचारले.

'त्यावेळी कोणी काही पाहिलेले नाही. बरीच लोकं कामावर वा शाळेतून

आपली मुलं आणण्यासाठी गेलेली होती. एक दुवा फक्त आहे, त्या रस्त्यावरून जाणारा एक बस ड्रायव्हर तिथून २:४० ला गेला, त्याने बसमध्ये कुणाला घेतले नाही. पण कारसीटमध्ये बाळ घेऊन जाणाऱ्या एका स्त्रीसाठी त्याने रस्ता ओलांडू देण्याकरता बस थांबवली होती. ही वेळ जुळते आणि त्याने जे थोडे फार आठवून तिचे वर्णन सांगितले ते सुद्धा आपल्याकडील माहितीशी जुळते आहे.'

'म्हणजे तिने हॉस्पिटलच्या इथे गाडी पार्क केली असावी वा कुणी तिथे तिला घेऊन जाण्यासाठी थांबले होते असे म्हणता येईल.'

'असंच वाटतं बॉस. याच्याशी संदर्भ असलेले सीसीटीव्हीचे रेकॉर्डिंग पण आम्ही बाजूला काढून ठेवले आहे. आणखी एका कामगाराने एका बाईला कारसीट हॉस्पिटलच्या पार्किंगच्या दिशेने चढणीवर धडपडत घेऊन जाताना पाहिले आहे. त्याचे लक्ष गेले, कारण ओझे असल्यासारखे ती ते सीट या हातातून त्या हातात सारखी बदलत होती. त्याला आठवले की तेव्हा त्याने विचारही केला की, या बिचाऱ्या बाळाला किती हादरे बसत असतील. नॉक्सने मरिनरला एका नकाशाजवळ नेले. तो नकाशा पांढऱ्या फळ्याशेजारी भिंतीवर लावलेला होता. ती इथे दक्षिणेकडे असलेल्या कार पार्ककडे गेली असावी. बोटाने नकाशावर मार्ग दाखवत तो म्हणाला, 'नर्सरीच्या ते सगळ्यात जवळ आहे.' नकाशावर वेगवेगळ्या ठिकाणी रंगीत खुणा होत्या. त्या त्या ठिकाणी प्रत्यक्षात कॅमेरे लावले होते. पण या कार पार्कजवळ अशी खूण नव्हती. 'ही कार पार्किंगची जागा नवीन आहे आणि सर्व व्यवस्था अजून इथे पूर्ण झालेल्या नाहीत. बिल्डिंगच्या ज्या भागात बांधकाम सुरू आहे तिथे कॅमेरा आहे. त्याचे रेकॉर्डिंग मिळाले आहे. त्यावर त्या वेळेला बाहेर पडणाऱ्या गाड्यांचे चित्रीकरण झाले आहे. तुला पाहायचे आहे का ते?'

'पाहूयात.'

'बरं. ही घडामोड २:३० आणि ३:३० दरम्यानची आहे. जरुरीपेक्षा जास्त वेळ ती इथे रेंगाळली नसावी.' असे मला वाटले असे म्हणत नॉक्सने व्हिडिओ सुरू करून ते पुढे नेले. 'हे आहे आपल्याकडे २:३० पासून झालेले.'

मरिनर व्हिडिओकडे एकटक पाहत होता. बरेच क्षण काहीच झाले नाही. मग एक गडद रंगाची गाडी आली. रस्त्यावर गेली आणि उजवीकडे मुख्य रस्त्याला लागली. यानंतर दिसणारी वाहतूक बरीच वाढली. दर मिनिटाला एखादी गाडी दिसू लागली. सगळ्याच गाड्यांचा मागोवा घ्यायला लागणार होता. फिल्मची प्रत चांगली नव्हती, मुंग्याच जास्त दिसत होत्या आणि कॅमेरा अशा ठिकाणी असावा जिथून झटकन वळणारी गाडी क्षणमात्रच दिसू शकेल. गाडीचे नंबरही दिसत नव्हते. प्रथमदर्शनी कुठल्या प्रकारची गाडी आहे, हे सुद्धा ओळखता येत नव्हतं.

पण मरिनर काहीच बोलला नाही. तांत्रिक टीम काही अफलातून करामती करून यातूनही काही उपयुक्त काढतील याची त्याला खात्री होती.

तोपर्यंत त्यांनी पुन्हा एकदा जनतेला आवाहन करावं असं ठरलं. अशा प्रकारची बाई कारसीटमधून बाळ घेऊन जाताना अमूक वेळेला कार पार्किंगच्या इथे कुणाला दिसली असल्यास माहिती द्यायला पुढे यावे. पण जनतेच्या प्रतिसादावर अवलंबून राहायचे म्हणजे वेळ वाया जाणार होता. पोलिसांना हे परवडणारे नव्हते.

'हे चांगले काम केले आहे.' मरिनर म्हणाला. 'ती नेमकी ज्या वाहनातून गेली, ते वाहन यातून शोधले पाहिजे. नाहीतर आपली वाट लागेल. गाडीचा आणि तिचा मेळ जमला म्हणजे ती कुठे गेली हे शोधायला मदत होईल. आणखी काही?'

'एमा ओ'ब्रायन ज्या लोकांबरोबर काल रात्री राहिली होती, त्यांच्याशी आम्ही बोललो आता. ते दोघेही डॉक्टर आहेत. त्यांच्या म्हणण्याप्रमाणे ते एमा त्यांच्याकडे येणार आहे याविषयी आणखी काही लोकांशी ते बोलले होते. ते कॉलेजमधले जुने मित्र आहेत. पण जेसिकाला कुठे ठेवणार असे काही ते बोलले नाहीत. त्यांना तर नर्सरी वा पाळणाघर याबद्दल काहीच माहीत नव्हते. त्यामुळे मला वाटते त्यांच्या बोलण्यावर विश्वास ठेवावा.'

'ठीक आहे, यात तथ्य दिसते. त्यांना यापासून काही फायदा असेल असे मलाही वाटत नाही. आपण त्यांना नि:शंकपणे यापासून लांब ठेवू शकतो.' त्याला पीटर क्लिनमानला काही अवघड प्रश्न विचारायचे होते.

डीसीआय शार्प एकदम ऑफिसमध्ये आत आल्या, हातात एक पोर्टेबल रेडिओ घेऊन तो चालू करत त्या म्हणाल्या, 'टॉम तुला हे ऐकायला आवडेल.'

रात्री उशीरा चालणारा एक कार्यक्रम तिने लावला केला होता. काही क्षणांतच मरिनरने मार्सेला टर्नरचा आवाज ओळखला. ती म्हणत होती, 'ही दुर्घटना होणारच होती. लहान मुलं आणि बाळं अशा ठिकाणी तासन्‌तास ठेवली जातात. नुकत्याच शाळेतून बाहेर पडलेल्या मुलींच्या स्वाधीन त्यांना केले जाते. त्यांना संगोपन म्हणजे काय याची थोडीही कल्पना नसते.'

कार्यक्रम आयोजित करणारा म्हणाला, 'पण काम करणाऱ्या पालकांसाठी अशी पाळणाघरं एक मौल्यवान सेवाच पुरवतात ना.'

'बरोबर; पालकांना सेवा पुरवली जाते. याचा मुलांवर काय परिणाम होतो, याचा विचार सुद्धा कुणी करत नाही. सरकार काय करतंय, तर मुलं म्हणजे सहजीवनाबरोबर येणारी वस्तू अशी संस्कृती तयार करतंय. मुलांना वाढवण्याची गैरसोय अंगावर न घेताच जोडप्यांना मुलांना जन्म द्यायला प्रोत्साहन दिलं जातं. त्यांना मुलांना दुसऱ्यांच्या हवाली करा, वाढू देत तिथेच दुसऱ्याची जबाबदारी बनून! कुटुंब संस्था विघटित होते आहे, यात आश्चर्य ते काय!'

'मग तुम्ही काय सुचवाल मिस टर्नर?'

'महिलांना योग्य ती निवड करून द्यावी. त्यांच्या मातेच्या भूमिकेचे पूर्ण महत्त्व ओळखून त्यांना घरी राहून मुलं सांभाळण्याबद्दल काही वेतन दिले जावे आणि ही मोठं नाव मिळवलेली पाळणाघरं बंद करावी.'

'एवढंच पुरे आहे का?' कुणीतरी कार्यक्रमातील प्रेक्षकांमधून म्हणाले.

मरिनर म्हणाला, 'या बाईविषयी कुणीतरी जरा सखोल माहिती मिळवा.'

ॲनाच्या निराशेला तोंड द्यायला नको म्हणून मरिनर बराच वेळ तिला फोन करण्याचे लांबणीवर टाकत होता. एकदम त्याला मोकळा वेळ मिळाला आणि आता फोन करण्याचे टाळण्यासारखे कोणते कारणही नव्हते. शिवाय आणखी उशीर केला तर ती झोपी जाईल. तिने पहिल्याच बेलला फोन उचलला.

'ही सुट्टी वाया गेल्याबद्दल मी खरंच माफी मागतो.' मरिनरने सुरुवात केली.

'मला माहीत आहे. त्याला इलाज नव्हता,' थोडा वेळ मिळाल्याने ती विचार करू शकली होती. ती तत्त्वज्ञानाचा आव आणीत होती पण तिचा आवाज मात्र कोरडा होता. 'मी कल्पना करू शकते ते बिचारे आई-वडील काय अवस्थेतून जात असतील. मी त्यांच्या जागी असते तर तू जेसिकाचा शोध घ्यावास असे मलाही वाटले असते.'

'तू मला मिळावीस अशी माझी लायकी नाही.' मरिनर म्हणाला.

'बरोबर आहे तुझं. कधीतरी हे लक्षातही ठेवत जा.' हे ती खोडकरपणे म्हणाली. 'काही धागेदोरे हाती आले का? ते सांगण्यासाठी फोन केला आहेस का?'

'तसे झाले असते तर बरे झाले असते पण नाही; फक्त तुझी चौकशी करायची होती. मी काही करू शकत नाही, हे समजतंय ना तुला?'

'हो नक्कीच. मी फक्त उत्सुक होते त्या सगळ्यांना तिथे जाऊन भेटावे यासाठी.'

'हो मी भेटेन. हे सगळं प्रकरण कोणत्याही क्षणी संपेल.'

'जेसिका कशी असेल?' तिने विचारले.

'मला खरंच माहिती नाही. दिवसाच्या पाळणाघरांबद्दल माझं पण मत आता बदलत चाललंय.' मरिनर म्हणाला. 'आपल्याला लक्ष देणं जमणार नसेल तर मुलांना जन्माला का घालायचं?'

'पटतंय मला. तुला आणखी किती वेळ लागणार आहे?'

'म्हणजे काय म्हणायचंच तुला?'

'म्हणजे तुला पितृत्वाची सुट्टी किती वर्षांची मिळेल?' तिचा चेहरा दिसत

नसल्यामुळे ती चेष्टा करतेय की काय हे मरिनरला समजत नव्हते. 'म्हणजे मला म्हणायचं आहे की आपण जर आपले बाळ पाळणाघरात ठेवणार नसू तर आपल्यापैकी एकाला घरी थांबावं लागेल.' ती पुढे बोलत होती. 'तू काय मलाच गृहीत धरलं आहेस का? माझं करियर आता कुठे उचल घेतंय त्यात पुन्हा इंटरेस्ट येतोय आणि अशात पुन्हा एकदा ब्रेक म्हणजे काय याची कल्पना आहे ना तुला?'

मरिनरला खरं तर म्हणायचे होते की, 'तुलाच बाळ पाहिजे आहे.' पण त्याऐवजी तो म्हणाला, 'मलाही तेच म्हणायचे आहे माझ्या ऑफिसरने मला ही कल्पना दिली.'

'तिला मुलं आहेत? तू बोलला नाहीस हे मला कधी.'

'मलाच हे आज समजलं,' त्याचं लक्ष घड्याळाकडे गेलं. मध्यरात्र उलटून गेली होती. 'म्हणजे काल तिने ही माहिती स्वत:पुरतीच ठेवलेली होती.'

'किती आहेत?'

'तीन. तिचा जोडीदार त्यांचे आईप्रमाणे संगोपन करतो.'

हे पचवायला ॲनाला काही क्षण लागले. 'मस्त!'

'हो, झकासच.'

'छान आहे ना हे तिच्यासाठी,' ती थोडी विचारात पडली.

'मला गेले पाहिजे.' मरिनर म्हणाला.

'ठीक आहे, माझ्या खूप खूप शुभेच्छा तुला. लवकरच काही धागेदोरे हाती लागोत. हे फक्त माझ्या स्वार्थासाठी म्हणत नाहीये मी.'

'धन्यवाद. गुडनाईट.' मरिनरला जाऊन गादीत पडायची अनावर इच्छा झाली.

रात्रभर काही ना काही माहिती मिळत राहिली पण लक्ष वेधून घेण्यासारखं अजून काही समजलं नव्हतं. मरिनर सकाळी लवकर उठून आपत्कालीन कक्षातून बाहेर पडला तेव्हा तिथे नाश्ता देण्यात येत होता. रात्रभराच्या कामकाजानंतर ती खोली कोंदट आणि गरम झाली होती. सकाळच्या मोकळ्या गार वाऱ्यावर बाहेर पडताना त्याला सुटका झाल्यासारखे वाटत होते.

त्याचा पहिला पडाव हॉटेल सिडार वुड हॉटेलवर होता. क्लिनमान जोडीला आतापर्यंत घडलेल्या गोष्टी सांगाव्यात म्हणून तो मिलीला भेटला. ती त्याला त्यांच्या खोलीत घेऊन गेली. अंथरुणाच्या अवतारावरून हे लगेच समजत होतं, की त्याचा वापरच झालेला नाही. क्लिनमान जोडीकडे पाहिल्यावरही लक्षात आलेच की ते झोपलेलेच नाहीत. एमा ओ'ब्रायनचा चेहरा मलूल झाला होता.

नाश्ता भरून ठेवलेला ट्रे असाच बाजूच्या टेबलावर होता. त्याला हातही लावलेला नव्हता. चहा, कॉफी मात्र संपलेली दिसली. मरिनरला बसायला आरामखुर्ची

देण्यात आली. 'मि. क्लिनमान, तुमचा मुलगा कुठे सापडत नाहीये.' त्याने सुरुवात केली. 'तुम्हाला काही अंदाज आहे तो कुठे असेल याचा?'

'नाही, पण वीकएन्डला त्याचे असे जाणे हे जरा खटकणार आहे. तो विद्यार्थी आहे.' क्लिनमान बचावात्मक पवित्रा घेत म्हणाला.

'मला तुम्हाला विचारायचे आहे की, तो प्राण्यांच्या हक्कांसाठी लढणाऱ्या लोकांशी संबंधित आहे का?'

क्लिनमानचे डोळे कठोर झाले, 'मी त्याचा बाप आहे. तो माझ्याशी एकनिष्ठ आहे.'

'त्याचे मित्र नीटसे माहिती आहेत तुम्हाला?'

'आम्ही एक दोघांना भेटलोय. पण तो लंडनच्या युनिव्हर्सिटीमध्ये शेवटच्या वर्षाला आहे. नक्कीच सगळे मित्र काही आम्हाला माहिती नाहीत.'

'त्यापैकी तुमचे काम पसंत नसणाऱ्या कुणाची तुम्हाला माहिती आहे का?'

'पॉलने असा उल्लेख नाही केला कधी.'

'पण असे असूच शकत नाही, असेही नाही ना?'

'मला वाटतं, नाही.' हे जरा पेचात पाडणारे उत्तर होते.

हॉटेलवरून मरिनर पटकन क्वीन एलिझाबेथ हॉस्पिटलच्या व्यवस्थापन विभागात गेला, एरवी शनिवारी हे ऑफिस बंद असते. पण आदल्या संध्याकाळी फोन करून त्यांनी मॅनेजरला इथे भेटण्यासाठी बोलावले होते. मार्जोरी ॲलेन पाळणाघराच्या व्यवस्थापनाशी पण संबंधित होती. तिच्याकडे आज तिचा नातू सांभाळण्यासाठी होता. त्यामुळे ती त्याला, जोशला बरोबर घेऊन आली होती.

'तुम्हाला वीकएन्डला बोलावल्याबद्दल क्षमा मागतो, पण हे तितकेच महत्त्वाचे आहे.' मरिनर म्हणाला.

'नक्कीच, मी काल बातम्यांमध्ये पाहिले. बिचारी मिसेस ओ'ब्रायन! मी समजू शकते तिला काय वाटतंय ते.'

'पाळणाघराचे जे रेकॉर्ड ठेवले जाते, ते मला सविस्तर दाखवणार का तुम्ही?'

'तुम्हाला ठाऊक आहेच की आम्ही पाळणाघराची जाहिरात करतो, मग पालक मिसेस बराटशी संपर्क साधतात आणि बुकिंग करतात. मिसेस बराट सर्व माहिती घेतात आणि त्याची एक प्रत इथे आमच्याकडे पाठवतात.'

'मिसेस बराट हे फॉर्म वरती घेऊन येतात?'

'नाही, हॉस्पिटलच्या कुरियर सर्व्हिसतर्फे हे आमच्याकडे येत होते. पण काही वेळा त्यांनी आम्हाला तोंडघशी पाडलं. 'फ्राय' या शेजारच्या युनिटमधील कर्मचाऱ्याचे मूल नर्सरीत असते, ती हे फॉर्म आमच्यापाशी आणते. निदान फॉर्म नक्की येतील अशी खात्री असते आता.'

‘एका पाकिटात घालून?’

‘हो. सील केलेले पाकीट. माहिती गुप्त राहावी यासाठी.’

‘तुमच्याकडे कॉपी आल्यावर त्याचे काय होते?’

एका स्टीलच्या कपाटापाशी जात त्या म्हणाल्या, ‘ते इथे एका फाईलला लावलेले असतात.’

‘जेसिका क्लिनमानच्या रेकॉर्डचा फॉर्म अजून इथेच आहे का हे जरा तपासून पाहणार का?’

त्यांनी कपाट उघडून, नीट लावलेल्या फोल्डरमधून आद्याक्षरांप्रमाणे शोधत तो फॉर्म काढला. ‘हा इथे आहे.’ मरिनरने या फॉर्मची मूळ प्रत मिसेस बराटच्या ऑफिसमध्ये बघितलेली होती. त्यात काहीच अर्थ नव्हता. ते उभे होते, तिथून साधारण तीन फूट अंतरावर एक झेरॉक्स काढण्याचे मशीन होते. ‘आणि फायली ठेवण्याच्या कपाटाला कुलूप असते?’

‘ऑफिसच्या वेळेनंतर एरवी अनेकदा कितीतरी वेळी ही ना ती फाईल कामासाठी लागत असते.’

‘आणखी कोण कोण ही फाईल इथून घेऊ शकतं?’

‘कुणी नाही, फक्त मी.’

मरिनरने पलीकडे पाहिले, ते उभे होते तिथंच शेजारी दोन टेबल खुर्च्या होत्या. ‘म्हणजे हे ऑफिस तुम्ही इतर दोन व्यक्तींबरोबर शेअर करता?’

‘हो. पण त्यापैकी कुणालाच या कपाटाकडे येण्याचे काहीच कारण नाहीये.

‘काय खात्री आहे? मला त्या दोघांची माहिती लागेल आणि ऑफिसमधून बाहेर पडताना, कपाटाला दर वेळी कुलूप लावायचे लक्षात राहते तुमच्या ?’

‘दिवसाच्या शेवटी नक्कीच.’

‘जेवणाच्या सुट्टीत?’

मार्जोरी ॲलेनचा चेहरा फिका झाला. ‘म्हणजे....

याचा अर्थ जर वेळेचे गणित जुळले तर जेसिका क्लिनमानचे तपशील कुणीही इथून घेऊ शकत होते. ‘या जागेत सीसीटीव्हीचे कॅमेरे लावलेले आहेत का?’

‘हो.’

छान, आणखी थोडे रेकॉर्डिंग मिळेल तपासायला. जेव्हा मरिनरने ही सर्व माहिती ग्रॅनविल लेनला कळवली तेव्हा फ्रायचा विचार तपास झालेला होता हे समजले. तिचे वर्णन टोनी नॉक्सकडून घेताना मरिनरला असे वाटले की तो तिला भेटला असावा. त्यांच्या माहितीप्रमाणे ती शुक्रवारी दुपारी उशीरा तिचा मुलगा न्यायला पाळणाघरात आलेली होती. तेव्हा हे सगळे तिथेच होते. मरिनर

तिच्या घरी वीस मिनिटांनी पोहोचला. तिने दरवाजा उघडताच त्याला तिचा चेहरा ओळखीचा वाटला, जे पालक हॉलमध्ये जाण्यासाठी ताटकळले होते त्यामध्ये ही होती. मरिनर विचार करत होता. लिओपोल्ड हा हिचाच मुलगा नसेल ना?

'मला समजलंय की नर्सरीतील मुलाचे तपशील तुम्ही वर हॉस्पिटलमध्ये पोहोचवता.' तिने आत येण्यासाठी मरिनरचे स्वागत करताच तो म्हणाला.

'हो, त्या कुरियरवाल्याने काही गोंधळ घातले होते त्यामुळे टुडीने मला मदत करू शकशील का म्हणून विचारले. मी रोजच वर जाते, त्यामुळे मी पण हो म्हणाले.'

'गेल्या काही आठवड्यात असे काही वेगळे घडले का? म्हणजे कुणी थांबून तुझ्याशी बोलले वगैरे?'

'नाही, अजिबात नाही.'

मरिनर पुन्हा आपत्कालीन कक्षात परतला, तो गेल्यापासून तिथे काहीच बदललेले नव्हते.

'काही समजले?' त्याने नॉक्सला विचारले.

'काही नाही बॉस.' नॉक्स निरुत्साहात म्हणाला. 'आपण गाळात खोल रुतलोय ही बाई जणू या ग्रहावरून गायबच झाली आहे. शेहला फ्रायचे काय?'

'मला नाही वाटत तिच्यावर काही संशय घेण्यासारखे आहे म्हणून. तिचा स्वतःचा मुलगा पाळणाघरात असतो. तिलाही परकं कोणी तिथं फिरकायला नको असणारच. कुणी जेसिकाचे रेकॉर्ड मिळवणे शक्य आहे पण आपल्याला नक्की उद्देश कळेपर्यंत कितीतरी माणसांना तपासावे लागेल.'

'सर?' खोलीच्या एका टोकापासून एक महिला अधिकारी म्हणाली. तिच्या आवाजातले गांभीर्य ओळखून सगळेच तिकडे पाहू लागले. फोनवर एक हात ठेवून जो म्हणाली, 'फोन करणाऱ्याला तुमच्याशी बोलायचे आहे. तुमचे नाव घेतले.'

७

मरिनर हातात रेकॉर्डिंग करण्याचे यंत्र घेऊन त्या महिला ऑफिसरपर्यंत गेला. ही ऑफिसर फोनवरच्या व्यक्तीला म्हणाली, 'देते त्यांना.'

मरिनरने संभाषण रेकॉर्ड करण्याचे बटन दाबले आणि इतर ऑफिसर्सना त्या फोनचा मागोवा घेण्याबाबत खुणावले. 'मी, डीआय मरिनर' तो म्हणाला. त्याच्या छातीत धडधडत होते.

'माझ्याकडे आहे बेबी जेसिका' दूरवरून खोल आवाज आला.

'कृपया परत एकदा सांगा.' मरिनर म्हणाला.

'मला उचकवू नका.' तो आवाज म्हणाला. आता आवाज जरा चिरका अन् गुदमरल्यासारखा येत होता. 'माझ्याकडे जेसिका आहे, ती सुखरूप आहे. परत पाहिजे असेल तर मला दोन लाख पन्नास हजार युरोच्या वापरलेल्या नोटा पाहिजे आहेत. नाहीतर तिला जे होईल त्याला मी जबाबदार राहणार नाही. नोटांवर कोणत्याही खुणा आणि विशेष आकडे नसावेत. कुठे आणि कधी द्या ते सांगायला मी संपर्क साधेन.'

'आम्ही तुला ओळखणार कसे?' मरिनरने विचारले. 'आम्हाला एक नाव, सांकेतिक शब्द तरी लागेल. इथे शेकडो फोन घेतोय आम्ही, तुमचा फोन ओळखणार कसा?' या बोलण्यामुळे अपहरणकर्त्याला त्याचे महत्त्व वाढल्यासारखे वाटेल, आणि कोणाशी बोलतोय याचा अंदाजही घेता येईल. 'ती तुमच्याकडे आहे याचा एक पुरावा पण आम्हाला लागेल.'

'एक क्षणभर थांबून तो म्हणाला,' तुम्ही मला झिऑन म्हणा.' आणि फोनचा संपर्क तुटला.

मरिनरने ती टेप सगळ्यांना ऐकवण्यासाठी पुन्हा वाजवली.

'नेमके बोलला तो. कोठून आला फोन हे मिळाले का?' शार्प म्हणाला.

'हा एक मोबाईलचा नंबर आहे. जरा वेळ लागेल मालकाचा पत्ता मिळवायला.'

'लवकर मिळवा तो.'

'आणि मी क्लिनमान जोडीशी जाऊन बोलतो.' मरिनर म्हणाला.

'आम्ही भरतो हे पैसे,' एमा ओ'ब्रायनला आपण काय बोलतोय याचे भान नव्हते. क्लिनमान उद्ध्वस्त झाले. 'माझ्याकडे एवढे पैसे नाहीत एमा.' व्याकूळतेने मरिनरकडे पाहत तो म्हणाला, 'खरंच नाहीत हो माझ्याकडे.'

'आपण काही करून हे उभे करू शकू' एमाचा आवाज अगतिक झाला होता. 'माझे आई-वडील....'

'ते वाटते एवढे सोपे नाही.' क्लिनमान म्हणाला.

'कसे सोपे नाही हेच मला समजत नाही.' एमा ओ'ब्रायन रडत होती. 'या माथेफिरूकडे आपली मुलगी आहे आणि त्याला आपल्याकडून पैसे पाहिजे आहेत. आपण कुठून तरी पैसे उभे करू शकलो तर मुलगी आपल्याला परत मिळेल. जर तुझ्या नोकरीमुळे जेसिकाला नेलेले असेल तर तुझ्या ऑफिसने हे

पैसे भरावेत. ते तुला असेही खूप दडपणाखाली आणतातच.'

'ते पैसे नाही देणार.' क्लिनमान म्हणाला.

'का नाही? अब्जावधी रुपये कमावतात. अडीच लाख युरो, त्यांच्यासाठी जास्त नाहीत.'

पीटर क्लिनमान पराभूत झाल्यासारखा दिसत होता. 'तो मुद्दा नाही.' तो दुबळ्यासारखा म्हणाला.

'मग काय मुद्दा आहे?'

मरिनर मधेच बोलला, 'ते नाही पैसे भरणार मिस ओ'ब्रायन, कारण या अपहरणाबद्दल त्यांना जबाबदार धरता येणार नाही. त्यांनी असे पैसे देऊ केलेच तर अशा अनेक प्रकारांना सुरुवात होईल. इथे आपण काही गोष्टी विसरतोय. आधी हा फोन कॉल कितपत खरा होता हे आपल्याला शोधायला पाहिजे. तो बनावटही असू शकतो. केवळ परिस्थितीचा फायदा घेऊन काही पैसे मिळवण्याच्या हेतूने झालेला. आम्ही तो फोन कुठून आला याचा शोध घेतोय आणि अपहरणकर्त्यांचा फोन पुन्हा आला तर वाटघाटी करायला एक ऑफिसर तैनात आहे. फक्त काय घडलंय हे तुम्हाला मला सांगायचे होते. क्लिनमान म्हणाला, 'आपण शक्यता गृहीत धरतोय त्याही व्यतिरिक्त असे कुणी असेल का, जो हे करू शकेल?'

ग्रॅनविल लेनला फळ्यावरील आकृतीकडे पुन्हा पाहत मरिनर म्हणाला, 'बरं हे जर सगळं फक्त पैशांसाठी असेल तर कोण असतील संभाव्य माणसे?'

'क्लिनमानलाच आपल्या कंपनीकडून पैसे काढायचे असतील. ही शक्यता असू शकते ना?'

'तो उत्तमपणे खोटं बोलू शकत असेल तर तो हे करू शकेल. त्याला माहिती आहे हॅमिल्टन अशा कोणत्याही धमकावणीला भीक घालणार नाही. तो तसे म्हणाला सुद्धा.'

'टुडी बराटचे काय?' नॉक्सने विचारले.

'ती नर्सरी मॅनेजर? मला नाही वाटत. असे धाडस तिच्या व्यवसायालाच घातक ठरेल. अशी बदनामी तिचा व्यवसाय हाणून पाडेल. तिचा व्यवसाय धोक्यात आहे आणि त्यातून मार्ग काढण्याची गरज आहे असा कोणताही संकेत नाही. तिची गाडी बघता, तिचा व्यवसाय उत्कृष्ट चालत असावा. तिच्यावर संशय कसा घ्यायचा? तू इतर गोष्टी तपासत होतास ना, एखादा कर्मचारी काही वेगळा वाटला?'

'मी सगळ्यांची कसून विचारपूस केली आहे, मी आधी म्हटल्याप्रमाणे यातले कुणी या कृत्यात नक्कीच सामील नाही.' नॉक्स म्हणाला.

चार्ली ग्लोव्हर तिथे आला. 'त्यांचे पगार फारच सुमार आहेत.' त्याने निदर्शनास आणून दिले.

'असे काही घडवण्यासाठी लागणारे कौशल्य तरी आहे का त्यांच्याकडे? क्रिस्टीचा मित्र, बॉन्ड काय?' मरिनर म्हणाला. 'त्याच्याबद्दल काहीतरी होते ना?'

'शक्यता आहे.' नॉक्स म्हणाला. 'यापूर्वी त्याने कायद्याचा भंग केला आहे. देवा, जर क्रिस्टी यात सामील असेल आणि त्याला वाचवत असेल तर तिने आपल्याला त्या बाईचे साफ चुकीचे वर्णन दिले असणार.'

'छे.'

'तिने तसे केलेले नाही,' नॉक्स आत्मविश्वासाने म्हणाला. 'मला माहीत आहे. तिने असे केलेले नाही म्हणून,' आणि आपला फोन घेऊन तो निघाला. 'मी जाऊन पुन्हा बोलतो तिच्याशी.'

दुपारी नॉक्स, क्रिस्टीच्या घरासमोर पोहोचला. या घरात क्रिस्टी आणि जिमी बॉन्ड मिळून राहात होते. डाईव्हवे रिकामा होता. त्याने दारावरची बेल वाजवली. दार जोरात ठोठावले आणि क्रिस्टी अखेरीस आली. त्याला पाहून तिला खूप आश्चर्य वाटले पण काळजी वाटली नाही. 'जिमी कुठे आहे?' नॉक्सने विचारले.

'तो इथे नाही. कामावर गेलाय, का? कशाबाबतीत विचारताय?

'तू त्याच्याशी नर्सरीविषयी कधी बोलतेस का?'

'कधीतरी. सगळेच बोलतात नाही का आपल्या कामाबद्दल. तुला आत यायचे आहे का?' नॉक्स तिच्यापाठोपाठ आत गेला. सर्वत्र क्रीम रंगाची रंगसंगती साधली होती. एका क्रीम कलरच्या सोफ्याने १/३ जागा व्यापलेली होती. आणि एका भागात डीव्हीडीचे शेल्फ आणि कॉम्प्युटर गेम्सच्या सीडी भिंतीवर लावलेल्या होत्या. खोलीत डोळ्यांत भरणारा मोठा प्लाझ्मा स्क्रीन टीव्ही आणि डीव्हीडी प्लेस्टेशन होते. क्रिस्टी सोफ्याच्या एका टोकावर बसली; पण नॉक्सने बसण्यास नकार दिला. त्याने कॉम्प्युटर गेमच्या काही सीडी हातात घेऊन न्याहाळून पुन्हा जागेवर ठेवल्या. 'तू जिमीला पाळणाघराबद्दल सांगितले होतेस का?' त्याला माहिती पाहिजे होती.

'बोलले असेन.'

'म्हणजे पाळणाघरात कसे काम चालते हे त्याला माहिती होते?'

ती खांदे उडवत म्हणाली, 'मी काय बोलते हे अर्धा वेळ तो ऐकतही नसतो. जिम असं काही करेल असं तर तुम्हाला...? मला माहिती आहे तो फार चांगला नाही, पण तो असे नक्कीच काही करणार नाही.'

'त्याचा व्यवसाय फार काही बरा चालत नाही असं तू सांगितलं होतंस.'

'हो, पण....'

'आम्हाला कुणी खंडणीची मागणी केलेली आहे,' असे म्हणताच ती एकाएकी मित्राच्या बाबतीत डळमळीत झालेली नॉक्सला दिसली. 'त्याचा मोबाईल नंबर काय आहे?'

'थांब माझ्या फोनमध्ये तो नंबर आहे.' एका पांढऱ्या चामड्याच्या पिशवीतून फोन काढून जिमीचा नंबर काढून तिने नॉक्सला दाखवला. 'आणि तुझा?' त्याने दोन्ही नंबर पाहिले पण झिऑनचा नंबर यापैकी नव्हता. 'जिमीकडे दुसरा फोन आहे का?'

'व्यवसायासाठी एक वेगळा नंबर आहे. पण मला तो माहिती नाही.'

'त्याच्या वैयक्तिक नंबरवर त्याला फोन करतेस का?' नॉक्सने विचारले.

क्रिस्टीने सांगितल्याप्रमाणे फोन लावला पण तो बंद होता. 'तो कामांत असताना बहुधा फोन बंदच ठेवतो. कदाचित गिऱ्हाईकांसोबत असेल.'

जाण्यापूर्वी नॉक्स म्हणाला, 'मी वरच्या मजल्यावर एक चक्कर मारली तर तुझी काही हरकत आहे का?'

'नाही.' ती जरा चाचरत म्हणाली. नॉक्सला खात्री होती, की काही लपवण्यासाठी नाही तर जिमीला हे समजल्यावर त्याला काय वाटेल याची ती काळजी करत होती. नॉक्सला ती वरची छोटी जागा पाहायला फार वेळ लागला नाही. बेडरूम आणि बाथरूम छोटी होती आणि तिथे विशेष चिंताजनक असे काही त्याला दिसले नाही. खिडकीतून जी बाग दिसत होती तिथे लाकडी कुंपणात हिरवळीचा एक तुकडा दिसत होता. लपण्यासाठी कुठे जागा नव्हती.

'क्रिस्टी, तू जर जिमीला वाचवत असशील तर तू फार मोठ्या अडचणीत येशील. मी काहीही मदत करू शकणार नाही. तुला हे समजतंय ना?' नॉक्स तिच्याकडे एकटक पाहत म्हणाला.

ती जराही विचलित न होता म्हणाली, 'नक्कीच मला समजतंय.'

'तिने नॉक्सला जिमीच्या गॅरेजचा पत्ता दिला. शहराच्या मध्यवर्ती भागात हीथला पेरशोर रोडसमोर रस्त्याच्या कोपऱ्यात हे गॅरेज होते. तो तिथे पोहोचला तेव्हा सगळं बंद होतं. काचेतून आत पाहताना जुन्या गाड्या संशयास्पद वाटणाऱ्या परिस्थितीत उभ्या असलेल्या दिसल्या. कुठेही माणूस दिसत नव्हता. मग जिमी बॉन्ड. होता तरी कुठे?

त्याने क्रिस्टीला सांगितले होते कामावर जातो म्हणून आणि जुन्या गाड्यांच्या विक्रीसाठी शनिवार उत्तम दिवस होता. दुसरा कोणतातरी जास्त फायद्याचा उद्योग हाताशी असल्याखेरीज त्याला गॅरेज बंद ठेवणे परवडणारे नव्हते. नॉक्स रस्त्याच्या दुसऱ्या बाजूला गेला आणि गॅरेजच्या बिल्डिंगकडे पुन्हा नीट पाहण्यासाठी

उभा राहिला. समोरच्या बाजूला असलेली शोरूम एक मजली रूंद होती. पण मागच्या बाजूने पाहिले तर दोन मजली बांधकाम दिसत होते. संकटकाळी बाहेर पडण्यासाठीचा लोखंडी जिना एका खिडकीजवळ जाऊन थांबला होता. नॉक्स तिथे गेल्यावर खिडकीचे पडदे लागले असावेत का?

गॅरेजला वळसा घालून नॉक्स एका उंच लाकडी गेटजवळ आला. त्याला कुलूप नव्हते. नॉक्स आत गेला आणि त्या लोखंडी जिन्याने वर गेला. वर पोहोचल्यावर त्याने मुठीने काचेवर जोरजोरात मारले. 'पोलीस! दार उघडा मला माहीत आहे तू तिथे आहेस हे.' आतून काही आवाज आल्यासारखे वाटते. दरवाजा तसा तकलादू होता, त्याने वेळ पडली असती तर खांद्याच्या धडकेने तो उघडला असता. 'तू दार उघडले नाहीस तर मी ते तोडेन.' तो ओरडला. 'फक्त पाच सेकंद.'

यावेळी मात्र आतून नक्की काही आवाज आला. दार थोडे उघडले गेले. दाराच्या मागे एक तिशीतला पुरुष अर्ध्या शॉर्टसवर त्याला दिसला. त्याचे नाव बॉन्ड का ठेवले असावे याचा अंदाज नॉक्सला येत नव्हता. त्याने नॉक्सच्या खांद्यावरून आणखी किती जण आले आहेत ते डोकावून पाहिले. त्याची निराशाच झाली.

'जिमी बॉन्ड?' नॉक्स, आपले आयकार्ड दाखवत म्हणाला.

त्याने नाकबूल केले नाही. 'तुम्हाला काय....'

बॉन्डचे थोडे दुर्लक्ष होताच नॉक्स दरवाजा पूर्ण ढकलून आत गेला. आपल्या पाठीमागे दार पुन्हा लावून टाकले. 'ओशन ब्लू' मोहिमेत छापा घातलेल्या खोलीपेक्षा जराशीच बरी होती ही खोली. इथे एक डबल बेड होता आणि त्याच्यावरील चादरी पाहता इथे नुकतीच खूप काही घडामोड झाल्याचे दिसत होते. डाव्या कोपऱ्यात एक बाई चादर पांघरून उभी होती. त्याच्या आत फारसे कपडे नसावेत. छोटी, शेलाटी सावळ्या देहाची, काळ्या-कुरळ्या केसांची. 'हे काय आहे?'

तिच्याकडे दुर्लक्ष करत नॉक्स तिच्यापर्यंत गेला आणि आत पाहिले. एक जुजबी सोय असलेली बाथरूम होती. इथे जे चालले होते त्याबद्दल शंकाच नव्हती, पण याचा जेसिकाशी काही संबंध नव्हता. व्हायब्रेटरवर सेट केलेला फोन वाजल्यासारखा वाटला नॉक्सला. त्याला फोन घ्यायचा होता. इथे करण्यासारखे आता काहीच नव्हते. 'क्रिस्टीला याबद्दल माहिती आहे का?' बॉन्डच्या शेजारून बाहेर जाताना नॉक्स कुत्सितपणे म्हणाला, 'हरामखोर लेकाचा.'

बाहेर रस्त्यावर आल्यावर नॉक्सने आपला फोन पाहिला. मरिनरने कॉल केला होता.

'आम्हाला लिकीजपाशी येऊन भेट,' मरिनर चढ्या आवाजात म्हणाला. तो गाडीत असावा. कोवेन लेन, चॅपलच्या मागे. लहान मुलाचे काही कपडे तिथे सापडले आहेत. त्यात तो पिवळा बेबीग्रो पण आहे.'

'अरे देवा!'

'हो ना. आम्ही तुला तिथे भेटतो.'

'ठीक बॉस.'

रोज हिलच्या चढावरून जाताना मरिनरच्या पोटामध्ये भीती गोळा झाली होती. त्याने ती जागा घेरण्याचे आदेश दिले होते आणि कुत्र्याचे पथकही बोलावले होते. चर्चला वळसा घालून सुट्य-सुट्या घरांच्या मधून जाणाऱ्या बोळीतून तो छोट्या जंगलाच्या दिशेने गेला. एका ओबडधोबड ठिकाणी निळ्या रंगाच्या मिनीबस शेजारी थांबला. स्काऊट ग्रुपच्या प्रमुखाने फोन केला होता, जंगलामध्ये हा गट प्रशिक्षणासाठी आला होता. आता सगळी मुले बसच्या मागच्या बाजूला जमा झाली. उलगडणाऱ्या नाट्याचे प्रचंड औत्सुक्य त्यांच्यात होते.

युनिफॉर्ममधले अधिकारी, हिरव्या रंगाचे जाकीट घालून त्या जागेला झाडाच्या बुंध्यांभोवती टेप गुंडाळून वेढा घालीत होते, मरिनरने पाहिले. मुलांची प्रमुख असलेल्या बाईला मरिनरने वेगळे बोलावले. तिचे नाव अकेला असे तिने सांगितले. तिने मरिनरला, ज्याला ते कपडे सापडले होते, तो १० वर्षांचा मुलगा, रायतकडे नेले.

'आम्ही पानांनी मारामारी खेळत होतो,' रायन सांगत होता. 'आणि मी चुकून मूठभर पानांबरोबर ते उचलले. ती घाण वाटली, मग काल रात्री टीव्हीवर काय सांगितले गेले होते ते आठवले म्हणून अकेलाला जाऊन सांगितले.'

तो बोलत असतानाच मरिनरला तिथे आणखी एक गाडी आलेली जाणवली. टोनी नॉक्स होता तो.

'ते जिथे सापडले तिथे आम्हाला घेऊन जातोस का?' मरिनरने त्या मुलाला विचारले. 'मी माझ्या गळ्यातला रुमाल तिथे ठेवला, खूण म्हणून,' मुलगा कौतुकाने म्हणाला. 'अकेलाने ते आहेत तिथे तसंच ठेवायला सांगितलं.' चांगली होती अकेला!

साधारण १०० फूट आतल्या बाजूला एक सारख्या दिसणाऱ्या घनदाट झाडांतून बरोबर मार्ग काढत आश्चर्यकारकरीत्या तो मुलगा त्यांना त्या ठिकाणी नेत होता. थोड्या वेळात मरिनरला लाल आणि पिवळ्या रंगाचा स्कार्फ दिसला.

'छान केलेस रायन,' मरिनर म्हणाला. 'तू योग्य ते केलेस. आता आपण आलो तसेच तू परत जाऊ शकशील तुझ्या मित्रांच्यात?' आपले ओळखपत्र

अकेलाला देत तो म्हणाला. 'हे सगळे झाले की मला फोन करा. या सगळ्यांना ग्रॅनविल लेनच्या भेटीला न्यायची व्यवस्था करेन.'

रायन आणि अकेला परतीच्या रस्त्याला गेल्यावर, मरिनरने त्या चुरगळलेल्या कपड्यांकडे पाहिले. ते अर्धवट पुरलेले आणि सहज ओळखू न येणाऱ्या अशा अवस्थेत होते. रबरी मोजे हातात चढवून त्याने ते अलगदपणे उचलले. टोनी नॉक्स शेजारीच होता. तो छोटा सूट मातीने कुजलेल्या पानांच्या चिखलाने मळला होता. गळ्याशी आणि खाली अंगावर एक लालसर तपकिरी डाग होता. जो जरा जास्तच ओळखीचा वाटला. 'वर्णनाशी जुळतंय हे,' तो म्हणाला. काल दुपारी पाळणाघरात पाहिलेल्या उत्पादकाच्या लेबलसह सर्व वर्णन जुळत होते. प्लॅस्टिकच्या पिशवीत तो कपडा ठेवताच प्लॅस्टिकवर वाफ धरू लागली. तो आणि नॉक्स त्या ठिकाणाभोवती थोडे फिरले पण इतर काहीच दिसले नाही.

'खंडणीच्या मागणीशी हे जुळत नाही.' नॉक्सने ताडले.

'कदाचित जुळेलही, पाहू या. कदाचित झिऑनची ही पद्धत असेल. तो किती निग्रही आहे ते सांगण्याची किंवा काही नसेल सुद्धा,' मरिनर म्हणाला. अपहरणकर्त्याने निव्वळ ओळखण्यासारखे कपडे आहेत, म्हणून ते काढून फेकून दिले असतील.' आवर्जून दिसणाऱ्या त्या लालसर तपकिरी डागांचा उलगडा होत नव्हता. त्याबद्दल केवळ आशा करावी लागेल.

'तो फक्त हा बेबी सूट टाकण्यासाठी रस्त्यापासून फारच दूरवर आला.' नॉक्स म्हणाला. मावळत्या उजेडातून ते आता रस्त्याकडे येत होते. 'असेच करायचे होते, तर इथूनच फेकून द्यायला हवे होते. झाडांमध्ये असेही ते लपून राहिले असते.'

'कदाचित त्याने तसेच केले असणार. एखाद्या प्राण्याने कोल्ह्याने वा असेच कुणी उचलून आत नेले असावे.' मरिनर म्हणाला,

खरे तर त्याला दुसरी शक्यता टाळायची होती. तो चालत असतानाच त्याने पायाने एक वाळक्या पानांत पडलेले करड्या रंगाचं काहीतरी लाथाडलं होतं. त्याने ते उचलले. प्लॅस्टिकच्या आवरणात काहीतरी जाडजूड होते.

'मी विचार करतोय तेच हे आहे का?' नॉक्सला त्याने विचारले.

'हे नॅपीचे गठुडे आहे.'

त्याचा विचार जरा बरोबर असेल तर एक कोल्ह्याच त्यांच्या कल्पनेत बसत होता.

रस्त्याच्या कडेला काही गाड्या पथकातील कुत्रे आणि त्यांना सांभाळणारे पोलीस घेऊन उभ्या होत्या. ते कपडे पुढील संशोधनाकरता प्रयोगशाळेत पाठवले गेले. काही ऑफिसर्स त्या परिसरातील हातांचे वा अन्य ठसे गोळा करण्यासाठी सज्ज झाले. हे सगळं संपायला काही तास सहज जाणार होते.

पावसाची भुरभुर सुरू झाली. मरिनर म्हणाला, ‘आपण इथे आता अजून काही करू शकणार नाही. आपण परत जाऊन काही उपयुक्त काम तरी करू या.’ म्हणजे प्रार्थना.

‘तुम्ही क्लिनमानला सांगणार आहात?’

सगळी लहान मुले बसमध्ये पटापट चढताना मरिनर बघत होता. ‘मला सांगावंच लागेल. थोड्याच वेळात प्रेसला इकडे काय घडले याची बातमी लागेल. ते अजून आले नाहीत हेच आश्चर्य आहे.’

गाडीतून जाताना नॉक्सने जिमी बॉन्ड आणि क्रिस्टीच्या भेटीचा सगळा तपशील मरिनरला सांगितला. ‘म्हणजे त्याला आपण संशयितांच्या यादीतून बाजूला ठेवू शकतो.’ मरिनरने निष्कर्ष काढला.

‘त्याने जेसिकाला नेले नाही. तो खूपच व्यस्त होता पण त्याच्याबद्दल आणखी काही.... ’

‘तो त्याच्या मैत्रिणीशी प्रतारणा करतो आणि तिलाच मारतो? तो एक पराभूत माणूस आहे.’

परतीच्या वाटेवर ते ही बातमी देण्याकरता हॉटेलजवळ थांबले. मरिनरने, क्लिनमानला एका बाजूला घेतले. ‘याचा अर्थ फार अघटित घडले आहे असे नाही. मरिनर ठामपणे म्हणाला. ‘आम्हाला फक्त कपडे सापडले आहेत बाकी काही नाही.’

‘मी काही फोन केले आहेत.’ क्लिनमान म्हणाला. तो पांढरा पडला होता. ‘ते पैसे उभे करू शकेन.’ म्हणजे एमा ओ’ब्रायनने त्याला पटवलेले दिसत होते.

‘आपण थांबून पाहू; या पुढे काय होते ते,’ मरिनर म्हणाला. त्याने घड्याळाकडे पाहिले. ‘झिऑन कोणत्याही क्षणी आता फोन करेल.’ पण संपूर्ण दिवस गेला तरी झिऑन शांतच राहिला होता.

आपत्कालीन कक्षातील सगळ्यांनी काम करण्याचे थांबवल्यात जमा होते. मनुष्यबळ पण कमी झालेले होते.

‘काय चालू आहे?’ मरिनरने विचारले. सगळ्या नजरा त्याच्याकडे वळल्या. ‘तुम्हाला निरोप मिळाला का सर?’ एक गुप्तहेर म्हणाला. ‘त्या ठिकाणाहून तुम्ही गेल्यानंतर थोड्याच वेळात तिथे शोध घेणाऱ्या ऑफिसर्सना एका लहान मुलाचा मृतदेह सापडला, त्याच्याजवळच ते कपडे सापडले होते. क्रोघानच्या ऑफिसला तो नेत आहेत.’

‘मरिनर आणि नॉक्स शांततेत शवागाराकडे निघाले. मरिनरचा घडणाऱ्या गोष्टींवर विश्वास बसत नव्हता. त्यांनी थोडाफार तपास करेपर्यंतच हे सगळं असं कसं संपू शकतं? त्यांची कुठे चूक झाली? आणि त्यांनी वेगळं आणखी काय

करायला पाहिजे होतं? पोलीस त्याला शोधत आहेत का पोलीस त्याला तितकेसे गांभीर्याने घेत नाहीयेत हे झिऑनला समजले असेल?

ते न्यूटन स्ट्रीटला आले तेव्हा तो चिमुकला देह प्लॅस्टिक बॅगमध्ये, ॲम्ब्युलन्समधून उतरवून आत नेत होते. स्टुआर्ट क्रोघान तो मृतदेह तपासण्याची तयारी करत होते. तोपर्यंत काही क्षण गेले. इतर सगळी कामे त्याने बाजूला ठेवून दिली. काही वेळाने मरिनर आणि नॉक्सला आत येऊ दिले.

'एक चांगली बातमी आहे तुमच्यासाठी. ही जेसिका नाही,' क्रोघान म्हणाला. मरिनरला अतिशय बरे वाटले. 'पण तुम्ही हे इतक्यात कसे सांगू शकता?'

'हा देह इतका कुजला आहे की, तो तिथे काही महिने तरी असणार. अगदी मी म्हणेन एक वर्ष सुद्धा झाले असेल आणि मूल पण खूप लहान आहे काही महिन्यांचं.'

'ते कपडे या बाळाचे असावेत असे वाटतं का?'

'ते जरा मोठे होतील याला आणि त्याच्या अंगात बनियनसारखे एक कापड अजून दिसते आहे. त्याच्या पुढच्या भागावर त्या बेबीग्रोवर आहेत, तसे रक्ताचे डाग आहेत. प्रथमदर्शनी मी म्हणेन कोणत्या तरी प्राण्याने याला खाल्ले असावे.'

'म्हणजे हा निव्वळ योगायोग आहे की, जेसिकाने जसा बेबीग्रो घातलेला आहे. तसाच हा आहे.

'हो असं वाटतंय, हे कपडे सर्वत्र उपलब्ध असावेत.'

'काही कल्पना येते का की, हे मूल कसे मेले असावे?'

'तसा तपशील मी इतक्यात नाही देऊ शकणार,' क्रोघान म्हणाला.

'माझी अनुभवी नजर अजून मी टाकलेलीच नाही. काही समजले की लगेच कळवतो. पण तोपर्यंत तुम्ही जा. जेसिकाला शोधा. तुम्हाला एक फोन पण यायचा आहे ना?' क्रोघानने काम थांबवले.

अनेक तास त्या झिऑनच्या फोनची वाट पाहून आपत्कालीन कक्षातील सर्व जण पराकोटीचे त्रस्त झाले होते. इतर बाजूने तपास चालू ठेवण्याची आठवण मरिनरला त्यांना करून द्यावी लागली. 'कुणीतरी काहीतरी पाहिलेले असणार.'

मग पाच वाजून पाच मिनिटांनी फोन वाजला, झिऑनने स्वत:ची ओळख दिली. आधीप्रमाणेच मरिनरने फोन रेकॉर्ड करण्याची खूण करून फोन घेतला.

'तुमच्याकडे पैसे आहेत का?' झिऑनने लगेच विचारले.

लिकीजपाशी सापडलेल्या गोष्टींचा उल्लेख पण नव्हता. मरिनरने नोंद घेतली. त्याला माहिती नव्हते. 'आम्हाला पुरेसा वेळ मिळाला नाही.' तो म्हणाला. 'वीकएन्ड आहे. क्लिनमानला एवढी रक्कम इतक्या लवकर नाही जमवता येणार.'

'मग तो फार प्रयत्न करत नाही असे वाटते. त्याला त्याची मुलगी परत पाहिजे असेल तर त्याला पैसे जमवता येतील. मी उद्या सकाळी फोन करेन, ठिकाण सांगायला.'

'मला काही पुरावा लागेल की जेसिका तुझ्याकडे आहे, ती सुरक्षित आहे. तिला एक जन्मखूण आहे. तू सांगू शकशील का ती कुठे आहे ते?'

'मी खेळवत नाहीये तिला, अजिबात. तुम्हाला फक्त विश्वास ठेवावा लागेल माझ्यावर.' आणि फोन बंद झाला.

खोलीमधून अगदी मोठ्यांदा ऐकू येतील असे सुस्कारे सगळ्यांनी सोडले. 'आवाजाचे काय?' मरिनरने विचारले. 'पहिल्या रेकॉर्डिंगच्या आवाजाच्या विश्लेषणाचा रिपोर्ट आला का?'

टोनी नॉक्सकडे हे कागद तयार होते. 'हा नक्कीच एका पुरुषाचा आवाज आहे. पण तो बदलून वापरलेला आहे, थोडा दाबून काढल्यासारखा.'

'व्यावसायिक पद्धतीने?'

'नाही, उपकरणात फरक नाही केलेला. आवाज बदलण्यासाठी त्याने रिसीव्हरवर काहीतरी ठेवले असावे बोलताना. पण आवाजाच्या ध्वनीलहरी बदलणार नाहीत.' नॉक्सने रिपोर्ट पूर्ण वाचला. 'आता या दोन्हीचे तुलनात्मक विश्लेषण करणारे कुणी आपल्याला पाहिजे आहे.'

'क्रिस्टी म्हणाली होती, त्या बाईचा बोलण्याचा बाज उत्तर भागातील होता.'

'ते नक्की नाही. इथे मुद्दाम तसा आवाज काढला असण्याची शक्यता आहे.'

'मला हे पसंत नाहीये,' मरिनर. पांढऱ्या फळ्यासमोर मरिनर येरझाऱ्या घालत होता. 'त्याच्याकडे जेसिका आहे याचा पुरावा सुद्धा नाही आपल्याकडे. मला वाटतं आपण आणखी थोडं थांबावं.

'हा मोठा धोका आहे बॉस.'

मरिनर आपला निर्णयाचे समर्थन देण्याच्या तयारीत असतानाच नॉक्सचा फोन वाजला. फोन घेण्यासाठी तो बाहेर गेला.

'नॉक्स? मी क्रिस्टी. तुम्हाला माहीत असावे असे वाटले की, जिमीने आता मला फोन करून एक विचित्र प्रश्न विचारला. जेसिकाला काही जन्मखूण आहे का ते? मला माहीत नाही याबद्दल. तो खूप चिडला आहे.' तिचा आवाज चढत गेला आणि शेवटी हुंदका फुटला. 'त्याने मला असं का विचारलं? मला काही समजत नाही.'

'तू योग्य तेच केलेस क्रिस्टी. तो कुठे आहे? हे फार महत्त्वाचं आहे.'

'मला वाटते तो अजूनही गॅरेज मध्येच आहे.'

'तू जिथे आहेस तिथेच थांब, त्याला परत फोन करू नकोस. त्याने फोन केला तर घेऊ नकोस, समजलं का?' नॉक्सने सांगितलं.

'ठीक आहे.'

त्याने वाईट बातमी देण्याचे आता तरी टाळले होते. फोन बंद करून नॉक्स आपत्कालीन कक्षात गेला. 'बॉस? झिऑन मिळाला आपल्याला.'

'तुझी खात्री आहे. याबाबतीत?' पायऱ्या उतरताना मरिनरने विचारले.

'एरवी कशासाठी जिमीला, जेसिकाच्या जन्मखुणेची माहिती हवी असणार? आणि ती सुद्धा आता?'

'म्हणजे नक्कीच जेसिका त्याच्याजवळ नाहीये.'

'तिला दुसरीकडे ठेवली असेल, तरच. नाही पण, मला नाही वाटत तो एवढा हुशार आहे.'

नॉक्स आधी गेला होता, तेव्हा जसे सगळीकडे कुलूप होते तसेच आताही बॉन्डच्या गॅरेजला कुलूप होते. मागच्या लोखंडी जिन्याने नॉक्स वर गेला आणि तिकडचे दार ढकलून उघडले. ती बेडरूम पण रिकामीच होती. दोघं परत रस्त्यावर आले तेव्हा अंधारले होते. शोरूमच्या मुख्य दरवाजाच्या खालच्या फटीतून दिव्याचा प्रकाश दिसत होता. त्यांनी दरवाजा जोरजोरात वाजवला, तो तोडण्याची पण मानसिक तयारी केली पण तसे काही करावे लागले नाही.

जिमी बॉन्ड बाहेर आला. अपेक्षेपेक्षा तो फारच निवांत दिसत होता. स्मितही करत होता. त्याला अटक करण्यात आल्याची त्याला जराही कल्पना नव्हती. 'मी काय करू शकतो तुमच्यासाठी...' नॉक्सने अटकेपूर्वी त्याला त्याचे अधिकार वाचून दाखवले. त्याच्या मनगटात हातकड्या अडकवल्या. जिमीचे हसू मावळले!

'मला समजत नाही हे, तुम्हाला चुकीची...' तो पुन्हा काहीतरी अर्धवट वाक्य बोलला. त्याला काय ते कळून चुकले होते.

आपण निर्दोष असल्याचे तो वारंवार ग्रॅनविल लेनला पोहोचेपर्यंत सांगत होता. त्याच्याकडे जेसिका नाही हे नक्की माहीत असल्यामुळे त्याला रात्रभर कैदेत ठेवणे त्यांना परवडणारे होते. नॉक्सने क्रिस्टीला फोन करून काय घडले आहे ते सांगितले. आम्ही त्याला किमान आज रात्रभर इथे ठेवणार आहोत. कदाचित २४ तासही ठेवू. तू जवळपास नसलेली बरी. तू आम्हाला बातमी दिली आहेस ते आम्ही त्याला सांगितले नाही. तो स्वत:च ते ओळखेल.' त्या दिवशी त्याला बॉन्डचे जे गुपित समजले होते ते क्रिस्टीला सांगावेसे क्षणभर वाटले. पण त्याने नाही सांगितले. तिला असाही बराच त्रास झालेला होताच. 'तुला कुठे जाण्यासारखे ठिकाण आहे का?'

'हो,' ती म्हणाली.

हॉस्पिटलच्या कार पार्कमधून त्या सुमारास जाणाऱ्या प्रत्येक वाहनाची नोंद झालेली होती. एक गडद सलून गाडी, रेनॉ असावी आणि एक पांढरी चंदेरी मोठी गाडी या दोघांचा काही तपशील मिळाला नव्हता. सीसीटीव्हीवरील रेकॉर्डिंग तंत्रज्ञानाने थोडे अधिक स्पष्ट करून सुद्धा या गाड्यांमध्ये कोण होते हे समजू शकले नाही. पाठीमागे कुणी बसले असण्याची, कारसीटमध्ये मूल असण्याची शक्यता होती; पण त्या गाड्या इतक्या वेगाने गेल्या की नीट पाहता येत नव्हतं. गाड्यांचा तो अस्पष्ट फोटो तसाच टीव्हीवर प्रसारित करण्यात आला होता. इतरही सर्व माहिती दिलेली होती.

दुसऱ्या दिवशीच्या सकाळपर्यंत जिमी बॉन्ड संदर्भात त्यांना दोन नव्या गोष्टी समजल्या होत्या. तो मोबाईल नंबर काही महिन्यांपूर्वी त्याच्या नावावर नोंदवलेला होता. त्याचे दोन संगणक त्याच्या घराच्या कसून तपासासाठी पाठवले असता त्यात अर्बन वॉरियर नावाच्या कॉम्प्युटर गेममध्ये झिऑन नावाचे पात्र आढळले होते. त्याच्यासोबतच बऱ्याच गुप्तहेर कथांच्या डीव्हीडी सापडल्या होत्या, एकामध्ये खंडणीसाठी अपहरण केल्याची कथा होती. या सगळ्यामुळे प्रासंगिक पुरावे मिळाले होते. पण निर्णायक असे काहीच नव्हते. ही फक्त सुरुवात होती, जिमी बॉन्डसाठी मरिनरकडे आणखी एक युक्ती होती.

मुलाखतीच्या खोलीमध्ये टेपच्या मशीनमध्ये दोन टेप्स घालून मरिनरने सज्जता केली. 'कुठे आहे ती?' मरिनरने विचारले.

'तुम्ही काय बोलताय ते मला माहीत नाही.' आता इथे आल्यावर बॉन्ड अस्वस्थ वाटत होता, जास्त बचावात्मक बोलत होता.

'तुला नक्कीच माहीत आहे. सर्व पेपर्समध्ये आले आहे. फक्त त्यापेक्षा तुला काहीतरी जास्त ठाऊक आहे असे आम्हाला वाटते. तुझ्या रिसेप्शनिस्टशी चाळे करण्याव्यतिरिक्त आणखी काय करतो आहेस तू गेले काही दिवस?'

'कितीतरी गोष्टी. मी तसा व्यस्त माणूस आहे.'

फोनच्या नोंदी केलेले रजिस्टर मरिनरच्या समोर होते. 'तुझ्या आठवणी जरा ताज्या करतो. काल सकाळी ११:१५ वाजता तू इथे फोन केला होतास. जेसिका सुखरूप परत यावी यासाठी पैसे सांगितले होतेस.'

'शुद्ध खुळेपणा आहे हा.'

'नेमके सांगायचे तर दोन लाख पन्नास हजार युरो.'

'तुम्ही काय बोलताय दोन लाख पन्नास हजार युरो? मला तर घाम फुटायची वेळ आली.

'मुळीच नाही.' मरिनर समाधानाने स्मित करत म्हणाला. 'हा फोन कॉल तुझ्या मोबाईल फोनवरून आल्याचा शोध लागला आहे.' मरिनरने नंबर वाचून सांगितला. 'ओळखलास का हा नंबर?'

'माझा हा फोन कधीच हरवला आहे.' बॉन्ड म्हणाला.

'नक्की कधी?'

'आठवत नाही मला. काही महिन्यांपूर्वी असेल.'

वाईट हे होते की मरिनरला तो फोन काही अजून सापडला नव्हता. शक्यता अशी होती की बॉन्डने त्याचा नायनाट केला असावा. मरिनरला या गोष्टीची फारशी फिकीर नव्हती. शेवटच्या मिनिटाला बॉन्डने जणू स्वत:लाच अडकवले होते. टेप मशीनमधून एक किरकिर करणारा आवाज आणि काहीतरी ठोकल्याचा आवाज ऐकू आला. मरिनर भुवया उंचावून म्हणाला, 'टेप बिघडलेली आहे वाटतं.' मशीनमधली एक टेप तपासण्यासाठी बाहेर काढत तो म्हणाला. 'मी दुसरी आणतो, तोपर्यंत आपण एक अल्प विश्रांती घेऊ.'

'पण तुम्ही फक्त...' बॉन्डचा वकील निषेध करू लागला.

'मी व्यस्त माणूस आहे.' मरिनर म्हणाला. मुलाखत अर्ध्यावर थांबवून तो ती मोडकी टेप बाहेर घेऊन गेला. त्याने एका ऑफिसरकडून दुसरी टेप बदलून घेतली. ती देऊन म्हणाला, 'याची तपासणी करण्यासाठी पाठवा.' मरिनर, नॉक्सला म्हणाला. 'आणि त्याचे निष्कर्ष आल्याबरोबर मला कळवा.'

सकाळी नंतर मरिनर दोन कागद घेऊन मुलाखतीच्या खोलीत गेला. टेप मशीन चालू करून त्याने ते दोन कॉम्प्युटर प्रिंटआऊटचे कागद जिमीसमोर आपटले. दोन्ही कागदावरील रंगीत रेषेचे जाळे एकसारखे होते. 'हे काय आहे माहीत आहे का जिमी?' त्याने निवांतपणे विचारले. उत्तराची अपेक्षा नव्हतीच, 'हे आवाजाच्या विश्लेषणाचे रिपोर्ट आहेत. आमच्या प्रयोगशाळेत एक माणूस आहे जो यामध्ये हुशार आहे. उजव्या हाताच्या कागदावर बोट ठेवून तो म्हणाला, 'तुझा आवाज असा आहे. सकाळी इथे टेप केलेल्या आवाजाच्या नमुन्याचा हा अहवाल आहे. छान आहे. ना?' मरिनर म्हणाला. इथे अशी एका जागी खूण करत तो म्हणाला, 'तुझा आवाज असा आहे, 'दोन लाख पन्नास हजार युरो' म्हणताना. इतर कुणी हे शब्द उच्चारतील त्यापेक्षा हा तुझा उच्चार वेगळा आहे इथे. तू म्हणशील वेगळाच आहे हा.' डाव्या हाताच्या कागदावर बोट ठेवून मरिनर म्हणाला, 'इथे ज्या माणसाने, झिऑनने खंडणी मागण्यासाठी फोन केला होता, त्याच्या आवाजातील दोन लाख पन्नास हजार युरो, या आवाजाशी हे मिळतेजुळते आहे. तुला काही फरक दिसतोय का? नाही! तुला नाही दिसणार, कारण ते तंतोतंत सारखे आवाज आहेत

आणि हे सिद्ध करतात की ते फोन तूच केले आहेस म्हणून. सगळ्यात उत्तम गोष्ट अशी आहे की हे रिपोर्ट कोर्टात ग्राह्य आहेत. जिमी बॉन्ड, मी तुला जेसिका क्लिनमानचे अपहरण केल्याप्रकरणी अटक करत आहे. हे जर सोपे करायचे असेल तर ती कुठे आहे. सांगायला सुरुवात कर.'

'नाही, नाही' बॉन्ड मध्येच म्हणाला. आता त्याचा चेहरा पुरता भांबावला होता.' 'मी कबूल करतो की ते फोन मी केले. पण माझ्याकडे ते बाळ नाही. शप्पथ घेतो, त्याच्याशी माझे काही घेणे-देणे नाही. मी फक्त यामध्ये संधी शोधली.'

'संधी?' मरिनर रागाने ओरडला.

खांदे उडवत बॉन्ड म्हणाला, 'मला पैशांची गरज होती आणि दुसरे कुणी अशी खंडणी मागत नव्हते, म्हणून मी मागितली.'

'मूर्ख, हलकट,' बॉन्डला मारून त्याचा जीव घेण्याचे मरिनरने महत्प्रयासाने टाळले. 'तुला समजतंय तू काय केले आहेस ते? त्या बाळाला शोधण्याचा आमचा मौल्यवान वेळ वाया घालवला आहेस. तिला काही झाले तर जन्मभर हा दोष स्वत:चा आहे, हे स्वीकारावे लागेल तुला.' मरिनरला त्याचे तोंड फोडायचे होते खरं तर, त्याने नुसतीच त्याची खुर्ची जोराने लाथाडली आणि तो बाहेर गेला.

'त्याचे काय करायचे आता?' ड्युटीवरील ऑफिसरने विचारले.

'त्याच्यावर पोलिसांचा वेळ वाया घालवण्याचा आरोप ठेवा. त्याच्याकडे जेसिका नाही, त्याच्या अंगी तेवढे धाडस नाही आणि बुद्धी पण नाही.' मरिनर जरा अडखळला. 'हा निर्णय जरा क्रूर ठरेल पण आपण त्याला या मुद्यावर शिक्षा मिळवून देऊ शकतो.'

मरिनरने, नॉक्सला काय घडले ते सांगितले.

'तुला क्रिस्टीचे नाव या सगळ्यांत घ्यावे लागले?'

मरिनरने नकारार्थी मान हलवली. 'गरज वाटत नाही.' आवाजाच्या तपासाचा रिपोर्ट उपयोगी पडला आणि फोन केल्याचे त्याने मान्य केले. आपण त्याच्यावर आरोप ठेवणार आहोत. पण आता त्याला जाऊ दिले पाहिजे. क्रिस्टीला हे सांगायचे असावे तुला.'

'मी तिला बोललो आहे, आधीच. पण जाण्यापूर्वी बॉन्डशी मला बोलायचे आहे.' नॉक्स बॉन्डपाशी गेला.

'मी याला बाहेर भेटेन.' त्याने ऑफिसरला सांगितले.

थोडे अंतर ठेवून बॉन्डच्या पाठोपाठ नॉक्स चालत होता. बॉन्ड मुख्य दरवाजापाशी पोहोचताच नॉक्सने त्याची वाट अडवली. त्याच्या चेहऱ्याच्या अगदी जवळ आपला चेहरा नेत तो म्हणाला, 'मला तुझ्याबद्दल माहीत आहे आणि तुझ्या मैत्रिणीला तू काय करतोस हे पण मला माहीत आहे. तिला जरा जरी समज असेल

तर तू परत जाईपर्यंत ती निघून गेलेली असेल. पण मला जर पुन्हा समजले की तू तिला मारहाण करतोस तर तुझे आयुष्य जगण्यासारखे उरणार नाही. तुझ्यावर माझी नजर आहे असे समज.'

बॉन्डच्या तपासात काहीच न मिळण्यामुळे विचारपूस, शोध सगळे ठप्प झाले होते. आता तीन दिवस होऊन गेले होते. जेसिकाला दूर घेऊन जाण्यासाठी तीन दिवस खूप होते. तीन दिवस एका लहान मुलाशी संधान जोडण्यासाठी पुरेसे होते. दिवसागणिक ती सुखरुपपणे हाती लागण्याची शक्यता मावळत चालली होती.

चालू घडामोडींविषयी क्लिनमान जोडीला माहिती देत राहणे जरूरीचे होते. मरिनर त्या हॉटेलवर पोहोचला तेव्हा त्यांच्याबरोबर एक तरुणी होती.

'ही माझी मुलगी लिस्बेट,' पीटर क्लिनमान म्हणाला.

दिसायला एका मॉडेल इतपत चांगली होती. तिचे उच्चार हे खासगी महागडी शिक्षण घेऊन विशेष कष्ट घेऊन कमावलेले होते 'काही बातमी?'

'काही खास नाही. पोलिसांचा वेळ वाया घालवल्याबद्दल एका माणसावर आरोपपत्र दाखल करणार आहोत. त्याने खंडणीची मागणी केली, पण या अपहरणाशी त्याचा संबंध आहे असे नाही. त्याने फक्त पैसे कमावण्याची संधी म्हणून असे केले.'

एमा ओ'ब्रायन वैतागलीच. 'किती क्रूर आहे हे,' ती म्हणाली. ती आता फिकुटली होती अन् थरथरत होती.

'हो ना! स्वाभाविकपणे आम्ही इतर दुव्यांवरून त्याचा तपास करत आहोत, हे सांगायला नकोच आणि काही समजले तर...' त्याने हे वाक्य अर्ध्यावरच सोडले.

लिस्बेट क्लिनमान मरिनरला बाहेरपर्यंत सोडायला आली. वडिलांनी मला हे आणायला सांगितले. 'तिने त्याला एक पाकीट दिले. मरिनरने त्यात पाहिले. भुऱ्या केसांची एक बट त्यात होती. 'याची तुम्हाला गरज भासू नये असे वाटते.'

'मला पण असेच वाटते.' जसा वेळ जात होता तशा दुर्घटनेच्या शक्यता वाढत होत्या हे म्हणणे त्याला जड गेले. 'तुझ्या आईला माहीत आहे का, तू इथे आहेस म्हणून?' त्याने तिला विचारले.

ती हसली. 'नाही, ती वैतागेल, मी काय करू? गैरसमज करून घेऊ नका. मी वडिलांवर खूपच रागावलेली आहे, त्यांनी आमच्याबाबतीत जे केले त्याबद्दल, पण शेवटी ते माझे वडीलच आहेत ना आणि आता त्यांना आधाराची गरज आहे. आम्हाला अशी काही अडचण आली तर ते सुद्धा असेच धावून येतील हे मला ठाऊक आहे. त्यांनी काहीतरी मूर्खासारखं केलं आहे. पण म्हणून ते एक वाईट माणूस ठरत नाहीत आणि ही त्यांची चूक नाहीये.'

'हो ना?'

'गेली काही वर्षे आईने त्यांच्यावर या नोकरीविषयी खूप दबाव आणला होता.'

'तुमच्या आणि त्यांच्या सुरक्षिततेची त्यांना काळजी वाटत असावी.'

'जसे काही वडिलांना त्याची काळजीच नाही? त्यांना कित्येक वर्षांपासून माहिती होते की प्राणी हक्कांसाठी लढणाऱ्यांपासून कायम धोका असेल, पण त्यांचे काम महत्त्वाचे आहे, या लोकांना भिऊन चालणार नाही. तत्त्वत: आईला हे समजत नाही.'

'तुम्हाला खूप त्रास झाला असेल ना?'

'घरातले वातावरण कायम वाईट असायचे आणि एमा त्यांच्या आयुष्यात येण्याच्या सुमारास आई आणि ते जवळजवळ वेगवेगळे आयुष्य जगत होते. तरी सगळं घडलं तेव्हा तो एक धक्का होता. ते बाळ, म्हणजे वडील इतर कुणाच्यात गुंतले आहेत हे समजणे वाईटच होते. पण बाळ होऊ देणे म्हणजे या सर्वांची पराकोटी होती असे तुम्हाला नाही वाटत?'

'फार कठीण गेला असेल तो काळ. मला समजलंय की तुमच्या आईने हे विभक्त होणे फार मनाला लावून घेतले आहे.'

'म्हणजे तुम्ही तिची पण माहिती काढली आहे तर.'

'आम्ही घराजवळच्या परिसरातल्या लोकांशी बोललो.'

'ती उद्ध्वस्त झाली होता आणि कोण नाही होणार? काय चाललंय याचा नीटसा पत्ता लागेपर्यंतच वडिलांनी एमा गरोदर आहे आणि ते त्या जीवाचे वडील आहेत, असेही सांगितले.'

'तू एमाला ओळखत होतीस?'

'ती त्यांना संशोधनासंदर्भात भेटली होते. आम्ही तिला एक-दोन वेळा भेटलो होतो. पण आम्हाला काहीच अंदाज नव्हता. आईने फार वाईट प्रतिक्रिया दिली एवढेच; ती खूप चिडलेली होती.'

'आता त्यांना कसं वाटतंय?'

'तुम्हाला असं सुचवायचं आहे का की, ती असं काही कृत्य करेल म्हणून? अजिबात नाही. ती पण एक आई आहे. असं केल्यामुळे किती त्रास होईल, हे ती जाणते.'

'एमाबद्दल पण असाच विचार करेल तुझी आई?'

'हो.'

'आणि तुझे संबंध कसे आहेत तिच्याशी?'

'स्पष्टच सांगायचे झाले तर, तिच्याशी नीट सभ्यपणे वागायला, मला खूप

कष्ट घ्यावे लागतात. पण ही पूर्णत: तिची चूक नाही ना? टाळी एका हाताने वाजत नाही.'

'आणि तुझ्या भावाचे काय?'

'पॉलने हे प्रकरण माझ्यापेक्षा जरा अधिक मनाला लावून घेतले आहे. त्याला तर वडिलांना जीवे मारायचे होते. त्यामुळे त्याचेच प्रश्न वाढलेत!'

'त्याचे ड्रग्जचे प्रश्न?'

'ओ! तुम्हाला याबद्दल माहीत आहे. तो यातून बाहेर पडत होता तेवढ्यात हे सगळ घडलं आणि तो पुन्हा हेरॉईन घेऊ लागला.'

'आणि आता?'

'आता नियंत्रणात आहे तो,' ती विश्वासाने म्हणाली.

'तू त्याला शेवटी कधी भेटलीस?'

'काही आठवड्यांपूर्वी तो सुट्टीसाठी घरी आला होता. आता त्याचे छान चालले आहे.'

'त्याला अजूनही वडिलांना जीवे मारायचे आहे?'

'कल्पना तरी तशीच आहे. आईवर झालेला परिणाम तो रोज बघतो. त्याला तिच्याबरोबर जगावं लागतं ना.'

'आणि आता पॉल कुठे आहे माहीत आहे का तुला?'

'नाही, तो फोन पण घेत नाहीये. पण हे काही नवीन नाही,' ती पटकन म्हणाली. 'तो एक मुक्त आत्मा आहे. माझा अंदाज आहे की त्याला या घटनेबद्दल काहीच ठाऊक नसावं.'

मरिनरला याची खात्री नव्हती. या संभाषणामुळे त्याला एकदम रुथ टन्सटलला फोन करण्याचे सुचले. स्टेशनला परत गेल्यावर लगेच त्याने फोन केला. 'पॉल क्लिनमान भेटला का नाही अजून?'

'नाही.'

'त्याची बहीण त्याचे वर्णन 'मुक्त आत्मा' असे करते.'

'हे सांगण्याची एक पद्धत आहे. काही ऑफिसर्स त्याच्या जवळच्या अशा मित्रांशी बोलले. पण कुणीही त्याला गेल्या गुरुवारच्या संध्याकाळनंतर पाहिलेले नाही. म्हणजे जेसिका हरवली त्याच्या आदल्या दिवशी.'

'आणि प्राण्यांच्या हक्कांसाठी लढणाऱ्यांविषयी काही?'

'आम्ही बऱ्याच ठिकाणी छापे घातले. ज्या संशयितांना आम्ही पकडून आणले ते सगळेच जेसिकाचे अपहरण झाले त्यावेळीच आणि त्या ठिकाणापासून दूर असल्याचे सिद्ध झाले आहे.' तिने मरिनरला सांगितले. 'आमच्याकडील तीन नोंदीनुसार परत परत गुन्हे करणाऱ्या पुरुष आणि महिला गेल्या वीकएन्डपासून

नाहीसे आहेत. आम्ही त्यांना शोधायचा प्रयत्न करत आहोत. काही समजल्यास लगेच तुम्हाला कळवते.'

'त्यांचे फोटो पाठवू शकाल का? आमच्याकडच्या साक्षीदारांना ते दाखवता येतील?'

'मी ते फॅक्स करते.' कुठेतरी योग्य दिशेची तिरीप आता मिळाली होती असे वाटले.

ही बातमी घेऊन मरिनर आपत्कालीन कक्षात गेला, तिथे त्याच्यासाठी स्टुआर्ट क्रोघानकडून एक निरोप होता. बातमी अर्भकासंदर्भात आहे.' क्रोघान म्हणाला, तो मृतदेह मुलाचा आहे, २ ते ४ आठवडे वयाचा. मी म्हणेन तो विना अपघाताच्या जखमेने मेला असावा. उंचावरून पडल्यामुळे किंवा आपटल्याने, कवटी चेचली गेल्यासारखे दिसते आहे. या कल्पनेनेच मरिनर अस्वस्थ झाला. म्हणजे आता ही एक नवीन केस पण त्यांच्याकडे आलेली होती, 'अरे हो, ओळख पटण्यासाठी ठळक खूण म्हणजे बाळाचा ओठ फाटलेला आहे.'

'तो मृतदेह तिथे किती काळ असावा?'

'तसं सांगणं अवघड आहे, पण प्रथमदर्शनी मी जे सांगितले तेच बहुधा खरे असावे, ज्या प्रकारे तो कुजला आहे त्याप्रमाणे तो मृतदेह तिथे ९ ते १४ महिन्यांपासून असावा असे म्हणता येईल.'

म्हणजे ही जुनी बातमी होती, तरी मरिनरने प्रेसकडे ती कळवली. अपहरणाच्या बातमीबरोबर हे सुद्धा प्रसारित होईल आणि त्यांना असे कुणीतरी सापडणे गरजेचे होते, जे त्यावेळी त्या जागेच्या आसपास होते किंवा काही संशयास्पद हालचाल तिथे दिसली होती, किंवा गेल्या सप्टेंबर ते डिसेंबर दरम्यान एक ४ आठवड्यांचे मूल नाहीसे झाल्याचे त्याला माहीत आहे. शक्यता अशी होती की एखाद्या अल्पवयीन मुलीनेच हे कृत्य आपल्या हाताने केले असावे.

सकाळी जरा लवकरच मरिनरने सर्व ऑफिसर्सना पुढील धोरण ठरवण्यासाठी एकत्र बोलावले. तपासाचा वेग मंदावत होता आणि हे घडू नये असे त्याला वाटत होते. सर्वांचे चेहरे पाहिल्यावर समजत होते, की ते सगळेच खूप शिणलेत पण मरिनरला त्यांच्यातला उत्साह आणि आत्मविश्वास जागा करण्यासाठी काहीतरी करणे भाग होते. 'आपल्याला आणखी एक आवाहन करावे लागणार आहे. यावेळी ते एमा ओ'ब्रायनने करावे असे मला वाटते. ती हे करण्याइतपत सावरली आहे, असे वाटते का तुम्हाला?'

त्याच्या प्रश्नाचा रोख मिलीकडे होता. तिने विचारपूर्वक मान डोलावली. 'ती खूप दुबळी झाली आहे पण जर यामुळे जेसिका परत येणार असेल तर ती सावरेल स्वत:ला.'

‘तिचे अपहरण का केले आहे, हे आपल्याला अजूनही माहिती नाही. प्राणी हक्क समितीचा मुद्दा जरा जास्त शक्यतेचा वाटतोय. पॉल क्लिनमानसह जे गायब आहेत, अशा तीन संशयितांची नावे केंब्रिज पोलिसांकडे आहेत. ते त्यांचे फोटो फॅक्स करत आहेत. टोनी आपल्याला क्रिस्टीला आणावे लागेल ते फोटो पाहायला.’

दारावर टकटक झाली. पीसी मान आला होता. तो मूर्खासारखा हसत होता.

‘मी अजिबात विनोद करण्याच्या स्थितीत नाहीये, बरं का!’ मरिनर म्हणाला.

‘तुम्हाला हे खरंच आवडेल सर.’ मान खूप आत्मविश्वासाने म्हणाला. ‘लिंकनशायर पोलिसांकडून एक माणूस फोनवर बोलतोय. एका स्थानिक धर्मगुरुने त्याला २० मिनिटांपूर्वी फोन केला होता. जेसिका त्याच्याकडे आहे, नीट आणि सुरक्षित.’

८

‘काय?’ सगळ्या खोलीभर एक सुरात आवाज घुमला.

‘असं दिसतंय की त्या धर्मगुरुंना काही तासांपूर्वी एक फोन येऊन त्यांना चर्चच्या दरवाजात जाऊन पाहण्यास सांगितले गेले. ते खाली पाहायला गेले तर तिथे जेसिका होती. तिच्या कपड्यांचे वर्णन, कारसीट सगळं जुळलंय. त्यांनी जन्मखुणेची पण पडताळणी केली. स्वच्छ करून तिला खाऊपिऊ घालून तिची काळजी घेतली असावी. ते एक फोटो फॅक्स करत आहेत.’

फॅक्स मशीनमधून हळूहळू बाहेर पडणाऱ्या कागदावर एक फोटो साकारत होता, कुठल्याशा इलेक्ट्रॉनिक देवाला पुजल्यासारखे खोलीतले सगळे त्या फॅक्स मशीनभोवती गोळा झाले. प्रिंट पूर्ण होताच मरिनरने तो कागद झटकन घेतला, जेसिकाचा जो फोटो त्यांनी प्रसारित केला होता त्याच्यासारखाच हा फोटो दिसत होता. खोलीभर आनंदाने आरडाओरडा सुरू झाला. मरिनरने लगेच आवाज बंद करण्यास सांगितले. ‘हे सगळं खरं आहे. पण याची खात्री होईपर्यंत आपण जरा शांत राहू. तुम्ही असे वाहवत जाऊ नका. मिली, एमा ओ’ब्रायन आणि मि. क्लिनमानला फोन करून सांग की, आम्ही त्यांना १५ मिनिटांत न्यायला येतो आहोत, त्या ठिकाणी घेऊन जाण्यासाठी लिंकनशायरच्या पोलिसांना स्पष्ट करा की, बाळ सापडलं त्या जागी सुरक्षा तैनात करा, आपल्याला त्याची कसून पाहणी करायची आहे.’

मरिनरला यापूर्वी अनेकदा तणावपूर्ण वातावरण जाणवले होते, पण आता

गाडीमध्ये आलेला तणाव फारच होता. ते सगळे स्टॅमफोर्डला निघाले होते. एमा आणि पीटर क्लिनमान मागच्या सीटवर एकमेकांना बिलगून बसले होते, एमा अधूनमधून रडत होती.

'तुमचा स्टॅमफोर्डशी काही संबंध आहे का?' मरिनरने विचारले.

'काहीच नाही,' पीटर क्लिनमान म्हणाला.

'तुमचा मुलगा गाडी चालवतो का?'

'हो.'

'आणि त्याच्याकडे त्याची स्वत:ची गाडी आहे?'

'हो, पण मला कळत नाहीये, तुम्हाला काय सुचवायचंय?'

आता सविस्तर सांगण्याची वेळ नव्हती, त्यामुळे मरिनर शांत बसला. स्टॅमफोर्ड ते केंब्रिजचा संबंध जुळवणे हे त्याला स्वाभाविक वाटले पण. क्लिनमानला असे करणे आवडले नाही. त्या भागात संबंध असलेल्या कुणी जर जेसिकाला नेले असेल तर अे १ आणि अे १४ केंब्रिज, बर्मिंगहॅम आणि स्टॅमफोर्डच्या त्रिकोणातून हा मार्ग जातो. तिथूनच जेसिका हरवली होती.

स्थानिक पोलीस चौकीवर एक भावपूर्ण पुनर्मिलन झाले. स्थानिक, राष्ट्रीय पत्रकार आणि टीव्ही पत्रकारांसमोर. बेबी जेसिका सर्व काळ झोपलेली होती. तिला पाहिल्यावर तिच्या पालकांची अगदी स्वाभाविक प्रतिक्रिया झाली, त्यामुळे तेच तिचे आई-वडील हे सहज समजले. तिला कारसीटमधून उचलून एमा ओ'ब्रायनने इतके जोरात कवटाळले की ते बाळ चेंगरून गेले असते. सुटकेचा नि:श्वास आणि निव्वळ दमणुकीने मरिनरच्याही डोळ्यांत पाणी आले. ते अश्रू इतरांना दिसू नयेत, एक पुरुष म्हणून तो फिरत होता. एका आनंदी शेवटामुळे वातावरण केवढे बदलून गेले. पीटर क्लिनमान आणि एमा मरिनरजवळ कृतज्ञता व्यक्त करत होते. त्याचा तसा शोधण्यात काहीच हात नव्हता, तरी ते फारच नशीबवान ठरले होते. अपहरणकर्त्यांने योजल्याप्रमाणे पीटर क्लिनमानला जाम घाबरवून सोडले होते हे मात्र खरे.

'इथे एक चिठ्ठी होती सर.' एका ऑफिसरने मरिनरला एक चुरगाळलेला कागद दिला. तो कागद पुरावे गोळा करतात त्यासारख्या प्लॅस्टिकच्या पिशवीचा होता. ही एक तंबी आहे असे समजा, पण तंबी कुणासाठी?

जोनाथन सॅन्डस हे एक आधुनिक धर्मगुरू होते. उंच, सडपातळ, तिशीतले. डोक्यावर विस्कटलेले, रंगवलेले केस होते. त्यांची मुलाखत घेतली तेव्हा त्यांनी फाटकी जीन्स आणि गडद रंगाचा शर्ट घातलेला होता.

'हे नेहमीचे कपडे नाहीत,' ते ओशाळून म्हणाले. 'मला फोन आल्यावर

हाताशी जे होते ते कपडे मी घातले म्हणून त्याने विस्कटलेल्या केसांतून बोटं फिरवली.

'मला माहीत आहे, सगळं सांगून झालंय पण हरकत नसेल तर आम्हाला पुन्हा एकदा सांगणार काय घडले ते?' मरिनर म्हणाला.

'हो, हो, जरूर. पहिली गोष्ट म्हणजे फोन वाजला तेव्हा मी सवयीनुसार पहिल्यांदा घड्याळाकडे पाहिले. सकाळचे ५:३० वाजले होते. फोन करणारा म्हणाला, 'खाली चर्चमध्ये जा आणि पोर्चमध्ये पाहा, बेबी जेसिका आहे तिथे.'

'तुम्हाला शब्द अन् शब्द आठवतोय?'

'मी असा प्रयत्न करतो नेहमी. बरेचदा मला त्रासलेल्या लोकांचे फोन येतात आणि मला पुढे पोलिसांना कळवायचे असते. त्यामुळे बारकावे महत्त्वाचे असतात.'

'तुम्हाला त्या आवाजात काही वेगळेपणा जाणवला?'

'तो हळू बोलत होता आणि आवर्जून बोलत होता. पण मी सर्व नीट ऐकावे म्हणून कदाचित ती व्यक्ती असं बोलत असेल असं मी समजलो. आवाज थोडा गुदमरल्यासारखा पण येत होता, मूळ आवाज लपवण्याचा प्रयत्न असावा तो. बोलण्याची धाटणी पण जरा वेगळी होती जसे....'

'काय?'

'हे पाहा तुम्हाला चुकीचं काही सांगणं मला आवडणार नाही. हे आपलं मला वाटलं की फोन करणारा हा नैसर्गिकपणे, सहजपणे इंग्रजी बोलणारा नव्हता,' किंवा ज्याला इंग्रजी येत नाही अशा व्यक्तीकडून शिकला असावा. 'पण हे मला वाटलेले असे आहे. याचा कृपया फार अर्थ लावू नका.'

'काही विशिष्ट हेल होता का बोलण्यात?' क्रिस्टीने सांगितले होते.

'मला असं जाणवलं नाही.'

'आणि मग तुम्ही काय केले?'

'मी माझ्या बायकोला सांगितले. ती एव्हाना जागी झालेली होती. मग मी कपडे घातले, एक टॉर्च घेतला आणि खाली चर्चमध्ये गेलो. तिथे जेसिका होती, निवांत झोपलेली,' ते हसून म्हणाले. एका चांगल्या घटनेचा त्याच्यावरही परिणाम झाला होता.

'तुम्ही आणखी काही वेगळे पाहिले?' मरिनरने विचारले.

'नाही मी तसा सावध होतो. डोळे-कान उघडे होते. कदाचित तिला ठेवून जाणारी व्यक्ती आजूबाजूला थांबली असावी, ती नक्की माझ्या हाती लागते ना याची खात्री करण्यासाठी. मी ओरडून विचारले देखील, 'कुणी इथे आहे का? काही बोलायचे असेल तर बिनधास्तपणे बोलू शकता.' मी काही मिनिटे थांबलो. पण काहीच घडले नाही. दूरवरून मला एक गाडी सुरू झाल्याचा आवाज आला. पण

हा निवासी भाग आहे. त्यामुळे कुणीतरी सकाळी कामावर लवकर जाण्यासाठी निघाले असण्याची शक्यता होती.'

स्थानिक स्टेशनचे ऑफिसर्स, मरिनर आणि नॉक्सला, जेसिका मिळाली त्या चर्चमध्ये घेऊन गेले. लिंकनशायरचे लहान मोठे अधिकारी त्या परिसरात गेले काही तास फिरत होते. बघ्यांची गर्दी झाली होती. मरिनरने त्या सुस्त जमावावर एक नजर फिरवली. अपहरणकर्ता यापैकी एक असावा काय याचा विचार त्याच्या मनात येऊन गेला. स्वत:चा थांग न लागू देता नजरेसमोर असण्याचा आनंद एखाद्या गुन्हेगाराला असा मिळवता येतो.

कसून तपासणी करण्यासाठी केस, ठसे असे काही मिळवण्यासाठी जेसिकाचे कपडे आणि कारसीट फोरेन्सि टेस्टसाठी पाठवायची होती. तिचे कपडे बदलण्यासाठी दुसरे कपडे मागवले गेले.

त्या चिठोऱ्यावरून प्राणी हक्कांसाठी लढणाऱ्या विषयींची शंका योग्य होती. असे वाटले पण मरिनरला हे पुरते पटलेले नव्हते. 'त्यात हे लोक सामान्यत: वापरतात ते सांकेतिक चिन्ह नाहीये.' तो म्हणाला.

'मग हे सगळं कशासाठी आणि काय होतं?' नॉक्सने विचारले. 'तिला नेऊन सुरक्षितपणे परत आणून द्यायचे कशासाठी?'

'कदाचित त्यांचा संयम संपला असेल किंवा त्यांना पीटर क्लिनमानला फक्त भयभीत करायचे असेल. आपल्याला इथे काहीही मिळाले तरी मला त्याच्या मुलाला भेटायचे आहे.'

त्याची ही इच्छा अपेक्षेपेक्षा लवकर पूर्ण होणार असे दिसले. मरिनरने आपला मोबाईल फोन पाहिला तर त्यावर रूथ टनस्टलचा निरोप होता. त्याने तिला फोन केला.

'पॉल क्लिनमान आता दिसला आहे.' टनस्टल म्हणाली, 'प्राणी हक्कांसाठी लढणाऱ्यांपैकी इतर गायब असलेली मंडळी पण दिसत आहेत.'

'अच्छा, अच्छा! योगायोग की काय? आहेत कुठे हे सगळे?'

'इथे आमच्याकडे आहेत सगळे. तुम्हाला त्यांना भेटायचे, बोलायचे असेल म्हणून आणले आहे. अजून तरी कुणी काही कबूल करत नाहीये. यात एक महिला आहे. ३३ वर्षीय टेस्सा कॅल्डवेल नावाची.'

'अपहरणकर्तीच्या वर्णनाशी हिचे दिसणे मिळतेजुळते का?'

टनस्टल सावधपणे म्हणाली, 'थोड्या फार फरकानं.'

मरिनर ही बातमी द्यायला क्लिनमान जोडीकडे गेला. 'नॉक्स आणि मी केंब्रिजला जाणार आहोत. प्राणी हक्कांसाठी लढणाऱ्या गटातील काही लोकांना

तिथे आणले गेले आहे, त्यांची विचारपूस करायला. आमच्या तपासाचा एक भाग म्हणून आम्ही त्यांच्याशी बोलणार आहोत. तुम्हाला चालणार असल्यास आम्ही तुम्हाला आमच्यासोबत परत नेऊ शकतो.' पीटर क्लिनमानने होकार दिला. 'आणल्या गेलेल्या लोकांमध्ये तुमचा मुलगा पॉल पण आहे.' मरिनरने पुस्ती जोडली.

'हे कशासाठी?' क्लिनमानने विचारले. 'मी तुम्हाला आधीच सांगितले होते, पॉल मला वा जेसिकाला इजा होण्यासारखे काहीही करणार नाही म्हणून.'

त्याने एमा ओ'ब्रायनचा उल्लेख केला नाही याची मरिनरने नोंद घेतली. 'मला माहिती आहे, तुमचे बरोबर आहे.' मरिनर म्हणाला. 'पण त्याला सोडून देण्यासाठी तरी त्याच्याशी एकदा बोलावे लागेलच.'

'मी समजू शकतो.' पीटर क्लिनमान म्हणाला. या उत्तरावर त्याचे समाधान झाले असावे. तो जेसिकाकडे एक टक पाहत होता. त्याक्षणी तो एक तृप्त माणूस होता खरा!

तिथून जाण्यापूर्वी पीटर क्लिनमानने प्रेससाठी एक जुजबी निवेदन तयार केले. मरिनर आणि त्याच्या टीमने जी काही मदत केली त्याबद्दल आभार मानलेले होते. 'आमच्या मुलीला कुणी नेले आम्हाला माहीत नाही पण कृपया कुणाला काही मदत पाहिजे असेल; म्हणून असे काही कृत्य केले असेल तर पुढे या. कुणाला मूल होत नाही किंवा नुकतेच मूल गेले आहे म्हणून असे केले असेल तर कृपया मदत मागा. तिची नीट देखभाल केल्याबद्दल आम्ही आभारी आहोत. प्रेस आणि जनतेचेही आम्ही आभार मानतोय. आता आम्हाला कृपया एकटे सोडावे.' मरिनरला उगाच आपण फसवले गेल्याची भावना आली.

ते तिथून सरळ केंब्रिज स्टेशनला गेले. तिकडून क्लिनमान जोडीला घरी नेण्यासाठी एक वाहन तयार ठेवलेले होतेच. रूथ टन्सटलला समक्ष भेटण्याचा आनंद होता. ती एक चाळिशीतील हसतमुख महिला निघाली. ती मरिनर आणि नॉक्सला घेऊन आतल्या खोलीत गेली, तिथे विचारपूस करण्यासाठी पकडून ठेवलेली मंडळी होती. 'हे लोक सगळीकडेच असतात. हे काय करतात ते शोधायला फार वेळ लागणार नाही. पण मला त्रास याचा होतो, की हे जर अपहरणात सामील होते तर निदान आपले म्हणणे तरी त्यांनी नीट मांडायला हवे होते,' ती म्हणाली.

मरिनरला सुद्धा हा प्रश्न भेडसावत होताच. 'तुम्ही पॉल क्लिनमानला कसे शोधून काढले?'

'आम्ही त्याच्या एका मित्राला भेटायला गेलो होतो, त्याच्या आईने सांगितले की तो मित्राला भेटायला त्यांच्या घरी आला होता आणि विचित्र अवस्थेत होता.'

टेबलच्या दुसऱ्या बाजूला बसलेला पॉल क्लिनमान मरगळलेला दिसत होता. पण त्याने स्वच्छ, नुकतेच धुतलेले कपडे घातलेले होते. मरिनर आत गेल्यावर त्याने नजर करून पाहिले, त्याचे डोळे अगदी त्याच्या वडिलांच्या डोळ्यासारखे निळे होते, चेहरा लहान मुलासारखा होता. व्यावसायिक रिवाजानुसार मरिनरने रूथ टनस्टलला मुलाखत घेण्याचे काम सुरू करू दिले. तो फक्त पाहत होता. संभाषणाला सुरुवात करण्याकरता तिने एका राष्ट्रीय वृत्तपत्राचे पहिले पान त्याच्यासमोर ठेवले. शनिवारचा पेपर होता तो.

पॉलने त्यावर नजर फिरवली अनिच्छेने, पण मजकूर वाचताच तो एकदम सावध झाला. 'हे काय आहे?'

'तुला माहिती नव्हते?'

'नाही. देवा! बरी आहे ना ती?' तो काळजी दाखवण्याचा खूप प्रयत्न करत होता.

'ती आज सकाळी सापडली. नीट आणि सुरक्षित.'

'वा, देवाचे आभार मानले पाहिजेत.' तो कुत्सितपणे म्हणाला.

'तू तुझ्या मित्राला भेटायला पोहोचलास त्याच्या थोडे आधी हे घडले. कुठे होतास तू गुरूवार नंतर?'

'पार्टीला गेलो होतो.'

'सगळा वीकएन्ड?'

'ती एक चांगली पार्टी होती.' क्लिनमान आळसावल्यासारखा हसला, त्याच्या पापण्या जड होऊन खाली झुकल्या होत्या. 'नंतर एका मित्राकडे गेलो. मी वेगळ्या अवस्थेत होतो, खरे तर अजूनही आहे.'

पण मरिनरचा विश्वास नव्हता. क्लिनमानचे डोळे तर त्याला नीट दिसत होते. त्या मुखवट्याआडही तो खूपच सावध होता. त्याला थोडे आणखी डिवचायला हवे होते. त्याने टनस्टलकडे अर्थपूर्ण नजरेने पाहिले. तिने त्याला मानेनेच रुकार दिला.

'तुझी सावत्र आई बर्मिंगहॅमला एक भाषण द्यायला गेल्या शुक्रवारी जाणार होती, हे माहीत होते का तुला?' त्याने विचारलं.

क्लिनमानने डोळे किलकिले केले. 'ती माझी सावत्र आई नाहीये, ती माझ्या वडिलांची रखेल आहे. ती काय करते यात मला खरं तर अजिबात रस नाहीये.'

'ती कुठे असेल याची माहिती तू कुठल्या मित्राला दिली होतीस का?'

'नाही.'

'आम्हाला ही पार्टी कुठे होती तो पत्ता लागेल आणि तुला तिथे ज्यांनी पाहिले त्यांची नावे लागतील.'

'नावे? तुम्ही कोणत्या प्रकारच्या पार्ट्यांना जाता हो?'

दारावर टकटक वाजल्याने त्यांच्या बोलण्यात व्यत्यय आला, एका ऑफिसरने मरिनर आणि टनस्टलला बाहेर बोलावले. दुसऱ्या एका ऑफिसरने एका व्यक्तीची चौकशी करताना काही माहिती मिळवली होती. 'आपल्याला अपेक्षित असे काही नाही पण ते इतके दिवस फार चांगल्या गोष्टी करत नव्हते. टेस्सा कॅल्डवेलने कबूल केले आहे की, ती गेले ५ दिवस ग्रेट यारमाऊथला होती.

'हा काही गुन्हा नाही, नाही का?' मरिनर म्हणाला.

'ते जे करत होते तो गुन्हा आहे सर.' तो ऑफिसर पुढे म्हणाला. 'ग्रेहाऊंडचा रेसिंग ट्रॅक उद्ध्वस्त करण्याच्या उद्देशाने ते तिथे गेले होते. शुक्रवारी दुपारपासून, म्हणजे जेव्हा जेसिकाचे अपहरण झाले तेव्हापासून एका कॅरॅव्हॅन पार्कमध्ये ते राहिले. पार्कच्या मालकाने दुजोरा दिला आहे. रविवार सकाळी लवकर तो रेसिंग ट्रॅक उद्ध्वस्त करण्याची चर्चा आणि बेत त्यांनी शुक्रवारी रात्री आखला.'

'पॉल क्लिनमान त्यांच्याबरोबर होता, हे आपण सिद्ध करू शकतो का?'

पॉल क्लिनमान तिथे होता, त्याचे मित्र आणि तो यांच्यावर गुन्हा दाखल होऊ शकतो, असा पुरावा त्यांना कॅव्हॅन पार्कमधल्या सीसीटीव्हीवरच्या रेकॉर्डिंगवरून मिळाला. पण त्या शुक्रवारी दुपारी ते जॅक ॲन्ड बीनस्टॉक या पाळणाघराच्या आसपास पण नव्हते. यामुळे प्राणी हक्कांसाठी लढणाऱ्यांवरील संशय संपला नाही, पण आता पोलिसांकडे संशयित असे कुणी उरले नाही.

बर्मिंगहॅमला जाण्यापूर्वी मरिनर आणि नॉक्स क्लिनमानला भेटायला गेले. तसे हे आवश्यक नव्हते पण मरिनरला त्यांना त्यांच्या स्वाभाविक वातावरणामध्ये पाहायचे होते. ते शहराबाहेर एका गावात राहत होते. तो छोटेखानी तपकिरी दगडी बंगला होता. बरीच किंमत असावी याची. आतमध्ये जिव्हाळ्याचे घरगुती दृश्य होते. एमा ओ'ब्रायन खाली गालिच्यावर आपल्या लेकीशी खेळत होती आणि पीटर क्लिनमान एका दक्ष बापासारखा त्यांच्याभोवतीच रमला होता. नॉक्स पटकन जेसिकाच्या शेजारीच खाली बसला आणि तिच्याशी खेळू लागला. मरिनर जरा लांबच राहिला. 'कशी आहे ती?' त्याने विचारले.

'मस्त.' एमा आश्चर्य करीत म्हणाली. 'अजिबात कुठलेही दुष्परिणाम दिसले नाहीत आम्हाला. तुम्ही जे काही केलेत त्याबद्दल खूप धन्यवाद.'

'आम्ही सर्व प्रकारच्या शक्यतांचा शोध आणि मागोवा घेतच राहू.' मरिनरने आश्वासन दिले. 'हे कुणी केले हे शोधणे महत्त्वाचे आहे.'

'त्याची खरंच काही गरज नाही.' एमा आपल्या जोडीदाराकडे नजर टाकत म्हणाली.

'आम्हाला जेसिका परत मिळाली. तिला काहीही इजा झालेली नाही. तुमचा

अधिक वेळ घ्यायचा नाही आम्हाला, तुम्हाला इतर महत्त्वाची कामे असतीलच ना.'

'सत्य हे आहे की एक गुन्हा घडलेला आहे.' मरिनरने तिला आठवण करून दिली. तिच्या प्रतिक्रियेने तो थोडा चकित झाला होता. 'हे कुणी केले हे शोधून काढणे आमचे काम आहेच.'

'नको, खरं तर आमचा असा आग्रह आहे, नाही का पीटर?' तिने आधारासाठी पीटरकडे पाहिले. 'आम्हाला कोणतीही तक्रार वगैरे नोंदवायची नाही. हे कदाचित एका विमनस्क स्त्रीने मदत मागण्यासाठी केले असेल, तिचे आयुष्य आणखी संकटग्रस्त करायचे नाही आम्हाला.'

पुरावे उलट आहेत, हे सांगणे मरिनरला पटत नव्हते. तो खूप थकला पण होता, सगळ्या गोष्टी घडायच्या तशा घडून गेल्यावर आता वाद घालणे व्यर्थ होते. तो म्हणाला, 'तिथे एक चिठ्ठी होती, आठवतंय ना? आपण आता समाधान मानणं ही चूक ठरेल.'

'आम्ही त्याबद्दल निर्णय घेतलेला आहे.' एमा ओ'ब्रायन जिंकल्याच्या थाटात हसत म्हणाली. 'पीटर दुसरी नोकरी शोधणार आहे.' हे ऐकून पीटर क्लिनमान काही उत्साही वाटला नाही.

'बरं, आणखी काही उद्‌भवले तर आम्ही संपर्क साधू,' मरिनर म्हणाला. जाण्याची वेळ झाली होती.

'देवा! मेरी क्लिनमानला काय वाटेल हे ऐकल्यावर?' ते घरापासून बऱ्याच अंतरावर गेल्यावर मरिनर म्हणाला. 'ती तर त्याला ही नोकरी बदलण्यासाठी कितीतरी वर्षं पटवत होती.'

'त्या मुलाच्या मदतीने किंवा मदतीशिवाय या सगळ्याला कोण जबाबदार आहे याचा अंदाज त्याला नक्की आला आहे.'

मरिनर आणि नॉक्स आपत्कालीन कक्षामध्ये परतले. तिथे स्वागत आणि उत्सवाचे वातावरण त्यांची वाट पाहत होते. डीसीआय शार्पने भरपूर बीअर मागवली होती आणि अभिनंदनाचे एक भाषण ठोकले. सुटकेचे वातावरण सर्वत्र होते. ते सगळे फार नशीबवान ठरले होते. मरिनरने एक बीअर घेतली आणि त्या सगळ्यांत सामील व्हायचा प्रयत्न तो करू लागला, खरं तर त्याला जाण्याची खूप इच्छा होती. डीसीआय शार्प त्याच्यापाशी येऊन म्हणाल्या, 'हे सगळं सुरू होण्यापूर्वी तुमच्या वार्षिक सुट्टीचा बेत होता ना?'

'अजून कागदपत्रं पूर्ण व्हायची आहेत ना, मॅडम.'

'ओ! मी नक्कीच माझ्या अधिकारपदावरून थोडी खाली उतरून काही दिवस त्या कामात मदत करू शकते. जा तू, जा आवर.'

नेहमीप्रमाणे अशा आणि यासारख्या गंभीर केसनंतर जसे होते तसे थकव्याने मरिनरला ग्रासले होते. तो आता घराकडे निघाला होता. त्याचे एक मन म्हणत होते ॲना आता बाहेर गेलेली असावी. पण तो पोहोचला तेव्हा तिची गाडी तिथेच होती. दृष्टिक्षेपात येतील अशा काही सामान भरून ठेवलेल्या पिशव्या बाहेर हॉलमध्ये होत्या, मरिनरने त्याकडे दुर्लक्ष करणे पसंत केले. ॲना बाहेर बागेत होती. झाडा-झुडुपांची छाटणी, स्वच्छता चालू होती. नव्याने इथे राहायला येणाऱ्यांसाठी तयारी असावी. त्याला पाहाताच ती आत आली. बागकामाचे हातमोजे काढून तिने मरिनरला मिठी मारली.

'मी बातमी ऐकली.' ती हसत म्हणाली. 'छान काम केलंस.'

मरिनरने तिच्या केसांतून एक काटकी काढली. तिच्या अंगाला ओलसर मातीचा आणि बाहेरच्या बागेचा वास येत होता. 'जे झाले त्याचा माझ्याशी फार संबंध नाही. आम्हाला उत्तम आशीर्वाद आणि भाग्याने साथ दिली इतकेच.'

'त्याचे कुणालाही देणे-घेणे नाही, मग तू श्रेय घे ना! तू तिला सुखरूप परत आणलंस हे सर्वांत महत्त्वाचं आहे. तिचे आईवडील आनंदाने पागल झाले असतील.'

'ती एक भावपूर्ण पुनर्भेट होती.'

'नक्कीच! आणि आता तू सुट्टीवर आहेस?' ती कागदपत्रांचा विचार करत होती. मरिनरने तिला घट्ट आवळले. 'मी सुट्टीवर आहे. बॉसने मला अक्षरश: हाकलले आहे!'

'हे फार छान झाले. मी बेक्सला सांगितले आहे की सकाळी लवकर आम्ही तिथे येऊ म्हणून.'

'उद्या?' मरिनर जरा बाजूला होत तिला हाताच्या अंतरावर धरत म्हणाला.

'बरं हे बघ आपले अगोदरच तीन दिवस असेच गेलेत आणि मी आता इथे वेडी होतेय. जरा बघ ना – जे घर मी सोडणार आहे. त्या घराच्या बागेत मला काम करावे लागतेय.

'ॲना मी तीन रात्रं झोपलेलो नाही. मला ग्लानी आल्यासारखे होत आहे. मी नक्की गाडी चालवू शकणार नाही....'

'तू नको चालवू. तू झोप, मी गाडी चालवेन.'

मरिनरने हताशपणे मान हलवली. 'मला फक्त काही तास झोपायचे आहे. अशा घटनांनंतर कसे होते हे माहीत आहे तुला. मला थोडा वेळ लागेल पूर्ववत व्हायला. मी एकदम अनेकजणांना सामोरा नाही जाऊ शकणार आणि त्यांच्यावर मी छाप नाही पाडू शकणार चांगली. पण ऐक, तू जर त्यांना सांगितलं आहेस, 'आम्ही येतोय' असं तर तू पुढे का जात नाहीस? मी १-२ दिवसांत येतोच. जरा वेळ स्वत:पाशी असणे सगळ्यांनाच गरजेचे असते ना?'

'मला आपण एकत्र जाण्याची इच्छा आहे.' ती सौम्यपणे म्हणाली.

'मला माहीत आहे; पण नक्कीच ते समजून घेतील. माझा वीकएन्ड कशात गेला आहे ते त्यांना माहिती नाही असे तर नाही ना?'

'मला वाटतं मी उद्या जाते आणि जॅमीला वाटेवर भेटते.' ती समजूतदारपणे घेत होती. त्याला वाटलं त्यापेक्षा सहजपणे हे घडलं.

'छान कल्पना आहे! आता मला शॉवरची गरज आहे.'

'हो, मला पण.'

'वा, अगदी एकमताने सुरुवात झालेली दिसते सुट्टीला.'

ती वेळ येताच मात्र मरिनर काहीच करू शकला नाही. तो खूप दमलेला होता. गादीवर पडल्याक्षणी तो गाढ झोपला! दुसऱ्या दिवशी सकाळी तो खूप उशीरा उठला, ॲना गेलेली होती.

खूप मोठ्या विमान प्रवासातून आल्यासारखा थकवा त्याला आला होता. तो उठला, शांतपणा न्याहाळत राहिला. पण काही वेळाने कालचा कैफ हळूहळू उतरू लागला आणि बारीकसारीक शंका त्याच्या मनाला कुरतडू लागल्या. खूप अनुत्तरीत टोकं होती त्या विषयाला, त्या केसबद्दल असे काही होते ज्याचा सर्वांना विसर पडला होता याबद्दल त्याला खात्री होती. या गोष्टी पुन्हा एकदा त्यांना पछाडणार. कोण जबाबदार होतं त्या कृत्याला आणि ही जर फक्त धमकी होती तर ती मंडळी आणखी काय करत होती? या तपासकार्यात एक विषय सहजी बाजूला पडला होता. तो म्हणजे केनेथ मॅक्क्रीची कोर्टातील तारीख आता जवळ आली होती. हळूहळू मरिनरला जडत्व आल्यासारखे भासले. या अवस्थेशी लढण्याचा एक मार्ग त्याला माहीत होता. त्याने गॅरेजमधून फिरायला जाण्याचे बूट घातले. अंधुक, भुरभुरत्या पावसात, दुपारी तो वेळ घालवण्याकरता चालत बाहेर पडला.

टोनी नॉक्स घरी पोहोचला, नेल्सन पंजे पुढे करून स्वागत करील अशी अपेक्षा होती. या उलट निव्वळ शांततेने त्याचे स्वागत केले. त्याने फोनजवळ ठेवलेली एक चिठ्ठी पाहिली. 'मि. नॉक्स मी नेल्सनला माझ्या घरी नेत आहे, मायकेल.'

नॉक्स अर्धा रस्ताभर अंतर ओलांडून त्याच्या घरासारख्याच दिसणाऱ्या एका घराकडे गेला आणि त्याने दारावरची बेल वाजवली. मायकेलची आई दार उघडायला आली. जीन, त्यांची औपचारिक ओळख अजून कुणी करून दिलेली नव्हती. त्या बाईची अर्धवट ओळखीची प्रश्नांकित नजर पाहून नॉक्सला जरा बरे वाटले.

'टोनी नॉक्स,' त्याने तिला आठवण करून दिली. बोटाने आपल्या घराकडे निर्देश करत तो म्हणाला. 'तुमच्याकडे माझा कुत्रा आहे?'

'हो, हो खरंच, टोनी. सॉरी हं,' ती लांबून दिसायची त्यापेक्षा तरुण वाटत होती. चाळिशीची असावी. थोडे पांढरे झालेले छोटे केस होते तिचे.

'नाही काळजी करू नका त्याची. तुम्ही जीन ना?'

'हो, बरोबर. मायकेलने नेल्सनला इथे आणले याला बहुधा तुमची हरकत नसावी. तो बागेत मुक्तपणे फिरू शकत असताना त्याला घरात कोंडून ठेवायचे कसेतरीच वाटले. मायकेलला फार लळा लागला आहे आणि तो फार हट्ट करतो मग.'

'हे फार छान झाले. धन्यवाद.'

'ते बागेत आहेत. तुम्ही आत या ना.'

नॉक्स तिच्या पाठोपाठ हॉलमधून स्वयंपाकघरातून जात होता, त्याला सर्वत्र फरशीवर मातीच्या पंजाचे ठसे उमटलेले दिसले. 'हा तुमचा चांगुलपणा आहे हो!'

'छे, छे, तसं काही नाही. मायकेलला फार आवडतो तो. त्याला कित्येक वर्षं कुत्रा हवा होता. मी आपलं नेहमीचं नोकरी करणाऱ्या आईचं कारण पुढे करत राहिले. ही सोय उत्तम झाली आहे. मला पण थोडा दिलासा मिळतो.'

मायकेल, चेंडू इकडेतिकडे लाथेने घुमवताना आणि नेल्सन त्यामागे धावतोय, म्हणून आनंदाने भुकंताना खिडकीतून त्यांना दिसला. नॉक्सला त्यांना पाहून खूप बरे वाटले.

'तो एक मस्त प्राणी आहे.' जीन म्हणाली.

'राजेशाही पण आहे, तो सर अँथनी रायलॅन्डचा कुत्रा होता.'

'निवडून आलेले संसद सदस्य? तुम्ही त्यांना ओळखता?'

'मित्राचा मित्र आहे तो.' नॉक्स म्हणाला. आता ही खूप मोठी कहाणी झाली असती.

स्वयंपाकघराच्या मध्यावर एक सागवानी टेबल होते. त्यावर उंच रचून ठेवलेली पुस्तकं होती. त्या शेजारी एक बाटली आणि व्हाईट वाईनचा एक ग्लास होता. नॉक्सचे लक्ष वाईनकडे गेलेले बघून जीन म्हणाली, 'सगळ्या कामातून पार पडण्यासाठी याचा उपयोग होतो.' ती हसून म्हणाली. 'नऊ वर्षांच्या मुलांनी लिहिलेले निबंध तपासणे म्हणजे एखाद्याच्या सहनशक्तीची परीक्षाच असते. तुला आवडेल का एखादा ग्लास वाईन? का बीअर?' नॉक्स थोडा अडखळला. त्याचा चुकीचा अर्थ लावत ती म्हणाली, 'सॉरी तू नक्कीच खूप दमला आहेस. तुला लवकर परत जायचे असेल. शाऊन रात्रपाळी करायचा, मला माहीत आहे ते कसं असतं ते.'

'नाही, माझ्यामुळे तुमच्या कामात व्यत्यय येईल असे वाटले,' नॉक्स पुस्तकांकडे निर्देश करत म्हणाला.

'अरे! कधीतरी अडथळे चांगले असतात.' खरंच मग ती भावनापूर्ण होत

म्हणाली. 'मला वाटलं हे काम उरकून टाकावे, आज संध्याकाळपासून माझ्या मनाची स्थिती काही साथ देत नाहीये.'

'खरंच असं असेल, तर मला एक बीअर नक्की चालेल. माझी सोबत फार उत्तम असेल असं नाही बरं का,' नॉक्सने कबूल केले.

'गैरसमज करून घेऊ नको. पण हल्ली मला कोणाचीही सोबत ही उत्तम सोबत वाटू लागली आहे. एक स्टूल ओढून बैस.'

नॉक्स बसेपर्यंत ती एक जर्मन बीअर आणि ओपनर घेऊन आली. 'हे काम तुला देते. या कामात मी कधीच चांगली नव्हते.' नॉक्सने सफाईने झाकण उघडले ते ती पाहत होती. 'मी ऐकलं की ते बाळ सापडलं. हे फारच छान झालं.'

'एक प्रकारे सुटलो!' नॉक्स मनापासून म्हणाला.

'तुम्ही दमला असाल.'

'हो ना, हा आठवडा खूप लांबलचक होता.'

'तू काही खाल्लं आहेस का?'

'मी आज रात्री बाहेरून मागवणार आहे.'

'तुला चिकन कॅसेरोल चालेल का? खूप उरलं आहे आमच्याकडे.'

नाव ऐकताच नॉक्सच्या तोंडाला पाणी सुटले, पण सभ्यता पाळावी म्हणून 'मी....'

'खरंच माझ्याकडे फ्रिजर भरून आहे. शाऊनचा आहार छान होता आणि अजूनपर्यंत फक्त दोघांपुरतं शिजवायची सवय मला झाली नाहीये.'

म्हणजे ही खरंच म्हणत होती तर 'हो चालेल ना, धन्यवाद.' नॉक्सने पाहिले, फ्रिजमधून तिने चिनी मातीची कॅसेरोल डिश काढली आणि गरम करायला मायक्रोवेव्हमध्ये ठेवली. जीन आणि पांढऱ्या टी शर्टमध्ये तिचा बांधा छान दिसत होता. आपण तीन दिवसांपूर्वी घातलेल्या शर्टमध्ये कसे दिसत असू त्याची नॉक्सला जाणीव झाली. 'हात धुवू शकतो?...' तो उठत म्हणाला.

'जरूर. तू आत आलास त्या दाराच्या शेजारीच एक छोटे बाथरूम आहे.' हात तोंड धुवून नॉक्स जरा जागा झाला पण त्याचा अवतार काही सुधारला नाही.

'तू फार गचाळ दिसत आहेस.' तो त्याच्या आरशातल्या छबीला म्हणाला.

'तुम्ही शिक्षिका आहात तर,' नॉक्स जागेवर येत म्हणाला.

'फक्त अर्धवेळ. किंग्जमीड कॉम्पमध्ये. मायकेलच्या इभ्रतीला फार शोभेल असे हे नाही. पण दुसरे काही मिळेपर्यंत काहीतरी करायचे म्हणून करते हे काम.' मायक्रोवेव्हचा सिग्नल वाजला. तिने तो वाफाळलेला पदार्थ नॉक्ससमोर ठेवला, प्लेटमध्ये घालून. मस्त खमंग वास आला. नॉक्सने खायला सुरुवात केली.

'कोणता विषय?' त्याने विचारले.

'गणित आणि भौतिकशास्त्र.'

'अरे वा!'

'पुरुषांना नेहमी याबद्दल आश्चर्य का वाटत? आणि तू एक डिटेक्टिव्ह आहेस ना? मला माहीत आहे.' ती म्हणाली. '४३ नंबरला राहणाऱ्या मिसेस बरोजनी मला सांगितलं. तिने तुझ्या खासगी आयुष्याबद्दलही तुला न आवडणारे बरेच काही सांगितले आहे. पण जाऊ देत ते. काळजी करू नको, ते मी माझ्यापाशीच ठेवीन.'

काही मिनिटांत नॉक्सने खाऊन संपवले. 'तीन दिवस मिळेल ते, जमेल तसे खाल्ल्यावर हे किती चविष्ट होते, मी सांगूच शकत नाही.'

ती हसली. 'थोडे कौतुक झाले की बरे वाटते. १० वर्षांच्या मुलांना दोन जेवणांमधला फरकही सांगता येत नाही.'

'तुम्ही किती वर्षांपासून....?'

'विधवा आहे?' तिने त्याला मदत केली. 'मोठ्याने सांगता येण्याइतकी सवय झालीय मला. तेवढी वर्षं झाली. मी काही मोजत नाहीये, पण ४ वर्षं ३ महिने झाले. तुझे काय?'

'मी काही वर्षांपासून विभक्त झालो आहे.'

'टीव्ही वरच्या कार्यक्रमावर विश्वास ठेवला, तर या नोकरीमुळे तू विभक्त झाला असावास असे वाटते.'

'असेच काहीतरी.' आपल्या सततच्या आळशीपणाबद्दल आताच सांगणे फार लवकर होईल. नॉक्स सुस्तावला होता, 'हे फार चविष्ट होते.' असे मनापासून म्हणाला.

तिने त्याच्यासमोरून प्लेट उचलली. त्याने जांभई दिली. 'तुला घरी जाऊन आराम करायला पाहिजे आता.'

नॉक्स उठला आणि 'तुम्ही तुमच्या कामाला सुरुवात करा पुन्हा.'

'हो ना!'

'पुन्हा एकदा धन्यवाद.'

'वेलकम. तुला नेल्सनला न्यायचे आहे का आजची रात्र तो राहू दे आमच्याकडे? मायकेल त्याला घेऊन येईल सकाळी. तुझी झोप होईल तेवढीच.'

चेष्टेच्या सुरात नॉक्स म्हणाला, 'तू आहेस तरी कोण?'

'मदर तेरेसा. तुझी सकाळ मस्त जावो! धन्यवाद.'

साधारणतः जेसिकाच्या केससारख्या गंभीर तपासकार्यानंतर पुन्हा पूर्ववत होण्यास आणि झोप पूर्ण करण्यास मरिनरला २-३ दिवस लागले असते. अनोळखी लोकांच्या बरोबर मिसळणे तर त्याला आता मुळीच नको होते. पण याच वेळी

त्याला हे, ही जाणवले की ही ट्रीप ॲनासाठी किती महत्त्वाची आहे ते! कालच्या त्यांच्या संभाषणापैकी कोणत्या तरी मुद्यामुळे तो अस्थिर झाला होता. बेकी आणि मार्क ॲनाचे सर्वांत जवळचे मित्र होते. गर्भपात झाला तेव्हा त्यांनी अत्यंत खुबीने आधार दिला होता तिला. त्यानंतर काही काळ ती त्यांच्याकडे राहिली होती. आता त्याने थोडे प्रयत्न करायला हवेत. त्यामुळे बुधवारी सकाळी गाढ झोप बाजूला सारून, आवरून तो १०:३० च्या सुमारास एम ५, या मार्गावर दक्षिण दिशेने निघाला!

तो ॲनाशी संपर्क साधू शकत नव्हता, त्यामुळे त्याने तिच्या, बेकी आणि मार्कच्या आन्सरिंग मशीनवर स्वत:च्या दिनक्रमाबद्दल निरोप ठेवले होते. पानगळीचा मोसम होता. पण त्या स्वच्छ सूर्यप्रकाशाचे आणि झाडांच्या रंगांचे कौतुक करण्याइतकी शक्ती त्याच्यात उरलेली नव्हती.

यापूर्वी मरिनर अप्पर बरवेलच्या गावांमध्ये गेलेला नव्हता, त्यामुळे ॲनाने त्याला बेकी आणि मार्कचे घर सापडण्यासाठी सविस्तर खाणाखुणा आणि माहिती दिली होती, तो जसा जवळ पोहोचत गेला तसा त्याच्या नकळत तिच्यासारखा त्या परिसराविषयी त्याला उत्साह वाटू लागला. सुरुवातीला त्याने असे खेड्यात येऊन राहण्यास खूप विरोध केला होता, पण नंतर आपल्याला आवडेल. कदाचित जागेत बदल होण्याची त्यांना खूप गरज असावी आता. तो साधारण १२ वाजण्याच्या सुमारास घराशेजारच्या रस्त्यावर पोहोचला, जरी ॲनाची गाडी तिथे पार्क केलेली होती तरी घरात कुणीच नव्हते. मरिनर गाडीतून उतरला आणि भोवतीच्या बागेत फिरला. तिथे भरपूर सूर्यप्रकाश आणि अनेक पक्षी होते. हे एक सुंदर ठिकाण होते. कोणताही आवाज नव्हता. फक्त पक्षांचा चिवचिवाट होता, आश्चर्य म्हणजे तो इथे येऊन वास्तव्य करण्याची कल्पना करू शकत होता.

घराच्या सभोवती सर्वत्र हिंडून आल्यावरही कुठेच कुणी दिसले नाही, वाटेत लागलेला एक पब मरिनरला आठवला त्याने बिअर घेण्यासाठी जाण्याचे योजले, हे अशा प्रकारचे गाव होते, जेथे राहण्यासाठी अमेरिकन पर्यटक वेडे होतील. फार्मर्स-आर्मस ही अगदी पुस्तकात असावी तशी काळी-पांढरी अर्धी लाकडी इमारत होती. तो बारमध्ये आत गेला. आता बीअरची इच्छा अनावर झालेली होती. बीअर मिळेपर्यंत तो काऊंटरवरून कुठे एखादा शांत कोपरा मिळतो का ते न्याहाळत होता. एका दूरच्या कोपऱ्यात खूप गलका करणारा एक गट त्याला दिसला, त्यामध्ये ॲना पण होती. तिच्याभोवती अर्धा डझन लोकं होती. यापैकी कुणालाच मरिनर ओळखत नव्हता, गेल्या कित्येक महिन्यांत नव्हती, इतकी ती आनंदात दिसत होती. मरिनर गर्दीतून वाट काढत ती बसली होती तिथे गेला.

'टॉम! तू आलास तर!' तिने आनंदाने त्याचे स्वागत केले, पण ते पार्टनरचे नाही तर एका हरवलेल्या मित्राचे करावे तसे होते. गालावर ओठ टेकत असतानाच तिचे लक्ष मात्र रिकाम्या ग्लासकडेच होते. 'अगदी वेळेत आलास, पुढच्या ड्रिंकच्या फेरीत सामील व्हायला. तुम्ही सगळे काय घेताय मंडळी?' तिचे डोळे चमकले आणि गाल आरक्त झाले होते. मरिनर विचारात पडला की ही इथे किती वेळापासून असावी?

तो बीअर घेऊन आला आणि त्यांच्यात सामील झाला. त्याला बीअरची किंमत फारच अवाजवी वाटली. ॲनाने सर्वांची ओळख करून दिली. भोवतालच्या गलबल्यात मरिनरला नीटसे ऐकूही आले नाही; मग स्मरणात राहणाऱ्याचा प्रश्नच येत नव्हता.

सगळ्या गोंगाटाच्यावर आवाज काढत तो म्हणाला, 'तुला माझा निरोप मिळाला का?'

'हो, मला माहीत होते की तुला आम्ही इथे सापडू म्हणून.'

'बेकी आणि मार्क कुठे आहेत?' त्याने विचारले.

'अरे हो, ते हिअरफोर्डला गेले आहेत. मिगनचा बारशाचा पोशाख आणायला. मला जावेसे नाही वाटले.'

'तुला कंपनीच पाहिजे होती असे तर नक्कीच नाही ना?'

'अगदी बरोबर,' त्याचा खोचक प्रश्न तिला समजलाच नाही. 'इथे सगळे किती मनमिळावू आहेत. मस्त ना?'

'हो,' ॲनाच्या सान्निध्यात शांतपणे दुपार घालवायची मरिनरची इच्छा होती, ती आता पुरती कोलमडली, पण ती इतकी मजेत होती की आल्याबरोबर तिचाही आनंद नासवणे त्याला पटले नाही. 'जॅमी कसा आहे?'

'तो छान आहे. त्या दोघांच्यात सुसूत्र संवाद फक्त जॅमीबद्दल घडत होता सध्या. जॅमी म्हणजे ॲनाचा वेडसर भाऊ, इथून थोड्या अंतरावर खेडेगावाच्या ठिकाणी आपल्या नव्या घरात तो छान रूळला होता. आम्ही पायी फिरत गेलो, गावामध्ये चहाच्या दुकानात चहा घेतला. मी तिथे गेले तेव्हा, जुली नावाच्या एका मुलीसोबत तो बागेत होता. तो तिला डुली म्हणतो. त्यांच्यात बऱ्यापैकी जवळीक आहे. तिथल्या नोकरांनी मला सांगितले.'

'मैत्रिण? हा छान बदल आहे.'

'हो की नाही?' ज्याला पराकोटीची मानसिक विकलांगता आहे अशा ३४ वर्षांच्या जॅमीला आयुष्यात मैत्री अशी कधीच नव्हती.

'ते किती जवळ आहेत एकमेकांच्या!'

'इतर लोक नजर ठेवून आहेत. जुलीला जॅमीची देखभाल करायला आवडते, बहुतेक वेळा ते हुकुमत गाजवल्यासारखे होते. पण त्याची काळजी तर नीट घेतली

जाते इतकं सरळ आहे हे. त्याच्यात इतका बदल झालाय, तुझा विश्वास नाही बसणार. तो बाहेरच्या वातावरणात खूप खूश असतो. तो एकदम फिट दिसतो, आणि मला पाहून चक्क हसला तो. आपण खरंच योग्य ते केले आहे.'

हो, जॅमीपुरते तरी त्यांनी योग्यच केले होते.

'खूप मजा आली. हे वारंवार करता यावं, अशी माझी इच्छा आहे.' ॲना म्हणाली.

ती काय विचार करते आहे ते मरिनरला समजले. इथे बस्तान हलवण्यामागच्या हेतूंपैकी हा एक होता. यावर यापूर्वी चर्चा झाली होती. 'जॅमीची हरकत नाही ना,' तो म्हणाला.

'आपल्याला ते माहीत नाही. तो सांगू शकत नाही ना.'

ते पबमध्ये माध्यान्हीपर्यंत होते, शेवटी मरिनरने ॲनाला तिथून जणू ओढून काढले. बराच वेळ तो फक्त मागे रेलून त्या सगळयांचे बोलणे ऐकत होता. विशेषत: ज्या लोकांविषयी आणि जागांविषयी बोलणे सुरू होते त्याची त्याला काहीच माहिती नव्हती. पण मार्सटन चांगलाच पीत होता आणि शेवटी तो एकदम रिलॅक्स झाला.

तिथून परत येताना, मरिनरने ॲनाचा हात हातात घेतला, तिने तो लगेच काढून घेतला आणि टिश्यू पेपर घेऊन नाक साफ केले. 'मग काय वाटते तुला या जागेबद्दल?' तिने विचारले.

'खूप छान आहे. मला पटतंय तू जे म्हणालीस ते.'

पोहोचेपर्यंत बेकी, मार्क आणि मिगन खरेदी करून परत आले होते. बेकी आणि मार्कने मरिनरचे मनापासून स्वागत केले. पण काही क्षणांतच मिगनकडे सर्वांचे लक्ष केंद्रित झाले. त्याला तर केंद्रबिंदू व्हायची एव्हाना सवय झालेली होती. उन्हाळ्यामुळे ते फार वेळ गच्चीत बसू शकले नाहीत, मिगनला मरिनर आवडला असावा. जो सारखे खेळणे त्याच्याकडे देत 'ताता' म्हणत होता. मरिनर प्रत्येक वेळी प्रतिसाद देत होता. तो दमलेला नसता तर त्याला याचा कंटाळा आला नसता!

'आल्याबद्दल धन्यवाद.' बेकी म्हणाली.

'इतक्या उशीराच्या वयात तिचे बारसे करणे म्हणजे जरा वेडेपणा वाटत असेल, ना? आम्हाला हे करायचे होतेच पण वेळ मिळत नव्हता. आता पण खूप घाई झाली आहे, 'याची' मार्क म्हणाला.

'त्याने बेकीकडे अर्थपूर्ण पाहिले आणि ठासून म्हणाला, 'तुम्ही दोघं एकत्र येईपर्यंत आम्ही थांबलो होतो सांगायचे, आम्हाला आणखी एक बाळ होणार आहे.'

ॲना सावधपणे ऐकत होती. या बातमीने ती नक्कीच घायाळ झाली. 'वा

मस्त,' तिने बेकीभोवती हात गुंडाळला. मरिनरची नजर मात्र टाळली.

बेकीने स्वत:च्या ग्लासमध्ये बरीच चाबलीस ओतली हे मरिनरने पाहिले होते. त्यामुळे तो आश्चर्याने म्हणाला, 'तू गरोदर आहेस?'

'तसं नाही' बेकी सावधपणे म्हणाली. 'जगाच्या लोकसंख्येत भर घालण्याचे आमचे काम आम्ही केलेच आहे. त्यामुळे आम्ही चीनमधून एक बाळ दत्तक घेणार आहोत. ज्या मुलीला घर नसेल तिला एक घर देणार आहोत. तिथे हजारो मुले बेवारस होतात दरवर्षी. सध्या आम्ही दत्तक घेण्याच्या प्रक्रियेतून जात आहोत, खूप वेळ लागतोय त्याला.'

'अच्छा, ही फार कौतुकास्पद गोष्ट आहे, खरी,' मरिनर म्हणाला. त्याला यापेक्षा बरे शब्द सापडेना.

'आणि यामुळे जरा काही केल्याचा आनंदही मिळतो,' मरिनरकडे अर्थपूर्ण नजरेने पाहत बेकी म्हणाली.

'आम्हीही योग्य ते करण्याच्या प्रयत्नात आहोत,' मरिनर म्हणाला. ॲनाला जवळ घेण्याइतका तो तिच्यापासून जवळ नव्हता. इतक्यात मरिनरकडे आणखी एक खेळणे घेऊन येताना मिगन अडखळून पडली, ती आता टीपेच्या स्वरात रडत होती.

'बरोबर,' बेकी म्हणाली. 'या मुलीला आता अंघोळ घालायला हवी. दुपारी जेवायच्या आधी हिचे मला आवरायचे आहे. आम्ही काही लोकांना आमंत्रण दिले आहे टॉम, म्हणजे तुला लोकांशी ओळख करून घ्यायला सुरू करता येईल.'

मरिनर आतल्या आत आक्रंदत होता. त्याला हे सगळं आताच फार जड झाले होते.

९

बेकी आणि ॲना मिगनला अंघोळ घालायला गेल्यावर, बागेमध्ये मरिनर आणि मार्क एकटेच होते.

'सर्व गोष्टी ज्या तऱ्हेने घडल्या त्यामुळे तुला खूप आनंद झाला असेल ना,' संभाषण सुरू करण्यासाठी मार्क म्हणाला.

'काय?'

'जेसिका सुरक्षितपणे परत मिळाली. तू हिरोच आहेस.'

'आम्ही फक्त नशीबवान होतो. काहीही घडू शकलं असतं.' मरिनर म्हणाला.

'तुम्ही शोधलंत का यामागे कोण होतं ते?'

'आम्हाला थोडी कल्पना आहे त्याची पण अजून तपास सुरू आहे. या घडीला प्राणी हक्कांसाठी लढणारे कार्यकर्ते मुख्य संशयित आहेत. आम्हाला वाटतंय की त्यांना त्या बापाला – पीटर क्लिनमानला दहशत बसवायची असावी.'

'आणि ते त्यात नक्कीच यशस्वी झालेत. तो हॅमिल्टन सायन्सेससाठी काम करतो ना?'

'अजून किती काळ करील माहीत नाही, त्याच्या जोडीदारिणीने त्याला तिथे काम करण्यापासून परावृत्त केलेले आहे.'

'मी परिणाम समजू शकतो, पण असे घडणे लज्जास्पद आहे. हॅमिल्टनसारख्या कंपन्या नसत्या तर मी एक सामान्य डॉक्टर म्हणून जगलो असतो. मी त्याला दोष देत नाहीच. तो सगळा किस्सा घडत असताना मी विचार केला की असे मिगनच्या बाबतीत घडले असते तर, मला कसे वाटले असते? देवाचे आभार मानायला हवेत की अशा ठिकाणी तिला ठेवण्याची वेळ आमच्यावर आली नाही.'

'ती पाळणाघराची चूक नव्हती. अपेक्षेपेक्षा जास्त बचावात्मक पवित्रा घेत मरिनर म्हणाला. 'हे असे कुठेही घडले असते.' हे तो म्हणत होता पण त्याला याची खात्री नव्हती.'

'आणि तू कसा आहेस?' मार्क विषय बदलत म्हणाला. त्याच्या स्वरामधून जाणवले की त्याचा प्रश्न वैयक्तिक नाही तर व्यावसायिक होता.

'मी ठीक आहे,' मरिनर म्हणाला.

'तू अजूनही समुपदेशकाची भेट घेतो आहेस?'

'हो.' मार्कला याबद्दल माहिती आहे हे बघून मरिनरला आश्चर्य वाटले. यावर एका अनोळखी माणसाशी चर्चा करण्याची त्याची इच्छा नव्हती. सुरुवातीच्या काही भेटीनंतर पुढच्या सर्व भेटी रद्द करण्याचे एक सोईस्कर, कारण मिळाल्याचे तो नक्कीच सांगणार नव्हता.

'बेकी सांगते त्यावरून मला माहिती आहे की ॲनाला तुझी फार चिंता असते.'

'हो.' त्यावर काय म्हणावं हे मरिनरला माहीत नव्हते.

'ती अजूनही जरा उदासच वाटते,' मार्क पुढे म्हणाला.

'हो ना, आमच्या प्लॅनप्रमाणे गोष्टी अजून घडत नाहीयेत.' मरिनर म्हणाला. तो विचार करत होता, मार्कला कितपत माहिती असावी? त्याला वाटत होतं मरिनर गर्भपातासंदर्भात बोलतो आहे, पण हे त्यापेक्षा आणखी काही वेगळे होते. दारावरची बेल वाजल्यामुळे पुढे काही सविस्तर सांगण्यातून त्याची सुटका झाली, आमंत्रितांपैकी पहिले पाहुणे आल्याचा इशारा होता तो.

गॅरेथ, हा पण एक जनरल प्रॅक्टिशनर होता. मार्कच्या पार्टनरपैकी एक आणि मरिनर त्याला आधीपासून ओळखत होता. त्याने जॅमीला नवीन घर मिळवून देण्यात सहभाग घेतला होता. ॲना खाली आल्यावर तिने त्याचे स्वागत केले, त्यांची मिठी काही क्षण जास्तच लांबली असे मरिनरला वाटले.

'जॅमीचे फार छान चाललेले आहे.' ती उत्साहाने म्हणाली. 'आम्ही गॅरेथचे ऋणी आहोत. नाही का टॉम?'

'हो,' मरिनर गॅरेथला 'शेकहॅन्ड' करत म्हणाला.

'हॅलो टॉम, कसा आहेस तू?' या आधी मार्कच्या दृष्टीत जे दिसले तेच भाव गॅरेथच्या डोळ्यांमध्ये पाहून मरिनर अस्वस्थ झाला. अजून इथे राहायला येण्यापूर्वीच तो कशाकशाला तोंड देतो आहे. सर्वांना सगळं माहीत आहे, याबद्दल कितपत सांगितले आहे ॲनाने? मरिनरला हा विचारही आवडत नव्हता.

पार्टीमध्ये शेजारचे जोल्यॉन सामील झाले. तो व्यवसाय करत होता. बायकोचे नाव लावीनिया. 'मला विन्नी म्हणा,' ती म्हणाली. आगतस्वागतासाठी आलिंगने दिली घेतली गेली आणि बागेतल्या त्या मोठ्या टेबलाभोवती सर्वजण स्थानापन्न झाले.

'आम्हाला तुमच्या येण्याची खूप उत्सुकता आहे. विशेषत्वाने टॉम तुझी,' जोल्यान म्हणाला. 'इथे स्थानिक पोलीस म्हणजे नुसता कचरा आहे, जागा अडवून ठेवल्यासारखा. काही महिन्यांपूर्वी माझ्या वर्कशॉपमध्ये चोरी झाली, त्यानंतर हे पोलीस एकदा विचारून गेले, काय झालं म्हणून. नंतर त्यांच्याकडून काहीही हालचाल नाही.'

'मला वाटतं ते त्यांचं काम नीट करत असावेत, काही हाती लागताच ते तुमच्याकडे येतील याची खात्री आहे मला,' मरिनर मुद्दाम म्हणाला.

'आणि हा काही फार मोठा गुन्हा वगैरे नाही ना, डार्लिंग!' विन्नी चतुराईने म्हणाली.

'तुम्ही इथे ख्रिसमसच्या आधी आलात तर फार छान होईल.' जोल्यॉन म्हणाला. 'इथे खूप मजा असते. तू शिकार करतोस का?'

ॲना खिदळली. 'टॉम दुसरे जे करतील ते सहज करतो, असा माणूस आहे,' सर्वत्र खसखस पिकली.

'मला वाटतं बर्मिंगहॅम ही काही शिकारीची जागा खासच नाही.' गॅरेथ म्हणाला. 'पण तुला नोकरीबद्दल काय वाटतं?' क्षणभर सर्वत्र अवघडलेली शांतता पसरली.

ॲनाने पुढे वाकून ब्रेड घेतला. तो आता तर आलाय इथं; मला त्याला सगळं सांगायला वेळ नाही मिळाला अजून.'

'कसली नोकरी आहे ही?' मरिनर शांत राहण्याच्या प्रयत्नात म्हणाला.

'आमची दवाखान्यातली रिसेप्शनिस्ट लवकरच रिटायर होणार आहे.' मार्क म्हणाला. 'गॅरेथ आणि मी ॲनाला पटवतोय की ही नोकरी तिच्यासाठी योग्य ठरेल.'

'पण तुला तर मेडिकल क्षेत्रातला अनुभव नाही.' मरिनरने मुद्दा काढला.

मार्क हसला. 'अरे ते काही फार अवघड नाही आणि या कामासाठी जे अत्यावश्यक आहे ते ॲनाजवळ आहे. उत्तम संभाषण कला, व्यावसायिकता....'

'आम्हाला ठाऊक आहे, आम्ही तिच्यावर विश्वास टाकू शकतो.' गॅरेथ म्हणाला. 'शिवाय तिच्यामुळे आमच्या व्यवसायाला थोडे 'ग्लॅमर' पण येईल.'

'म्हणजे आता अजिबात नाही असे नाही बरं का,' मार्क डोळे मिचकावत म्हणाला.

'आणि तुमची रिसेप्शनिस्ट कधी निवृत्त होत आहे?' मरिनरने विचारले.

'या महिन्याच्या शेवटी.'

'अरे बापरे! म्हणजे काही आठवड्यांतच. हा वेळ हा, हा, म्हणता संपेल.'

'आणि तुम्ही राहण्यासाठी जागा शोधत असाल, तर हेरॉन्स नेस्ट विकायला काढलेले आहे.' जोल्यॉन मध्येच म्हणाला.

'खरंच?' सगळेच आता त्याच्याकडे पाहत होते.

'हो. जॉन लॅथमने स्टेटसमध्ये नोकरी मिळवली आहे. म्हणून ते विकत आहेत.'

'अरे वा! हे उत्तम होईल.' बेकी उत्साहात म्हणाली. 'तुम्ही जाऊन ते पाहायला पाहिजे. एका मिलचे रूपांतर त्यांनी देखण्या घरात केलेले आहे. तीन एकरावर पसरलेले आहे आणि घरातून समोरची दरी दिसते.'

'त्याची काय किंमत आहे, माहीत आहे का तुला?' मार्कने विचारले. मरिनरची हे विचारण्यापासून त्याने जणू सुटका करून दिली.

'त्यांना ते लवकर विकायचे आहे. ही आपल्या फायद्याची बाब आहे. साडेचारशे हजाराच्या घरात आहे.' जोल्यॉन म्हणाला.

मरिनरला जवळजवळ ठसकाच लागला. 'ही किंमत आमच्या आवाक्याच्या जरा बाहेरच आहे.'

'त्यांच्याशी वाटाघाटी करताना तू पैसे फार दुय्यम असल्याच्या थाटात नक्कीच थोडे कमी करू शकशील,' जोल्यॉन आत्मविश्वासासाठी सहजपणे म्हणाला.

'आम्ही इतक्यात इथे येऊ शकण्याच्या परिस्थितीत नाही.' मरिनर म्हणाला. 'ॲनाने तिच्या घराला आलेली किंमत मान्य केली आहे. पण माझे घर विकायला जरा वेळ लागतो आहे.'

'कारण मुळात कुणाला ते विकत घ्यायचंच नाहीये. त्याची जी किंमत सांगतोस ती देऊन तर नाहीच.' ॲना आता रागावून बोलत होती. 'सगळ्यांना त्या

किंमतीत सूट हवी आहे. कारण की... तुम्हाला माहीत आहेच, बदनाम आहे ते घर.'

'खरं?' विन्नी म्हणाली. 'ब्रिटनच्या पोलिसांबद्दल लोकांच्या मनातील उत्सुकता बघता मला वाटलं लोकांनी रांग लावली असेल ते घ्यायला.'

अच्छा, म्हणजे या सगळ्यांना सगळंच माहीत होतं तर! 'बघून गेले अनेकजण पण अजूनपर्यंत खरेदी करण्यात कोणी रस दाखवलेला नाही.'

'पण तुला तिथे फक्त बंदिस्त केलं होतं ना? कुणाला इजा वगैरे झाली नाही ना?' मार्क म्हणाला.

मरिनरच्या नकळत तो शहारला. याबद्दल नुसतं बोललं तरी त्या तीन भीषण दिवसांची स्मृती जागी होते, केनेथ मॅक्क्रीने त्याला घराच्या तळघरात तीन दिवस कोंडून ठेवलेले होते.

'त्याचा संबंध एका खुन्याशी आहे नाही का?' जोल्यॉन नाटकीपणे दबक्या आवाजात म्हणाला.

'हो आणि असा खुनी जो सगळं करून देखील सुटणार आहे.' मरिनर पुटपुटला.

'तुला काय म्हणायचंय?' ॲनाने जाब विचारला. मरिनरला सगळ्यांच्या समोर ताजा तपशील देणे भाग पडले, मनापासून त्याला ज्या लोकांना यातले काहीच समजत नाही त्यांच्यासमोर हे सर्व बोलायचे नव्हते.

'मॅक्क्रीने अर्ज केला आहे की, तो निर्दोष आहे.' तो म्हणाला.

'काय?'

'तो जबाबदारी कमी करून घेणार आहे आणि जर कोर्टाने ते मान्य केले तर त्याच्यावरील आरोप निम्म्यावर येतील, मनुष्यवधावर आणि त्याची शिक्षा अर्धी होईल.'

अविश्वासाने हलकेच आपली मान हलवत मार्क म्हणाला, 'ही म्हणे जाणती, जुनी ब्रिटिश न्यायव्यवस्था!'

'पण हा मूर्खपणा आहे,' ॲना भडकली होती.

'हो पण हे असंच आहे,' मरिनर म्हणाला. 'त्यात थोडे साधर्म्य आहे, नाही का? सर जिओफ्री न्यायव्यवस्थेतील त्रुटींची तपासणी करण्यासाठी नेमलेल्या सरकारी समितीचे प्रमुख होते. आता त्यांच्या हत्येच्या तपासाचे फलित हे असेच काहीसे होणार आहे.'

'पण हे विदारक आहे. नक्कीच फिर्यादी पक्ष काही करू शकेल याबाबत.'

'मला साक्षीदाराच्या पिंजऱ्यात उभे करा.' मरिनर म्हणाला. 'दुर्दैवाने मला असे म्हणावे लागेल की हे सर्व घडले तेव्हा केनेथ मॅक्क्री खूप रास्त वागत होता.'

'केस कोर्टात कधी येणार आहे?' जोल्यॉनने विचारले.

'पुढच्या आठवड्यात,' ॲना म्हणाली. 'आम्ही परत गेल्यावर टॉमला यातच लक्ष घालायचे आहे.'

'कठीण आहे.'

'त्याच्यावर फक्त खुनाचा आरोप आहे. त्याने अपहरण केले किंवा डांबून ठेवले याबद्दल पुरेसे पुरावे नाहीत, ॲना म्हणाली.'

'त्याच्यावर आरोप शाबित होऊन तो बऱ्याच काळासाठी माझ्यापासून लांब जाईल, एवढेच मला हवे आहे.' मरिनर म्हणाला. हे खरं नव्हतं, पण त्याला आता ही चर्चा करायची नव्हती.

'आणि दरम्यान आम्ही घरं विकू शकत नाही.' ॲना हुशारीने म्हणाली.

'तरी पण तुम्ही एकदा हेरॉन्स नेस्ट पाहून घ्या, असे मला वाटते.' बेकी मुद्यावरून हलत नव्हती. 'तू आमच्याकडे एरवीच येऊन राहू शकते, टॉमचे घर विकले जाईपर्यंत आठवड्याला तिकडे जाऊ शकते. तो ज्याप्रकारे काम करतो, त्यावरून त्याला तुझी उणीव फार जाणवणार नाही इतकी. नाही का टॉम?'

मरिनर थोडासा कावून हसला.

गप्पा सरकू लागल्या तसे मरिनर पिऊ लागला. गेल्या कित्येक आठवड्यात तो इतका प्यायला नसेल. हळूहळू तो पुरता धुंदीत गेला, इतक्यात जोल्यॉन आणि लावीनिया उठले आणि निरोप घेऊ लागले.

ते गेल्यावर गॅरेथ म्हणाला, 'आपण एक ड्रिंक घेऊ या.'

'का पुरेसे झाले नाही?' बेकीने खिजवले.

गॅरेथ मरिनरकडे रोखून पाहत म्हणाला, 'काळजी नको ऑफिसर मला काही अंतरावरच जायचे आहे.'

'तू फार जवळ राहतोस तर,' मरिनर जेमतेम म्हणाला.

'गॅरेथने एका शेतात घर केलेले आहे, गावाच्या कोपऱ्यावर. तिथून दिसणारे दृश्यही खूप छान आहे.' ॲना मध्येच म्हणाली. हे तिला कसे माहिती हे विचारणे मरिनरला आवडले नाही.

तो आता अंथरुणात शिरायला उत्सुक झाला होता, पण काही कारणास्तव गॅरेथ जाईपर्यंत त्याला पार्टी सोडून उठायचे नव्हते. त्याला खात्री नव्हती की ॲना त्याच्याबरोबर येईल. जवळजवळ मध्यरात्रीनंतर ती दोघं माडीवर पोहोचली. 'तू मला या नोकरीबद्दल सांगितलं नाहीस.' मरिनर कपडे बदलताना म्हणाला.

'मलाच हे कालपर्यंत माहीत नव्हते. कल्पना छान वाटते, नाही?'

'ही अशी नोकरी नाही जी तू डोळे झाकून करशील.'

'तेच तर मी म्हणते.'

'पण तू खूप कंटाळून जाशील. तुझ्या करियरच्या प्रगतीचे काय झाले?'

'मला काही तिथे कायमचे थांबायचे नाहीये. ते करताना इतर संधीसाठी बाहेर पाहत राहिनच.'

तो खूप शिणला होता. तरी त्याला अंथरुणात पडल्यावर तिची जाणीव झाली. त्याचा देह जागा होऊ लागला. त्याने हात लांब करून तिला जवळ घेऊ पाहिले, पण खेळकरपणे ॲनाने त्याला बाजूला केले. 'आपल्यामुळे मिगनला जाग येईल.' ती खिदळली आता ती सुद्धा पेंगुळलेली होती.

'ती घराच्या दुसऱ्या टोकाला आहे.' मरिनर नीट जागा होत म्हणाला. 'आणि आपण एवढा काही आवाज करत नाही!'

'जरा विचित्र वाटतं इतकंच, मी नाही साथ देऊ शकत.'

'देऊ शकशील,' मरिनरने हट्ट केला, पण ती त्याच्यापासून दूर सरकली.

'सकाळी बघू.'

दुसऱ्या दिवशी मरिनरला जाग आली तेव्हा भरपूर सूर्यप्रकाश आला होता. ॲना अंथरुणातून बाहेर पडून खिडकीत पडद्याच्या फटीतून बाहेर पाहत बसली होती.

'बेकी आणि मार्क किती भाग्यवान आहेत ना?' तो जागा झाला आहे हे पाहून ती म्हणाली. 'त्यांच्याकडे सगळं काही आहे.'

'मला खात्री आहे, ते जितकं परिपूर्ण दिसतंय तितकं नक्कीच नाही आणि कुणाचंच आयुष्य परिपूर्ण नसतं. ये ना इकडे अंथरुणात.'

'आणि काय पाहिजे असेल कुणाला? मस्त घर, छान परिसर, उत्कृष्ट जीवनशैली छान मित्र आणि स्वत:चे छोटे कुटुंब....'

मरिनर विचार करत होता की ही यादी तिने महत्त्वानुसार मांडली आहे का? 'आपल्याकडे पण असे सगळे लवकरच असेल. वेळ लागतो, या सगळ्याला.'

'मी पैजेवर सांगू शकते की मी इथे राहिले तर मी लवकर गरोदर राहीन.' ती स्वगत मोठ्याने म्हणत होती. 'हवा किती मस्त आहे.'

'आपण हा सिद्धांत प्रत्यक्षात तपासूयात ना?' मरिनर म्हणाला. त्याने आपल्या शेजारी निर्देश करत हाक मारली. 'मला तू आता खूप हवी आहेस.'

पण ॲनाने नुसते डोळे वटारले. 'बेकी आणि मार्क खाली स्वयंपाकघरात आहेत. ते विचारातच पडतील आपण कुठे गेलो म्हणून.'

'ते आता मोठे झालेत, त्यांना समजेल आपण कुठे गुंतलोय ते!'

'मला तेच नकोय. चल ना, आपण पाहुणे आहोत त्यांच्या घरात.'

मरिनरचे पुढचे तीन दिवस जाता जात नव्हते. त्यांनी वेळ काढून हेरॉन्स नेस्टला भेट दिली, छान होतेच ते घर आणि ॲनाला तर फारच आवडलेले होते. पण खरंच त्यांच्या आवाक्याबाहेरचे होते आणि ती वास्तवात यायला तयार नव्हती.

तिथून थोडे पुढे त्यांना आणखी एक छान परवडणारे घर दिसले होते.

'ते आपल्या बजेटमधले आहे.' मरिनर म्हणाला, ॲनाने मात्र नाक मुरडले.

'पण नक्कीच त्या घरात सेंट्रल हिटिंगची सोय नसणार आणि बाहेर बसण्यासाठी खुली खासगी जागा पण नाहीये.'

बारशाच्या दिवशी मरिनर मार्क बरोबर सकाळचा नाष्टा करत होता. 'तू रविवारच्या पेपरमध्ये झळकला आहेस टॉम.' मार्क पेपरचा एक विशिष्ट भाग दाखवत म्हणाला. तुझ्या पुढल्या आठवड्यातल्या सुनावणीच्यानिमित्त त्यांनी सर जिओफ्री रायलॅन्डवर एक लेख लिहिला आहे. तो वाचून दाखवत होता, 'खुनाच्या सत्रानंतर मॅक्क्रीने जेव्हा रायलॅन्डच्या मुलाचे डिटेक्टिव्ह इन्स्पेक्टर टॉम मरिनरचे अपहरण केले, तेव्हा तो पकडला गेला. या लेखामुळे बदनामीच वाट्याला आलीय माझ्या!'

मरिनर अदबीने हसला.

'सॉरी,' मार्क सावरून म्हणाला. मी जरा हे नीट सांगायला हवे होते. तुला काळजी वाटतेय सुनावणीची?'

'काहीच कारण नाही,' मरिनर सहजपणे म्हणाला. 'मी कोर्टात पुरावा दाखल करण्याची ही काही पहिली वेळ नाही.' या बातमीचा राष्ट्रीय पातळीवरचा प्रसार पाहून मरिनरला आश्चर्य वाटायला नको होते. वेगळाच होता केनेथ मॅक्क्री. एका नामवंत नेत्याचा खून केल्याप्रकरणी सुनावणी चालू असलेला; पण मरिनरला बेसावध क्षणी हे वाचायला मिळाले.

'पण हे वेगळे आहे, वैयक्तिक.' वैयक्तिक शब्दावर जोर देत मार्क म्हणाला.

'पण मी ठीक असेन.'

गावातल्या चर्चमध्ये एका छोट्या खासगी समारंभात मिगनचा बाप्तिस्मा झाला. तिला शुभ्र पांढरा सिल्कचा ड्रेस घातलेला होता. विधी पार पडेपर्यंत तिला जबरदस्तीने थोपवावे लागत होते. मार्क आणि बेकीच्या घरी मग स्वागत समारंभ झाला. काही तास अवांतर गप्पा मारल्यानंतर खरंतर मरिनरला किंचाळावेसे वाटत होते. सगळीकडे छान मोकळी शेतं आणि टेकडी होती. पण त्याला करायला असे काहीच नव्हते. तो आपला गर्दीच्या बाजूलाच आपले ड्रिंक घेत, घेत ॲनाला पाहत होता. या सर्व लोकांमध्ये ॲना किती रमून गेली आहे, हे पाहून त्याला पुन्हा पुन्हा आश्चर्य वाटत होते.

सरतेशेवटी ते संध्याकाळी लवकर तिथून सटकले. पण जातानाच मरिनर चिडला होता. 'माझ्या आयुष्याचे बेत सर्वजण उत्तमपणे ठरवत आहेत.' तो कुरबुरला. 'मला कुणी काही विचारणार की नाही? आपण अजून तिथे राहायला गेलो नाही, तर सगळ्यांना माझ्याबद्दल सगळंच माहीत! हे सगळं इतकं विचित्र

आहे. आपल्यासाठी घर शोधलं, तुझ्यासाठी नोकरी शोधली, मला शिकारीचा मेंबर करून घेतले, मला काही मत आहे का नाही यात?'

'तूच विचित्रपणा करू नकोस, टॉम' ॲना उत्तरली. 'ते फक्त मदत करू पाहत आहेत. आपल्याला सामावून घेत आहेत, स्वागत करत आहेत आपले. ती नोकरी अकस्मात पुढे आली आणि तुझे घर विकून आपण इथे येईपर्यंत ती नोकरी कुणीतरी पटकावेल. मला वाटतं बेकीने जे सुचवले ते मी करावे, सरळ इथे निघून येते मी. तुला किती वेळ लागेल बदली मिळायला?'

'नक्की नाही ते.'

तिने संशयाने त्याच्याकडे बघितले. 'तू अर्ज पण केलेला नाहीस ना अजून, का केलास?'

'मला वेळच कुठे झाला? लवकरच करतो.'

'अर्थात तुझ्या वडिलांच्या इस्टेटीतले जे तुझे हक्काचे आहे ते जर तू स्वीकारले असतेस तर तुझे घर विकेपर्यंत थांबावे लागले नसते आपल्याला. आपण तर हेरॉन्स नेस्टसाठी सुद्धा शब्द टाकू शकलो असतो.'

'आता तो विषय काढू नको. ते पैसे माझे नव्हते. मी ते घेऊ शकत नव्हतो.' त्याच्या दुरावलेल्या वडिलांच्या वारसा हक्काचे काही पैसे त्याने नाकारले होते. हा एक दुखरा विषय होता आणि त्याने ते का घेतले नाही, याचे कारण तो स्वत:ला सुद्धा कधी देऊ शकला नाही.'

'बहुतेकांनी असा पैसा घेतला असता आणि त्याबद्दल ते कृतज्ञ राहिले असते.'

'मी त्या बऱ्याच लोकांतला नाही.'

'परत म्हणं बरं असं.'

मरिनर अवस्थ होता आणि वातावरणही तापलेले होते. ते घरी पोहोचले तेव्हा तो म्हणाला, 'मी जरा बोटमन बारला जातो एक तासभर....'

'ठीक आहे.'

त्याला धक्काच बसला. त्याचा हा स्थानिक बार नूतनीकरणानिमित्त बंद केलेला होता अन् त्याला ते ठाऊक नव्हते. गेली अनेक वर्षे हा बार असाच होता. मरिनरच्या मते एका चांगल्या पबमध्ये हवे ते सर्व इथे मिळत होते. बीअर घ्यायला शांत आरामदायी जागा, कधीतरी खेळण्यासाठी बुद्धिबळ आणि पत्त्याची पण व्यवस्था होती. परत ॲनाच्या घरी जावं असा विचार करतानाच जिथे किमान अर्धा डझन त्याच्या आवडीच्या थिकस्टनच्या बाटल्या ठेवलेल्या होत्या, अशा ठिकाणाची त्याला आठवण झाली. गाडीमध्येच ठेवून तो रस्त्याच्या कडेने चालत, ओढ्यालगतच्या स्वत:च्या घरी आला. खूप दिवसांनी तो इथे येत होता. ज्या रात्री तो तळघरात मळलेला, भुकेला सापडला तेव्हापासून इथे येण्याचे धाडस झाले नव्हते. एजन्ट

लोक हे घर विकत घेऊ इच्छिणाऱ्यांना दाखवत होते तेव्हापासून.'

आता अंधुक प्रकाशात ही जागा पाहिल्यावर ती इतकी भीतिदायक वाटली नाही. तो घराच्या दाराजवळ गेला तेव्हा त्याच्या पोटात कालवले. आता बऱ्यापैकी अंधारून आलेले होते, घडून गेलेल्या घटनेच्या कल्पनेने त्याला ग्रासून टाकले. हृदय धडधडत होते. जेव्हा त्याला पकडून तळघरात डांबले गेले तेव्हा तो इथेच असा उभा होता.

त्याला लाज वाटली, तो इतका भ्यायला आहे हे पाहायला जवळपास कुणी नव्हते, म्हणून त्याला बरे वाटले. त्याला ते सहन होत नव्हते. लॅच उघडून आत गेल्यावर त्याने हॉलमधला दिवा लावला, त्याची धडधड जरा कमी झाली. इथे जे घडून गेले आहे, त्याचा मागमूसही नव्हता. जागा एकदम स्वच्छ होती, सर्व काही जागच्या जागी होते. कुणीतरी ही आवराआवर केली असणार. इतर अनेकांपैकी टोनी नॉक्सने इथे येऊन मरिनरला लागणारे काही सामान आणून दिले होते. मरिनर सावधपणे या खोलीतून त्या खोलीत फिरला. ओळखीच्या परिसराने तो सुखावला.

या जागेत बंद घरात कुणी राहात नसताना येतो तसा कुबट वास येत होता. त्याने स्वयंपाकघरात जाऊन नाल्याच्या दिशेने उघडणारे पाठीमागचे दार उघडले. या बाजूला हवा जरा गार होती. दिव्याभोवती पंखांच्या मुंग्या उडत होत्या. परत हॉलमध्ये येऊन त्याने संगीत लावले... जानीस इयानचे मनस्वी आणि सुखावणारे वेगळ्या युगात नेणारे संगीत. त्याने बीअरची एक बाटली घेतली आणि घराच्या बाहेर दगडी बाकावर बसून घोटघोट पिऊ लागला. त्याचा अवघडपणा आता विरत चालला होता.

त्याला आणखी एक गोष्ट करायची होती, पण ते करण्याचे साहस येण्यासाठी त्याला ओल्ड पेक्युलियर बीअरची आणखी एक बाटली रिचवायला लागली. पायऱ्याखालच्या कपाटात काही सामान तसेच टाकून ठेवलेले होते, समोरची काही खोकी सरकवून टॉर्चच्या दिव्यात त्याने दरवाजाला हात घातला. दरवाजा उघडला. आत खूप अंधार होता आणि एकदम तो ओळखीचा गंध त्याच्या नाकात भरला. तो थरारला. तसाच पुढे झाला, टॉर्चच्या झोतात तळघराची वाट चमकली, तिथे काहीच नव्हते. स्वच्छ केलेले होते. ज्या साखळीने मॅक्क्रीने त्याला जखडून ठेवले होते ती गायब होती, भिंतीला पाडलेले भोक पण कुणीतरी बुजवलेले होते. मरिनरच्या मनात आले की ही खोली नीट रंगवून त्यात दिवे लावून घेतले तर ती एक चांगली साठवणुकीची खोली होईल, त्याने बाहेर येऊन दरवाजा लावून घेतला, त्याने त्याची जागा परत मिळवली होती. हे त्याचे घर होते आणि पूर्वीप्रमाणेच त्याला इथे सुखावह वाटत होते. अगदी आता हे विकायला काढणे म्हणजे स्वातंत्र्य गमावण्यासारखे

झाले असते. त्याने गेल्या काही दिवसांचा विचार केला, आता आपण कुठे असायला पाहिजे याबद्दल त्याच्या मनात शंका उरली नाही.

बाहेरच्या खोलीत मरिनरची नजर एका आत्मचरित्रावर पडली. ज्यांची कधी नीट ओळखच झाली नाही, त्या त्याच्या वडिलांचे होते. ॲनासमवेतच्या आयुष्यात ज्या पुस्तकांची, नकाशांची गरज नव्हती त्या रांगेत हे आत्मचरित्र ठेवलेले होते. घराच्या बाहेरच्या पोस्टाच्या पेटीपर्यंत चालणे म्हणजे ॲनाला खूप चालल्यासारखे वाटे. तो शेवटचे कधी मनसोक्त चालला होता ते त्याला आठवतही नव्हते. आता एकाएकी ते महत्त्वाचे वाटू लागले. त्याने घराचे दार लावले तेव्हा त्याला जाणवले की, आयुष्यातल्या एका राक्षसावर त्याला मात करता आली होती, दुसरा लवकरच सामोरा येईल काही दिवसांत. त्याच्या डॉक्टरला त्याच्याबद्दल नक्की अभिमान वाटला असता.

१०

सुरुवातीपासूनच मरिनरचा सुनावणीला जाण्याचा कोणताही इरादा नव्हता. त्याची लगेच गरजही लागणार नव्हती; पण काहीतरी त्याला तिथे ओढून घेत होते. एक रात्रभराच्या मुक्कामापुरती बॅग भरून तो सोमवारी सकाळी पहिल्यांदा रीडिंगला आला आणि शहराच्या मध्यवर्ती ठिकाणी एका छोट्या परवडेल अशा हॉटेलमध्ये उतरला, तिथून तो कोर्टाकडे चालत जाऊ शकत होता. एका संसद सदस्याचा खून म्हणजे फार मोठी बाब होती. त्यामुळे कोर्टामध्ये सर्वत्र खूप गर्दी होती. सुरक्षा व्यवस्था करताना त्रास होत होता.

'टॉम?' वाटेत पहिला ओळखीचा चेहरा त्याने पाहिला तो त्याच्या आंटीचा, फेलिसिटी फिटझगिबन हे तिचे लग्नानंतरचे नाव. मरिनरची कोर्टात तशी पहिल्या दिवशी आवश्यकता नव्हती. त्यामुळे तो तिच्याबरोबर गॅलरीत गेला. 'नेल्सन कसा आहे?' तिला माहिती हवी होती. तिनेच मरिनरला तो कुत्रा घेण्याचा आग्रह केलेला होता.

'तो माझ्या ऑफिसरची काळजी घेतोय,' मरिनरने सांगितले. मॅक्क्रीला पाहिल्यावर काय वाटेल याची मरिनरला खात्री वाटत नव्हती. मरिनरवर जन्मभर पुरेल असा आघात त्याने केला होता. पण त्याला त्याबाबत काहीच वाटले नाही. दुसऱ्या कुणाच्या बाबतीत असे घडले आहे असे जणू त्याला वाटत होते. हा अनुभव फारच सुन्न करणारा होता.

गुन्ह्याची जबाबदारी कमी करण्याचा अर्ज करणार दिसतो तशाच अवस्थेत मॅक्क्री दिसत होता. मरिनरने नोंद घेतली. त्याची त्वचा निस्तेज होती. डोळे शून्यात गेलेले होते. ती संपूर्ण सुनावणी होईपर्यंत तो सरळ समोर टक लावून पाहत होता. त्याचे तपकिरी केस वाढलेले आणि विस्कटलेले होते. शर्ट थोडा मोठा असल्यामुळे त्याची मान बारीक दिसत होती. कोर्टाच्या खोलीच्या रूबाबापुढे तो अगदी नगण्य दिसत होता. अनेकांच्या आयुष्यात उलथापालथा घडवणारा तर मुळीच दिसत नव्हता. रिमांडमधील काही महिने एखाद्या माणसाला कोलमडून टाकायला पुरेसे आहेत. पण त्याचे दृश्य स्वरूप केसवर काहीच परिणाम करणार नव्हते. ज्याने देशासाठी जीव वेचला आणि त्याची त्यात दुरवस्था झाली त्यात अशा माणसाबद्दल कोर्टाला सहानुभूती वाटली असावी. अगदी मरिनरला सुद्धा जे घडले त्यावर विश्वास ठेवणे कधीकधी कठीण गेले आणि तो मॅक्क्रीला भुलेल असे त्याला भासत असे. लुईस बाईर्नचे काम मग अवघड झाले असते.

तिच्या सुरुवातीच्या भाषणात तिने प्रभाव पाडला. 'पुराव्यात, दिसलेच की केनेथ मॅक्क्रीने सर जिओफ्री लेडी डायना रायलॅन्ड, त्यांचा ड्रायव्हर आणि लेडी इलीनोर रायलॅन्ड या चार निरागस लोकांचा बळी घेतला आहे यात काही शंका नाही. त्याने आपल्या सावत्र भावाच्या, गुप्तहेर थॉमस मरिनरच्या खुनाचा प्रयत्न केला. त्याला वाटायचे की हा भाऊ आपल्या आईच्या वारसा हक्कात काही अफरातफर करत आहे. त्यांचा बचाव पक्षाचा वकील म्हणेल की, मि. मॅक्क्री हा मानसिकरीत्या आजारी आहे. हा आजार देशाची सेवा करताना झालेला परिणाम आहे. ते असेही सांगतील की हे घृणास्पद कृत्य करताना त्याचा त्याच्या मनावर ताबा नव्हता!

'पण हे गुन्हे इतके व्यवस्थित योजना करून, बारकावे लक्षात घेऊन, कोणताही पुरावा मागे न सोडता पार पाडलेले आहेत की असे काम फक्त एखाद्या सारासार आणि व्यवस्थित विचार करणाऱ्या माणसालाच शक्य आहे. केनेथ मॅक्क्री सापडू शकला, कारण आपण सुटलो असा त्याचा माज होता. या खुनामागे फक्त हाव हा हेतू होता. केनेथ मॅक्क्रीला नुकतेच आपल्या जन्मदात्रीबद्दल समजले होते. ती अगदी त्याच्या विरूद्ध, म्हणजे एक छान सुरक्षित, आरामदायी, श्रीमंत आयुष्य जगत होती. मॅक्क्रीला असे आयुष्य स्वत:साठी पाहिजे होते. अपहरणाचा डाव फसल्यामुळे त्याने दुसरा पर्याय निवडला, आईला आणि तिच्या जवळच्यांना मारून टाकणे, मृत्युपत्राबद्दल वाद निर्माण करणे आणि त्यांच्या मृत्यूचा फायदा करून घेणे. हाच त्याचा एकमेव उद्देश होता. केनेथला आपल्याला काय हवे आहे हे माहिती होते आणि त्याला ते मिळवण्याची संधी दिसली. त्याचा बेत तर्कशुद्ध आणि साधा होता. पण त्याची अंमलबजावणी मात्र अवघड होती. त्यातील

बारकाव्याकडे लक्ष द्यायला पाहिजे होते. प्लॅन बिनचूक पार पाडण्यासाठी शांत आणि मनाने भक्कम असा माणूस हवा, त्यामुळे मी म्हणेन की केनेथ मॅक्क्री हे सर्व करताना सारासार विचार करीत होता.

पहिले काही साक्षीदार नेहमीचे होते, त्यांनी फॉरेन्सिक रिपोर्टसच्या आधारे केनेथ मॅक्क्रीचा कसा खुनांशी संबंध आहे हे दाखवले आणि कुठल्याही शंकेच्या पलीकडे जाऊन हे सिद्ध केले की तो दोषी आहे. त्यानंतर फिर्यादी पक्षाने मानसोपचार तज्ज्ञांचे अहवाल दाखवले, त्यांच्या मते केनेथ मॅक्क्री हा पूर्णपणे शहाणा होता.

मरिनरचा प्लॅट मॅक्क्रीला भाड्याने देऊ करण्यात ज्याने मध्यस्थी केली होती तो रॉय शिपले तर आश्चर्यकारकपणे या गोष्टीची पटेल अशी साक्ष देत होता. मरिनर यापूर्वी कधी इस्टेट एजंटवर प्रभावित झाला नव्हता! तो मॅक्क्रीला तीन वेळाच भेटला होता. त्यांपैकी एकदा या भाड्याच्या व्यवहाराप्रसंगी मरिनर हजर होताच. त्याने त्यांचे आपसातले संभाषण स्मरून सांगितले की, मॅक्क्री अगदी सरळ वागला होता.

'केनेथ मॅक्क्रीच्या वागण्यात असे काही जाणवले का? की त्याचे मानसिक असंतुलन ढळले असावे, असा तुम्हाला संशय यावा.' लुईसच्या शेवटच्या प्रश्नाला एक मोठे 'नाही' असे उत्तर मिळाले.

बचाव पक्षाच्या वकिलांनी शिपलेला इतक्या सहजपणे सोडून दिले हे मरिनरला बरेच वाटले. त्याला पुढे काय होणार याचा अंदाज होता.

मरिनरची वेळ आली. त्याने मॅक्क्रीला अजाणतेपणे सांगितलेली बारीकसारीक माहिती पुन्हा एकदा सांगितली. जसे, इलिनॉर रायलॅन्ड तिच्या घरी एकटी कधी असेल वगैरे. मॅक्क्रीसोबत मरिनरने तळघरात जे संभाषण केले होते, त्या संभाषणाचा उल्लेख बाईर्नने केला. सुरुवातीच्या धक्क्यातून सावरल्यावर मरिनरला सगळे संभाषण आश्चर्यकारकरीत्या नीट स्मरत होते. तो मॅक्क्रीच्या हेतूचा आणि त्याच्या वागण्याचा तपशील देऊ शकत होता; हे सगळे अगदी तर्कशुद्ध होते.

बाईर्नने शिपलेला विचारलेल्याच प्रश्नाने शेवट केला तेव्हा तर मरिनर सविस्तर सांगायला आणखी उत्सुक होता. मरिनर म्हणाला, 'केनेथ मॅक्क्रीने आयत्या वेळेला येणाऱ्या अडचणींचाही नीट विचार केला होता, त्या कशा हाताळायच्या याचा अभ्यास केला होता. तो नव्याने येणाऱ्या परिस्थितीलाही नीट सामोरा जात होता.'

त्या दिवसाकरता कोर्टाचे काम तहकूब झाले. मरिनरला बचाव पक्षाला सामोरे जाण्याची तयारी करायला वेळ मिळाला. 'सगळं ठीक झालं,' लुईस म्हणाली. पण दोघांनाही माहिती होते की काहीतरी वाईट घडायचे होते. 'तू कुठे राहात आहेस?'

'एक छोटे हॉटेल आहे, इथेच रस्त्याच्या त्या टोकाला. तिथे जाण्यापूर्वी थोडे खाऊन घ्यावे म्हणतो, तू येशील का माझ्याबरोबर?'

'मला आवडले असते पण मला परत जायला हवे. माझी १४ वर्षांची मुलगी एकटी आहे. तिला पूर्ण संध्याकाळ एकटे ठेवायला नको वाटते, ती मित्रांशी गप्पा मारतेय की काही चांगला उद्योग करते आहे ते पाहायला हवे.' काहीशा क्षमायाचनेच्या सुरात ती म्हणाली.

शेवटी फेलिसिटी त्याच्याबरोबर रात्रीच्या जेवणाला गेली.

'ॲना कशी आहे?' तिने विचारले.

'आम्ही मूल होण्यासाठी प्रयत्न करत आहोत.'

'अच्छा म्हणजे तुला ती कल्पना पटली तर शेवटी.'

'ॲनाचा गर्भपात झाला काही महिन्यांपूर्वी.'

'फार उद्ध्वस्त केले असेल त्याने तुम्हाला, कसे आहात आता दोघं?'

'माझ्यापेक्षा तिच्यावर जास्त परिणाम झाला त्याचा; वाटले नव्हते इतका होईल असं आता काही प्रयत्न करायला पण ती घाबरते आहे.'

'या गोष्टींना वेळ लागतो. तुम्हाला धीर धरायला पाहिजे.'

'हो.'

फेलिसिटीला सोडल्यावर मरिनर एका छोट्या बारमध्ये गेला, तिथे वातावरण अगदी उदासवाणे होते. लहान मुले खूप दारू प्यायच्या उद्देशाने आलेली होती. तो दहाच्या आतच निघाला आणि लवकर झोपून गेला.

दुसऱ्या दिवशी बचाव पक्षाने उलट तपासणी सुरू केली. शिपलेला विचारले त्याच धर्तीवर मरिनरशी प्रश्नोत्तरे केली.

'तुम्ही केनेथ मॅक्क्रीला किती प्रसंगी भेटला आहात?'

'पाच वेळा.' मरिनर उत्तरला.

'ही प्रत्येक भेट किती वेळ लांबली?'

'मी वेळ मोजून बघितला नाही.' मरिनर समर्पकपणे म्हणाला.

'पण तुम्हाला अंदाजे समजले असेल ना, पाच मिनिट, अर्धा तास, एक तास? पहिल्या भेटीबद्दल सांगा.'

'अंदाजे २० मिनिटे.'

'आणि दुसरी?'

'अंदाजे दहा.'

या त्रासदायक प्रक्रियेनंतर बचाव पक्षाचा वकील म्हणाला, 'म्हणजे एकूणात तुम्ही केनेथ मॅक्क्रीला अंदाजे दोन तास भेटला आहात.' मरिनरने होकार दिला. 'तुमच्या शेवटच्या संभाषणाच्या वेळी तुम्हाला मॅक्क्रीने तळघरात किती काळ डांबून ठेवले होते?'

'या सर्व काळात तुम्ही अन्न-पाण्याविना उणे आठ अंश तापमानात आणि पूर्ण अंधारात होतात. तुम्ही दुसऱ्या माणसाची मन:स्थिती ओळखण्याच्या परिस्थितीत स्वत: होतात, असे वाटते का तुम्हाला?'

'खरं तर नाही पण....'

'मला माहितेय की सध्या तुम्ही स्वत: समुपदेशकाकडे जात आहात, इन्स्पेक्टर.'

'हो.'

'कशासाठी?'

''एखाद्या दुर्घटनेनंतर येणाऱ्या ताणामुळे झालेल्या मानसिक विकारासाठी.'' मरिनरला पोटात खड्डा पडल्यासारखे वाटले.

'आणि ही स्थिती कधीपासून झाली?'

'अंदाज नऊ महिन्यांपूर्वी.'

'बर्मिंगहॅम शहराच्या मध्यभागी बॉम्ब स्फोटाच्या प्रकरणी तुम्ही गुंतलात त्याच्या लगेच नंतर. बरोबर?'

'हो.'

'म्हणजे तुम्ही गेले नऊ महिने आजाराच्या रजेवर आहात?'

'हे सगळे महिने नाही.'

''खरंच की, आम्ही सगळे तुमच्या 'जेसिका अपहरणाच्या' केस यशस्वी तपासासंदर्भात पेपरमध्ये वाचत आहोत, बरोबर का?'

'हो.'

'म्हणजे या नऊ महिन्यात मानसिक आजारामुळे पूर्णपणे सुट्टी किती दिवस झाली तुमची?'

'मला काही आठवडे सुट्टी होती.'

'काही आठवडे म्हणजे काही फारसे नाहीत. म्हणजे हे काही आठवडे सोडले तर तुम्ही इतर सर्व वेळ काम करत होतात. तेही तुमचे मानसिक स्वास्थ्य नीट नसताना आणि ते पण एका महत्त्वाच्या केसवर तुम्ही काम केलेत.'

'हो.'

'तुम्ही गुप्तहेर आहात, कधी कधी हे काम कठीण होत असेल.'

'होऊ शकतं.'

'आणि तरी सुद्धा तुम्ही बेबी जेसिकाच्या केसमध्ये यशस्वीपणे काम केलंत, म्हणजे मानसिक तणावग्रस्त असल्याचा निष्कर्ष झाल्यानंतरही, हे खरं आहे ना? की, अशा प्रकारचा आजार प्रत्येक व्यक्तीवर वेगळा परिणाम करतो, आजार येतो आणि जातो, योग्य त्या उपचारांमुळेच तो ताब्यात ठेवता येतो? तुम्हीच सांगितल्याप्रमाणे अशा अवस्थेतही तुम्ही अगदी रास्त वागू शकलात, मग हेही शक्य नाही का, की

जेव्हा जेव्हा तुम्ही केनेथ मॅक्क्रीला भेटलात तेव्हा तेव्हा तो असेच काहीसे करत होता?'

मरिनर स्तब्ध झाला. त्याला काही उत्तर सुचेना.

'मि. मरिनर?'

'हो.'

नंतर आले ते बचाव पक्षाकडील साक्षीदार, दुर्घटनेनंतर येणाऱ्या ताणामुळे होणाऱ्या मानसिक आजारांवर आणि त्यांच्या परिणामांवर काम करणारे ते तज्ज्ञ होते. मॅक्क्री या संदर्भात ज्या तज्ज्ञाला भेटत होता, तेही पाठोपाठ आले. त्यांनी मॅक्क्रीच्या पूर्वाआयुष्यातील काही कटु वास्तव, काही गोष्टी न मिळाल्याने झालेले परिणाम, आणि टम्बलडाऊनमधील मानसिक त्रास याबद्दल सांगितले.

खूप प्रयत्न करून बचाव पक्षाने केनेथच्या एका कमी बोलणाऱ्या घुम्या भावालाही साक्ष देण्यासाठी राजी केले होते, जेव्हा केनेथचा नाट्यपूर्ण शोध सुरू होता. एका दूरवरच्या स्कॉटिश वसाहतीतील घरी टोनी नॉक्स आणि जॅक कोलमानने त्या माणसाची भेट घेतली होती. त्याला आणि त्याच्या भावाला दत्तक पित्याकडून कशी पराकोटीची गैरवर्तणूक आणि शारीरिक मारहाण सहन करावी लागली, त्याचे वर्णन त्याने नॉक्स आणि कोलमनला केले होते. या सगळ्यामुळे ज्युरीला मॅक्क्रीची खूप दया आली होती. आता लुईसने अटीतटीने घेतलेल्या तपासणीने सुद्धा ज्युरीच्या या सहानुभूतीला धक्का पोहोचला नसता.

'तुम्ही उपजीविकेसाठी काय करता हे आम्हाला सांगू शकाल का?' लुईसने विचारले.

'मी स्टोअरमन आहे.'

'तुमच्या दत्तक वडिलांकडून तुमचे हाल झाले होते का?'

'हो, पण....'

'आणि तुम्ही कधी कोणाचा जीव घेतला आहे का? किंवा जीव घेण्याची अनावर इच्छा झाली आहे का?'

'नाही.'

मॅक्क्रीचे आर्मीमधले काही स्नेही पुढे येऊन टम्बलडाऊनमधील भयानक घट ना सांगत होते. मॅक्क्रीने खून करण्यासाठी १० वर्षे का लावली याचा विचार ज्युरीला करायला त्यांनी भाग पाडले.

बचाव पक्षाने शेवटचे प्रभावी भाषण केले. त्यात त्यांनी आग्रह धरला, की केनेथला घडलेल्या गुन्ह्याची तीव्रता समजली आहे आणि त्याला पश्चाताप झाला नव्हता. मरिनर फक्त पाहतच राहिला. ज्युरी उठून गेले तरी त्याला फारसा खेद झाला नाही, तो पण कोर्ट रूममधून बाहेर पडला, त्याला आता रिते वाटत होते.

अपरिहार्यपणे मरिनरला वाटले की केनेथ मुक्री जवळजवळ निर्दोष सिद्ध झाला आहे खुनाच्या संदर्भात, पण मनुष्यछळाबाबत तो नक्कीच गुन्हेगार ठरला गेला होता. हे सर्व त्याच्यावरील गुन्हाची जबाबदारी कमी करण्याच्या दृष्टीने झाले होते. शिक्षा सुनावण्याचे पुढे ढकलण्यात आले होते आणि आता ते त्याच्या वैद्यकीय तपासण्यांच्या निष्कर्षांवर अवलंबून असणार होते. त्याची जबाबदारी या सर्वांना कमी होती. या आधारे केनेथ मॅक्रीला खुनाचा नाही तर मनुष्य वधाचा आरोप मात्र लागला, पुढील डॉक्टरी तपासण्यांवर कोर्टाचा निकाल आधारलेला होता.

'कसे वाटते आहे तुला?' फेलिसिटीने मरिनरला विचारले.

'फसवलो गेलो आहे, असे वाटते.' मरिनर उदासपणे म्हणाला. 'मॅक्रीचे आयुष्य खडतर गेले, याबद्दल शंकाच नाही. त्याने हे केले याबद्दल मला खेद आहे. असा त्रास कित्येक लोकांना असतो. पण ते खून करत सुटत नाहीत.'

तिने त्याला मिठी मारली. 'नेल्सनला आशीर्वाद सांग.'

'हो सांगतो.'

भुरभुरत्या पावसाळी हवेत शनिवारी सकाळी नेल्सन टॉनी नॉक्ससोबत फिरायची मजा घेत होता. त्या अपहरणाच्या केसनंतर सगळं कामकाज शांत झालं होतं आणि सकाळी फिरायचा शिरस्ता पूर्ववत झाला होता. फिरताना जी बाई भेटेल असे वाटत होते, ती काही दिसत नव्हती. दूरवर एक बाई आणि तिच्यासोबतचा कुत्रा दिसल्यावर ही ती असेल का असे त्याला वाटले. दुरून कुत्र्याची जात ओळखता येणे अवघड होते, पण तो सगळीकडे उड्या मारत होता. तिला गाठण्याच्या हेतूने नॉक्स जरा भरभर चालायला लागला. इतक्यात त्याचा मोबाईल वाजला, खिशात मोबाईल ठेवल्याबद्दल चडफडत त्याने फोन घेतला.

'सारर्जेन्ट नॉक्स? मी क्रिस्टी, जॅक अॅन्ड द बीनस्टॉक पाळणाघरातून बोलतेय. तुम्ही म्हणाला होतात ना मी तुम्हाला फोन करू शकते.' ती खूप दुरून बोलत असावी, असे वाटले. पण कदाचित फोनमध्ये दोष असू शकतो.

'तू ठीक आहेस का? त्याने तुला त्रास दिला का?' नॉक्स लगेच सावध होऊन आपल्या पेशामध्ये शिरला.

काही क्षण ती काहीच बोलली नाही, पाठीमागून काही आवाज येत होते. 'मी हे फोनवर बोलू शकत नाही. तुम्ही मला भेटू शकता का, आज रात्री?' ती धाप लागल्यासारखी बोलत होती. कदाचित घाईने चालताचालता ती बोलत असावी.

'तोपर्यंत नीट राहशील ना?' नॉक्सचा एक डोळा त्या बाईकडे होता, तिने आता दिशा बदलली होती आणि त्याच्यापासून दूर जात होती.

'हो, ठीक आहे.' ती आता शांत वाटली. 'तुम्हाला गोल्डन क्रॉस माहीत आहे का?'

नॉक्सला हा पब पाहिल्याचे स्मरले, पाळणाघरापासून काही अंतरावर होता, तो तिथे कधी गेलेला नव्हता. पण तिथे तिला ८ वाजता भेटण्याचे त्याने ठरवले त्याचा फोन त्याने बंद केला, ती बाई पार्कमधून बाहेर पडून त्याच्या नजरेआड जात होती. तो सरळ स्वत:च्या घरापाशी आला. कोपऱ्यावर त्याला एक गाडी थांबलेली दिसली, जीन हात हलवून निरोप देत होती. गाडीचा चालक वयस्कर होता.

'तुमचा कुत्रा फिरवणाऱ्याशिवाय तुम्हाला काही दिवस घालवावे लागतील आता,' नॉक्स तिच्यापाशी येताच जीन म्हणाली. मायकेल त्याच्या आजी-आजोबांकडे राहणार आहे, आज रात्री.'

'ठीक आहे. मलाही थोडा व्यायाम व्हायला पाहिजे ना. म्हणजे तुला वीकएन्डला मोकळीक आहे तर?'

ती हसली. 'मी एकटी काय करणार आहे काय माहीत.'

'आपण आज ड्रिंक घेऊयात मग?' नॉक्स अधीरपणे म्हणाला.

'ओ! मी काही सुचवत नव्हते, बरं का!' ती थोडी खजिल होत म्हणाली.

नॉक्स हसला. 'तुला खजिल होण्याची गरज नाही. मी असेही विचारणार होतोच. काय वाटतंय?'

'आवडेल मला, धन्यवाद.'

'मी तुला रात्री आठच्या सुमारास फोन करतो.'

'ठीक,' ती म्हणाली. जाणाऱ्या गाडीकडे पाहत ती खालचा ओठ चावत होती. नॉक्सला वाटले तिचे लक्ष विचलित झाले आहे.

'सगळं ठीक आहे ना?' तो त्या दिशेने पाहत म्हणाला.

'हो, वडील या वयात गाडी चालवतात त्याची मला काळजी वाटते. मी खरंतर मायकेल चालवेल असे म्हटले होते पण ते काही ऐकेनात.'

'किती दूर जायचंय त्यांना?'

'फक्त लिचफील्डपर्यंत. मी एरवी मायकेलला ट्रेनने पाठवते, पण या वीकएन्डला जरूरीच्या दुरुस्ती कामामुळे एकही ट्रेन धावत नाहीये.' ती बोलत असताना ती गाडी वळली आणि नजरेआड निघून गेली. तिने उसासा सोडला.

'मला वाटतं काही काळजीची गरज नाही. ते हळू चालवत आहेत गाडी, खूप जोरात जाण्यापेक्षा हे बरं,' नॉक्स म्हणाला.

ती क्षमायाचक हसली. 'मी कार अपघातांबद्दल जरा जास्त काळजी करते. शाऊनचा मृत्यू त्यात झाला होता.' ती म्हणाली.

'अरेरे, फार वाईट झालं.'

'हो ना.'

'ठीक आहे, मग तुझे स्वातंत्र्याचे पहिले तास आनंदाने उपभोगून घे. मी भेटतोच नंतर.'

'मी वाट पाहते.'

दाराचे लॅच उघडतानाच नॉक्सला लक्षात आले की, त्याने क्रिस्टीला भेटण्याचे ठरविले होते. वेळही ठरवली होती. तिला फोन करून तिची भेट अलीकडे म्हणजे सात वाजता ठरवता आली, तर त्याला दोन्ही भेटी करता आल्या असत्या. क्रिस्टीला भेटण्यात फार वेळ काही जाणार नाही. तिला जर बॉन्डपासून त्रास होत असेल आणि त्याची तक्रार नोंदवायची असेल तर तिला असेही स्टेशनला येऊन जबानी द्यायला लागणार होती. यापेक्षा वाईट परिस्थिती असेल तर त्याने तिला 'महिला आधार' संस्थे संदर्भात काही नावे सुचवली असती आणि तिला गरज असती तर तिथं नेऊन सोडलं असतं. त्याला जीनबरोबरची भेट रद्द करणं शक्य नव्हतं. एकतर त्याने हे आपणहून ठरवलं होतं. जीन आणि तो शेवटी बेडरूमपर्यंत जातील का असाही विचार क्षणभर त्याच्या मनात येऊन गेला. शक्यता कमी आहे, पण असे झालेच तर तो नकार देणार नव्हता.

त्याने क्रिस्टीला तिच्या मोबाईलवर फोन केला पण व्हॉईसमेल ऐकू आला. त्याने त्यावर एक मेसज ठेवला की तो तिला ठरल्यापेक्षा जरा लवकर भेटेल म्हणून. तो सद्य:स्थितीत एवढेच करू शकत होता.

नॉक्स, त्या संध्याकाळी क्रिस्ट्रीला भेटायला गेला तेव्हा स्वत: गलिच्छ म्हातारा असल्यासारखे वाटत होते. तो रेनकोट विसरला होता. तो पब त्याच लायकीचा होता, मोठ्याने आवाज, गोंगाट असलेला, एका सिटी पबसारखे वातावरण असलेला, तो वेळेआधीच तिथे पोहोचला आणि त्याने एका अल्पवयीन मुलाकडून कोक घेतला. सात वाजून गेले, साडेसात पण होऊन गेले. पण क्रिस्टी काही आली नाही. तिला त्याचा मेसेज मिळाला नसावा यावर त्याचा विश्वास बसणे अवघड होते. नॉक्स प्रार्थना करत होता की त्याला भेटण्यापूर्वीच बॉन्डने तिला गाठलेले नसावे किंवा कदाचित तिचे येण्याचे मन बदलले असेल. तो लघवी करायला बाहेर गेला आणि परत त्याने तिचा मोबाईल लावला, आता तर फोन बंदच होता. एव्हाना पावणेआठ वाजले होते आणि जीनला बाहेर घेऊन जाण्याची वेळ जवळ आली होती. त्याने एकवार बारवर नजर फिरवली आणि तो बाहेर पडला.

'मी माझ्या पहिल्या डेटवर आहे असे वाटते आहे.' नॉक्सने जीन आणि तो वोरचेस्टरशायरच्या हिरव्यागार वातावरणात असलेल्या पिकॉक वेदररोककडे निघाल्यावर जरा वेळाने कबूल केले. मग त्याला जाणवले. तो काय बोलून गेला ते. 'म्हणजे मी ही भेट....'

ती सहज हसली. 'म्हणजे तुला म्हणायचे आहे, की तुला तुझी पहिली डेट आठवते?'

'हो तर, ट्रेसी मॅकॲलिस्टर. आम्ही सोळा वर्षांचे होतो आणि मी एकदम मस्त कपडे घालून, बूट पॉलीश वगैरे करून गेलो होतो!'

'कुठे घेऊन गेलास तिला?'

'शाळा संपल्यावर जो डिस्को होतो तिथे. माझ्यासाठी खूप महत्त्वाचे होते ते. मुली आपल्या हँडबॅगशी चाळा करत होत्या. मुलं कडेला निवांत असल्यासारखी उभी होती. त्यांना किती मजा वाटतेय असे शिक्षक दाखवत होते.'

'आपण असं आता करत नाही त्याबद्दल देवाचे आभार मानायला हवेत.'

'आणि तुझे काय?'

'डेटस? मी जरा उशीरानेच सुरुवात केली. शाऊन माझा पहिला बॉयफ्रेंड होता. तो एका मोठ्या कन्स्ट्रक्शन कंपनीत काम करत होता. तेव्हा चहाचा पोऱ्या म्हणून असेल, पण त्याने मला बोटॅनिकल गार्डनमध्ये एका मोठ्या समारंभाला आमंत्रित केले होते. सर्वांत प्रकर्षाने आठवतो तो म्हणजे माझा ड्रेस; काही कारणास्तव मी ठरवले होते मेरी क्वांटसारखे दिसावे म्हणून. कुठे तरी फोटो आहेत, आमच्याकडे.'

संध्याकाळ सरली. नॉक्सला परत जाताना वाटले की वेळ फार पटकन संपून गेला.

'धन्यवाद. खरंच खूप मजा आली मला,' तिने थोडे पुढे वाकून त्याच्या गालाचे चुंबन घेतले. एक हात नॉक्सच्या मांडीवर पडला, 'तू आत येणार का?'

'मला आवडेल.' 'मी जरा जाऊन नेल्सनला बाहेर सोडून, एखाद्या मिनिटासाठी परत येतो.' त्याने विचार केला.

'ठीक आहे.'

बाथरूमच्या कपाटात नॉक्सला काही कंडोम मिळाल्याने त्याला हायसे वाटले. का ठाऊक नाही, पण त्याला मोबाईल पाहण्याची इच्छा झाली. त्यावर क्रिस्टीने साडेनऊला दिलेला मेसेज होता. तिने त्याचा मेसेज बराच उशीरा पाहिला असावा. मागे खूप गोंगाट ऐकू येत होता.

'मला तुमच्याशी बोलायचे आहे. मी आता गोल्डन क्रॉसला आहे आणि अकरापर्यंत इथेच असेन, कृपया मला इथे भेटा.'

नॉक्सच्या घड्याळात नुकतेच ११ वाजून गेलेले होते. कितीही जोरात गाडी चालवली तरी तो काही पंधरा मिनिटांच्या आधी गोल्डन क्रॉसला पोहोचू शकणार नव्हता. तोपर्यंत नॉक्स येत नाही हे जाणून ती गेलेली असेल. त्याने हातातल्या कंडोमशी चाळा केला. तो क्रिस्टीला फोन करू शकत होता. पण तिने फोन घेतला आणि तिथे ती आणखी थांबू शकत असेल तर, त्याला जावे लागेल आणि जीनचा

हिरमोड होईल. त्याने पुन्हा एकदा मेसेज ऐकला. क्रिस्टीचा आवाज त्रासलेला किंवा अस्वस्थ वाटला नाही. ती शांत वाटत होती. भोवतालच्या आवाजावरून तर ती एका पार्टीत असल्यासारखे वाटत होते आणि इतक्या रात्री तो तिचा मेसेज ऐकेल अशी तिची अपेक्षा नसणार. तिला सकाळी लवकर फोन करून उद्या भेटण्याचे ठरवता येईल असा त्याने विचार केला.

जीनने फक्त दाराचे लॅच लावलेले होते. 'आत इथे' तिने आतून सांगितले, नॉक्स दार लावून आत किचनमधून पलीकडे गेला.

'कॉफी का आणि काही?' तिने विचारले.

'कॉफी चालेल.'

'जा, जरा कम्फर्टेबल होऊन ये.'

नॉक्स सोफ्यावर बसला, जीन कॉफी घेऊन आली आणि त्याच्या शेजारी बसली. काय कसे होईल, तिला कसे वाटले वगैरे साशंकता होती. पहिली चाल काय करायची याचा नॉक्स विचार करत होता. पण त्याला चिंता करावी लागली नाही, तीच पटकन वळली आणि चुंबन घेत, जीभ त्याच्या दातांतून आत खेळवत हाताने त्याच्या मांड्यांच्यामध्ये काही शोधू लागली. काही क्षणातच त्याची झिप उघडून तिचा हात आत गेला होता. 'हे फारच छान आहे.' ती खोडकरपणे म्हणाली.

दुसऱ्या दिवशी सकाळी समागमाचा अंमल ओसरल्यावर नॉक्सला ओशाळे वाटले. त्याने क्रिस्टीला अनेक वेळा फोन लावला, प्रत्येक वेळी तो 'कट' केला गेला. याचा अर्थ लावण्याचे त्याने टाळले. दुपारी उशीरा त्याने खिडकीतून पाहिले, मायकेलला त्याच्या आजी-आजोबांनी सुखरुपपणे आणून सोडले.

सोमवारी सकाळी नेहमीप्रमाणे नॉक्स ऑफिसला गेला. मरिनरच्याऐवजी डीसीआय शार्पने आठवड्याचा आढावा घेण्यासाठी सोमवार सकाळची नियमित ठरलेली मिटिंग घेतली.

'बॉसकडून काही कळले का?' कुणीतरी विचारले.

'त्यांची रजा अजून बाकी आहे. त्या निकालानंतर त्यांनी जर रजा वाढवली तर मला आश्चर्य नाही वाटणार.' शार्प म्हणाल्या. 'आता कामाला लागू या. वीकएन्डला नेहमीप्रमाणे चोऱ्या झालेल्या आहेतच आणि शनिवारी रात्रीच्या छोट्या मारामाऱ्या, भांडणं आहेतच.'

'काही घरगुती घटना आहेत का?' नॉक्सने जुजबी विचारले.

शार्पने आपल्यापुढचे कागद पाहिले. 'नाही, मला माहीत असलेल्यापैकी तरी नाही. या घटना सगळ्या नेहमीच्या आहेत आणि आपण अजून तरी 'ओशन ब्लू' मोहिमेवर आणि त्या अपहरणाच्या केसवर काम करत आहोत.'

नॉक्सचे लक्ष आता दुसरीकडे गेले होते. ही मिटिंग संपल्यावर तो पाळणाघरात

जाऊन शनिवार रात्रीबद्दल क्रिस्टीची माफी मागणार होता. तिला काय पाहिजे होते याची माहिती मिळवणार होता.

'टोनी, हे तू पाहावेस असे मला वाटते.'

त्याचे नाव ऐकताच टोनी भानावर आला, त्याला उमजले की शार्प जे सांगत आहेत त्याकडे त्याचे लक्ष नव्हते. 'काय मॅडम?'

'जागा हो, नॉक्स. तू मि. रिग्लीशी बोलावेस असे माझे म्हणणे आहे. जेसिकाच्या अपहरणकर्त्यांनी तात्पुरती लपण्यासाठी तिची जागा वापरली आहे असा तिचा विश्वास आहे. ती जबानी द्यायला देणार आहे.' वर घड्याळाकडे पाहत त्यांनी सांगितले, 'आता येईलच ती.'

'हे फार दूरचे झाले नाही का?' नॉक्स म्हणाला.

'असेलही पण ती जबानी द्यायला इतक्या दूरवर येणार आहे. तेव्हा तू निदान बोल तरी तिच्याशी,' शार्प म्हणाल्या.

'हो, मॅडम.' छे! तो त्यापेक्षा पाळणाघराकडे नसता का गेला! आता त्याला नर्सरीत फोन करावा लागला, फोन व्यस्त होता म्हणून लागेना, क्रिस्टीचा फोन स्विच ऑफ होता.

बेटी रिग्ली ही खूप व्यस्त व्यक्ती वाटली नॉक्सला. ती एका हॉलिडे कॉटेजची मालकीण होती. कॉटेज डर्बीशायरमध्ये बेकवेलला जवळ होते. आलेल्या पाहुण्यांची अतिशय बारकाईने चौकशी करणारी असावी ती आणि त्यांनी माहिती नाही दिली तर तिला रागही येत असावा. असा अंदाज नॉक्सने मनोमनी काढला. ही विशिष्ट जोडी तिच्या कॉटेजमध्ये राहिली होती, त्यांनी अधिक माहिती देण्याचे टाळले तेव्हा ती वैतागली होती. 'ते माझ्याशी फारसे काही बोललेच नाहीत आणि तसे अचानक निघूनही गेले. अर्धवट किल्ली परत फिरवताना पण फार काही निरोप वगैरे घेण्यादेण्याचे उपचार केले नाहीत. मला ही वर्तणूक फार विचित्र वाटली.'

'कदाचित त्यांना अचानक काही घरगुती अडचण आली असेल.' नॉक्सने सुचवले.

'मग ते तसं म्हणाले का नाहीत?'

'त्यांची नावे काय होती?' निदान काहीतरी लिहून घ्यायला पाहिजे, म्हणून नॉक्सने विचारले.

'मि. आणि मिसेस जोन्स. म्हणजे आता तुम्ही जरा सरळ विचार करू शकाल, नाही का?'

'मला असे वाटते यावरून त्यांचे नाव जोन्स होते,' कोरडेपणाने नोंद करत नॉक्स म्हणाला.

बेटी रिग्ली विस्फारून पाहत होती. ती काही त्याच्या बोलण्यात अडकत

नव्हती. नॉक्सने पण हे ताडले. 'मि. जोन्सने फोनवरून कॉटेज बुक केले. आठवड्यासाठी त्याने मला डिपॉझिट रोख पाठवले आणि उरलेले पण नगद दिले, समक्ष आल्यावर.'

'त्यात काही गुन्हा नाही. तुम्हाला त्यांचा संशय कशासाठी आला?'

'गुप्तपणा, सुरुवातीपासूनच ते स्वत:तच गुंग होते, अगदी बाळ सुद्धा. म्हणजे सगळ्याच जोडप्यांना आपल्या बाळाचं कौतुक असतं आणि त्यांना ते सगळ्यांना दाखवायचं असतं, तसे या दोघांचे नव्हते. त्यांच्याजवळ एक बाळ आहे हे मला ते आल्यावर समजले पण नाही. पण काही दिवसांनी कपडे वाळत घालण्याच्या दोरीवर बाळांचे कपडे दिसले आणि ते गेल्यावर मी खोली आवरायला गेले तेव्हा केराच्या टोपलीत नॅपी सापडली.

'कदाचित त्या बाळाला काही झाले असेल.'

'कदाचित!' तिला काही फारसे पटले नव्हते. त्यांचे कसे काय चालले आहे, हे पाहण्यासाठी मी बुधवारी सहज गेले तर ते गेलेले होते. दाराला कुलूप होते आणि किल्ली लेटर बॉक्समध्ये टाकलेली होती. त्यांनी एक चिठ्ठी ठेवली होती. 'मिसेस जोन्सला अचानक बरे वाटत नव्हते म्हणून ते लवकर जात आहेत.'

नॉक्सला तर हे सर्व रास्त वाटत होते. 'ती चिठ्ठी आहे का अजून तुमच्याकडे?' त्याने विचारले.

'हो आहे ना. तुम्हाला पाहायला मिळावी म्हणून मी ती ठेवली.' तिने हॅन्डबॅगमध्ये धुंडाळले. काही मिनिटांनी तिने एक नीट घडी घातलेला कागद काढला. जेसिकाजवळ ठेवलेल्या चिठ्ठीप्रमाणे या चिठ्ठीचा मजकूरही ठळक कॅपिटल अक्षरांत हाताने लिहिला होता, नॉक्सच्या नजरेला तरी दोन्ही मजकुरांच्या हस्ताक्षरात काही साम्य आढळले नाही. तरीपण तो ही चिठ्ठी प्रयोगशाळेत तपासणीसाठी आणि तुलना करण्यासाठी पाठवणार होता.

त्याने बेटी रिग्लीला अपहरणकर्तीचे रेखाचित्र दाखवले. 'ही मिसेस जोन्ससारखी दिसते का?'

'मी काही तिला नीट पाहिले नाही; दुरूनच पाहिले म्हणजे, माझा व्यवहार मि. जोन्सशी झाला होता; पण असू शकेलही' ती सावधपणे म्हणाली.

तिने केलेले मि. जोन्सचे वर्णन काही त्यांच्याकडच्या संशयितांशी जुळेना, प्राणी हक्कांसाठी लढणाऱ्या कार्यकर्त्यांचे फोटो नॉक्सने दाखवले. त्यातून एकही फोटो तिने ओळखला नाही. यापैकी सगळे तरुण होते. 'मि. जोन्सला दाढी होती. ते एक प्रौढ जोडपे होते.'

'मला वाटलं तुम्ही म्हणालात की तुम्ही मिसेस जोन्सला नीट पाहिले नाही.'

'म्हणजे, मला असे वाटले की....'

वाटले? म्हणजे काय? 'बरं ठीक आहे, आल्याबद्दल धन्यवाद मिसेस रिग्ली' नॉक्स बोलणे संपवत उभा राहिला.

ती निराश झाली. 'इतकेच? मला वाटले की मला तुम्ही एखादी ओळख परेड करायला लावाल.'

'तशी गरज पडली तर मी बोलवेन तुम्हाला,' नॉक्स म्हणाला. याची गरज पडणार नाही, हे त्याला नक्की माहिती होते.

यानंतर नॉक्सला चहा–कॉफी काही हवे होते. तो कॅन्टीनमध्ये गेला. तो एका भल्या मोठ्या रांगेत उभा राहिला, 'आत्महत्या' या शब्दाने त्याचे लक्ष वेधले.

'काय आत्महत्या?' त्याने विचारले.

मिक क्रॉफर्ड नावाच्या अधिकाऱ्याने या घटनेचा उल्लेख केला होता. वाहतूक पोलिसांनी सकाळी पहिला रिपोर्ट दिला आहे. एका तरुण अनोळखी स्त्रीचा देह रेल्वेलाईनवर, किंग्जमीड आणि बोर्लनविलेच्या दरम्यान या वीकएन्डला सापडला. ती आत्महत्या असावी. पण भीषण आहे,' ते म्हणाले.

'एक तरुण स्त्री?' नॉक्सने पुन्हा म्हटले. त्याच्या पोटात जरासे कालवले. 'नक्की कुठे?' 'कोटसब्रुक पार्कच्या पाठीमागे' गोल्डन क्रॉसपासून खूप दूर नॉक्सने विचार केला, त्याला दिलासा वाटला.

'ही सरळ घटना वाटते म्हणून त्यांच्याकडेच सोपवली आहे.' क्रॉफर्ड म्हणाला. रेल्वेलाईनवरचे मृत्यू हाताळणे हे वाहतूक पोलिसांसाठी नेहमीचे होते. चालू घटनांसंदर्भात जर हे मृत्यू असतील तर मग अपवाद ठरायचा. त्यांना माहिती हवी होती. आपल्याकडे कुणी 'हरवल्याची' नोंद झाली आहे का ते, अशा वर्णनाचे आपल्याकडे काहीच नाही.'

'तुमच्याकडे वर्णन आहे?'

'हो.'

'मी पाहू शकतो का?'

नॉक्स क्रॉफर्डसोबत त्याच्या टेबलपाशी गेला. त्याला ते वर्णन वाचण्याची इच्छा का झाली ते त्याला समजले नाही आणि ते वाचल्यावर त्याला वाटले, वाचले नसते तर बरे झाले असते. नकळत त्याच्या तोंडून कण्हल्याप्रमाणे आवाज आला. त्या स्त्रीच्या चेहऱ्यावर उभा व्रण होता.

'तुम्ही ठीक आहात का?' क्रॉफर्डने विचारले.

११

तो मृतदेह नक्की कुठे सापडला याचा पत्ता फोनवरून मिळवून नॉक्स कोट घेऊन निघाला. तो ऑफिसमधून बाहेर पडत असताना डीसीआय शार्पवर जवळजवळ आदळलाच. 'कुठे चाललास इतक्या घाईने?'

'वाहतूक पोलिसांना रेल्वेलाईनवर एक मृतदेह सापडला आहे.'

'ती आत्महत्या आहे. ही केस आपल्यासाठी नाही.' शार्प म्हणाल्या.

'मला वाटतं ती क्रिस्टी वॉकर असावी, जेसिकाच्या अपहरणकर्त्याचे वर्णन ज्या मुलीने आपल्याला दिले ती.'

'आणि हे तुला कसं समजलं?'

'तिने मला शनिवारी सकाळी फोन केला होता. तिला मला भेटायचे होते. मी तिला तेव्हा त्या वेळेत भेटू शकलो नाही. अजूनपर्यंत तिच्याशी संपर्कही साधू शकलेलो नाही. तिचा बॉयफ्रेंड तिचा छळ करीत होता.'

'याचा अर्थ असा होत नाही की....'

'मला माहीत आहे. मला फक्त खात्री करून घ्यायची आहे, मॅडम.'

'ठीक आहे. पाहा काय आहे ते. ती तीच मुलगी आहे, याची खात्री होत नाही तोपर्यंत ही केस वाहतूक पोलिसांनाच बघू देत.'

'हो मॅडम, हे फक्त माझ्या मनाच्या समाधानासाठी करतोय मी.'

'छडा लावण्याच्या तुमच्या प्रयत्नाचे मला कौतुक वाटते, नॉक्स.'

क्रिस्टी इतकी अगतिक झाली असावी? नॉक्सचा समज झाला होता की तिने जेव्हा फोन केला तेव्हा तिला स्त्रियांनी आधार देणाऱ्या संस्थेचे किंवा एखाद्या वसतिगृहाचे नाव पाहिजे असेल, पण त्या पलीकडे काही असेल तर? त्याला वाटले, तिचा मेसेज त्याने पुन्हा ऐकण्यासाठी सेव्ह करायला पाहिजे होता.

ब्रिस्टोल ते बर्मिंगहॅम या मुख्य रेल्वेलाईनजवळ एका चालण्यासाठी बांधलेल्या पुलाखाली हा मृतदेह सापडला होता. भोवती हिरवळ आणि झाडांनी व्यापलेला परिसर होता. पूल तसा मोठे वाहन जाण्यासारखा रुंद होता. पण एका टोकाला कॉंक्रिटचे अडसर लावलेले होते, जेणेकरून तिथून त्या झाडाझुडुपांच्या परिसरात फक्त पायीच जाता येईल. तिथून अंदाजे ३० मीटर अंतरावर पहिले घर होते. रेल्वेच्या ज्या पुलावरून त्या बाईने उडी मारली होती, तिथे आता तत्कालीन सेवेच्या वाहनांची गर्दी झाली होती. बघ्यांच्या गर्दीमध्ये प्रकाशाचे झोत फिरत होते.

नॉक्सने स्वत:ची ओळख करून देत, एरवी कुलूप लावलेल्या कुंपणाच्या गेटमधून आत प्रवेश केला. रेल्वेच्या स्लीपर्समधून खडी, खड्यांतून वाट काढत तो तिथल्या एका पांढऱ्या तंबूत गेला, रुळांवर असताना रेल्वेचा एक विशिष्ट दर्प आला आणि २० वर्षांपूर्वीची भयानक स्मृती जागृत झाली. ॲडम टीयलच्या इवल्याश्या छिन्नविछिन्न देहापैकी एक भाग असाच रेल्वेमार्गावर सापडला होता.

वाहतूक पोलिसांच्या तुकडीने आपले काम सुरू केलेले होते. एका ऑफिसरने मुख्य ऑफिसरपर्यंत त्याला नेले. ॲन्डी ओल्सेन अशी त्याने स्वत:ची ओळख करून दिली.

'मी काय मदत करू शकतो तुमची, डिटेक्टिव्ह नॉक्स?' ओल्सेनने विचारले.

'मला वाटते मी बळी गेलेल्या व्यक्तीला ओळखतो, मी पाहू शकतो का?'

'हो जरूर.'

चौकस जगाच्या नजरांपासून बचाव करणारा जुजबी आडोसा थोड्या अनिच्छेनेच नॉक्सने बाजूला केला. काही अपघाती मृत्यू अविश्वसनीय वाटावेत इतके स्वच्छ आणि नेटके असतात. क्रिस्टी वॉकरचा मृत्यू याच्या अगदी विरुद्ध होता. तिचे हात-पाय वेडेवाकडे झालेले होते. चेहऱ्याच्या एका बाजूचे मास फाटून ती बाजू रक्ताळली होती. क्षणानंतर नॉक्सला समजले की त्याच्याशी कुणी बोलत आहे.

'ही ती आहे का?' ओल्सेनने विचारले.

नॉक्सने जडपणे होकारार्थी मान हलवली. त्याची भीती खरी ठरली होती तर, 'तिचे नाव क्रिस्टी वॉकर आहे.' तो म्हणाला.

'ही एक महत्त्वाची साक्षीदार होती; जेसिका अपहरणाच्या केसमध्ये. ज्या पाळणाघरातून जेसिकाला पळवून नेले होते तिथे ही काम करते.'

'हो, हो.'

'या मुलीने अपहरणकर्त्याचे सर्वांत तपशीलवार वर्णन आम्हाला दिले होते.'

'तुम्हाला अपहरणकर्ता सापडला नाही ना? कुणाला तरी हिचा अडसर दूर करायचा होता; असे वाटते का तुम्हाला?' आल्सेन म्हणाले.

'हिचे बॉयफ्रेंडशी असलेले नाते वादग्रस्त होते. हा तिला मारहाण करायचा, यानेच पोलिसांना खंडणीसाठी खोटा फोन केला होता. त्याच्यावर या खोटेपणाचा आरोप ठेवण्यात आला आहे.'

'आणि कदाचित तिने त्याला अडकवले असं त्याला वाटले असेल. असा मार्ग पत्करणारी ही एकमेव व्यक्ती असावी. ही केस आता तुमच्यासाठी आहे, असे वाटते. आमच्याकडचा सर्व तपशील मी तुम्हाला देतो.'

'धन्यवाद. ही कुणाला सापडली?'

'आमचा एक माल वाहतूकदार आहे त्याला सापडली. तो वेळेवर थांबला,

पण त्याला धक्का बसला आहे. ट्रीटमेंटसाठी त्याला सेली ओकला नेले आहे.'

'तो जर वेळेत थांबला तर तिची अवस्था इतकी वाईट कशी काय?'

'तिला आधी जाणाऱ्या ट्रेनची धडक बसली असणार. रात्री वेगाने जाणाऱ्या ट्रेनने तिला पाहिलेही नसेल. जरी ड्रायव्हरला काही जाणवले असले तरी, कोल्हा किंवा तत्सम काही उडवले गेले असे त्याला वाटले असेल. ती जिथे सापडली तिथे फारसे रक्त दिसले नाही. म्हणजे ती काही अंतरावरून फरफटली गेली असणार पुलाच्या कोणत्या बाजूनं तिने उडी मारली हे सांगणे अवघड आहे.'

'तिच्याजवळ काही ओळख पटण्यासारखे सापडले?' क्रिस्टीच्या फोनचा विशेष करून नॉक्स विचार करत होता.

ओल्सेनने नकारार्थी मान हलवली. हे काही नवीन नव्हते. आत्महत्या करणाऱ्यांना आपल्याला कुणी ओळखू नये असे वाटत असते. ओल्सेन तिच्या पावलांकडे निर्देश करत म्हणाला, 'तिचा एक बूट हरवला आहे. आमची माणसे त्याचा शोध घेत आहेत. त्यांना तो अजून सापडलेला नाही. तो त्या ट्रेनबरोबर काही अंतरावर जाऊन पडला असण्याची शक्यता आहे.'

ज्या ट्रेन ड्रायव्हरला ती दिसली होती, तो दवाखान्यात एका क्युबिकलमध्ये थांबलेला होता, कुणी तपासायला, पाहायला येईल म्हणून. या मध्यमवयीन व्यक्तीचा चेहरा भुरकट रंगाचा होता.

'मी किंग्जमीड स्टेशन सोडून वेग घेत होतो, तितक्यात मला ही दिसली. अजून ते दृश्य डोळ्यासमोर आहे,' तो नॉक्सला म्हणाला. 'जेव्हा मोठे काहीतरी समोर दिसेल तेव्हा तुम्ही नेहमी विचार करता, इतक्या गोष्टी एरवी ऐकलेल्या असतात ना! साधारण २० यार्ड अलीकडे असतानाच मला ते दिसलं म्हणून मी थांबू शकलो. ती अर्धी ट्रॅकवर आणि अर्धी बाजूला होती. तिला आधी गेलेल्या ट्रेनची धडक बसली असणार, पण मी जेमतेम आधी थांबलो त्यामुळे तिच्यावरून गाडी जाण्याचे टाळता आले. मी खाली उतरून पाहिले.' त्याने मोठा आवंढा गिळला, नॉक्सला वाटले त्याला आता उलटी होणार म्हणून तो इकडेतिकडे नॅपकिन मिळतो का ते पाहत होता. 'मी ते पाहायला नको होते असं वाटते, देवा!'

'जे केलेत ते योग्य केलेत,' नॉक्स म्हणाला. 'धन्यवाद.' तो जाण्यासाठी उठला तेव्हा त्या ड्रायव्हरने त्याचा खांदा धरला, जरा जोरातच दुखेल इतपत, 'तुम्हाला वाटतं का मी हे विसरू शकेन म्हणून?'

'काळाच्या ओघात विसराल,' नॉक्स त्याला म्हणाला, स्वत:लाही तो हेच सांगत होता.

नॉक्स, शवागारात पोहोचेपर्यंत स्टुअर्ट क्रोघानने प्राथमिक तपासणी सुरू केली होती. नॉक्सने हात धुवून गाऊन घातला आणि डॉक्टरांच्या मागे उभा राहिला. त्याच्या कामातला हा भाग त्याला आवडत नसे. या गोष्टीची कधी सवय होत नसते. काही वेळ उपकरणांचे आवाज येत होते. क्रोघान आपले धावते समालोचन डिक्टाफोनमध्ये बोलत होते, ते आणि त्यांचे सहकारी, विद्यार्थी काम करत होते. शेवटी नॉक्सला काही हे टेन्शन सहन झाले नाही. 'बॉन्डने तिला मारहाण केली आहे का गेल्या काही दिवसांत?' त्याला माहिती पाहिजे होती. अनिश्चितता त्याला पोखरत होती.

'शेवटच्या दिवशी तरी नाही.' क्रोघान म्हणाले. 'तिचा मृत्यू होऊन २४ तास होऊन गेले आहेत. ती रविवारी पहाटे गेली असावी. इतर काही ट्रेन तिथून तिला न पाहता गेल्या असतील. तिची अवस्था भयानक आहे. त्यामुळे तिला मारहाण झाली आहे का नाही ते सांगता येणार नाही. माझ्या अंदाजानुसार तिचा मृत्यू मान मोडल्यामुळे जरी झालेला असला तरी पडल्यामुळे आणि ट्रेनचा मार लागल्यामुळे झालेल्या इतर बऱ्याच जखमा आहेत.'

नॉक्स शांत झाला.

'तुम्ही ठीक आहात का?' क्रोघानने काळजीने विचारले. नॉक्स अशा प्रसंगातून यापूर्वी पण गेला होताच की!

'तिने मला शनिवारी रात्री फोन केला होता आणि मी तिला भेटणार होतो. मला वाटतं ती त्याला हवाली करणार होती किंवा तिला निघून जाण्यासाठी कुठली तरी सुरक्षित जागा हवी असणार. माझे इतर कार्यक्रम ठरले होते म्हणून हे मी टाळले.'

क्रोघानला त्याचे म्हणणे समजले. 'तुझी चूक नाही टोनी,' ते हलकेच म्हणाले. 'तिला हेच जर करायचे होते तर ते तिने कसेही केलेच असते. तुला वाटतंय तू तिला टाळलेस म्हणून तिने असे केले? त्याला अन्य काही कारणं होती.'

'मला आणखी काम करावे लागणार आहे. पण प्रथमदर्शनी मोडलेली मान, अनेक जखमा, अनेक ठिकाणी मोडलेली हाडं इतकी कारणं मृत्यूसाठी खूप झाली पण तुझे बरोबर आहे, काही जुन्या आधी झालेल्या जखमा पण आहेत.'

'मी म्हणालो त्याप्रमाणे ती बराच काळ शारीरिक मारहाण सहन करत होती.' नॉक्स मुठी आवळत होता. जाण्यापूर्वी त्याने विचारले, 'तिला या आघातांबद्दल काही समजले असावे का?'

'मला शंका वाटते. तिच्या मानेला बसलेला झटका सरळ आहे. त्या अपघाताने आधी तिची शुद्ध हरपली असणार. नंतरचे तिला काहीच जाणवले नसणार.'

हे एकच क्षुल्लक समाधान होते. नॉक्स शवागारातून बाहेर पडला, त्याला बरं वाटत नव्हतं. अशातऱ्हेने मृत्यू स्वीकारणे अमानुष होते. तो हा मृत्यू टाळू शकला असता हा विचार करून त्याला आता जगायचे होते. काही आठवड्यांपूर्वी त्यानेच

क्रिस्टीला जगण्याचा दुसरा मार्ग देऊ केला होता. आता वेळ आल्यावर त्यानेच ती संधी तिच्यापासून काढून घेतली, ते सुद्धा केवळ शय्यासुखाच्या मोहामुळे.

नॉक्स जिमीच्या गॅरेजला पोहोचेपर्यंत अपराधीपणाची जागा क्रोधाने घेतली होती. त्याचा शूळ उठला होता. गाडीच्या टायर्सचा आवाज करत त्याने गाडी गॅरेजच्या समोर ब्रेक लावून थांबवली.

'बॉन्ड कुठे आहे?' असं ओरडतच तो आत आला. काही तरुण, ट्रेनिंगसाठी आलेल्या, गाडी धुणाऱ्या मुलांना त्याने ओरडून विचारले. त्याने काचेच्या दरवाज्याकडे बोट दाखवले. ते दार जोराने उघडून त्याने बॉन्डला पाहिले. गुळगुळीत दाढी करून आणि उत्तम सूटबूट घालून तो एका मध्यमवयीन जोडप्याला फोर्ड विकू पाहत होता. नॉक्स रागावलेला होता तो तसाच तिथे गेला. बॉन्ड इकडेतिकडे पाहीपर्यंत त्याने त्याला खांद्याला पकडले, जोरात फिरवून भिंतीवर आदळले आणि कोपर गळ्यावर आडवे ठेवत विचारले, 'यावेळी काय झाले?' बॉन्डपासून काही इंचाच्या अंतरावर नॉक्स उभा होता. त्याचा श्वास जोरात चालला होता. 'तुला पाहिजे तसे जेवण तिने बनवले नाही? का तिने तुला पोलिसांना सांगून अडकवले असा तुझ्या डोक्यात संशय आला? तुला विश्वासाचा अर्थही समजणार नाही, नाही का? तुला वाटेल तू यातून सुटशील म्हणून पण मला इतिहास माहीत आहे. या ना त्या मार्गाने मी तुझ्यापर्यंत येऊन पोहोचेन.'

बरेच क्षण बॉन्ड घाबरलेला होता. पण त्याच्या डोळ्यांत गोंधळल्याचे भावही होते. 'काय चालले आहे?' तो जेमतेम म्हणाला.

'आम्हाला क्रिस्टीचा मृतदेह सापडला आहे, त्याच्याविषयी बोलतोय मी.' नॉक्स म्हणाला.

बॉन्डचे अवसान गळले आणि चेहरा फिका झाला. 'काय?'

अचानकपणे आलेल्या या प्रतिक्रियेमुळे नॉक्सची पकड सैल झाली आणि बॉन्ड ओघळून खाली पडला. ते मध्यमवयीन जोडपं मागच्या मागेच गुपचूप निघून जाऊ लागलं.

'तुला आश्चर्य वाटतंय का, जिमी?' नॉक्स बेभान होऊन बोलत होता. 'पाहा तू काय केलेस तिला.'

'मला माहीत नाही, तुम्ही काय बोलताय ते. क्रिस्टी आणि मी वेगळे झालोय.'

'कधी?'

'काही आठवड्यांपूर्वी.'

'कुणी संपवले हे नाते?'

'तिनेच. तुम्ही मला पकडून ठेवले होते तेव्हा तिने बरेच काही केले. तशी ती

विश्वासू होती. तुम्ही मध्ये पडायच्या आधी मी तिला मागणी घातली होती. आम्ही दोघांनी लग्न करावं, आमचं कुटुंब असावं असं मला वाटत होतं आणि ते सुद्धा आमची वयं उलटून जाण्यापूर्वी.'

'ती तुझ्याशी लग्न करणार होती?'

'तिने मला नकार दिला.'

'मला नाही समजत का ते!' नॉक्स उपरोधाने म्हणाला. 'तुला वाईट वाटले असेल नाही का? तुला वाटलं असेल ही कायम आपल्यासाठी उपलब्ध असेलच, तुझी स्वतःची मारहाण करण्याची पंचिंग बॅग म्हणून.'

बॉन्डने हे नाकारले नाही. 'ती हो म्हणाली असती तर....'

'.....जर तू पीटर क्लिनमानकडून अडीच लाख उकळले असतेस तर? तू तिला पैशांसाठी मारहाण करतोस हे तिने सहन केले असते नाही का? तू फसवतो आहेस स्वतःला. तुझ्यावर आयुष्य उधळण्यात अर्थ नाही हे समजण्याइतकी ती शहाणी होती. तिने तुला अडकवले नाही, हे पण तू जाणतोस, आम्ही तुला आधीच पकडलेले होते.'

'मला माहीत आहे. पण त्याची गरजच पडली नाही कारण....'

बॉन्ड बचाव करत होता. पण ते बेगडी आहे हे नॉक्सने ताडले. खरंतर तो हादरलेला होता. कदाचित त्याचे क्रिस्टीवर खरं प्रेम असेलही. 'तू शनिवारी रात्री काय करत होतास?' नॉक्सने जाब विचारला.

'मी ब्लॅकपूलला होतो. दारू पित होतो.'

'का?'

'ती पुरुषांचीच पार्टी होती.' बॉन्डचा चेहरा एकाएकी बदलला अन् नॉक्सकडे वळत तो म्हणाला. 'ही तुझी चूक आहे, तू हे केलेस.'

'हे तू कसं म्हणू शकतोस?' नॉक्स अवस्थपणे म्हणाला.

'तू तिला काही भ्रामक कल्पना दिल्या नसत्यास तर क्रिस्टी अजूनही माझ्यासोबत असती. तिला माझी गरज होती.'

'हे निखालस चूक आहे, हे तुला माहिती आहे. तू त्या पुलावरून तिला ढकलले नसशील पण एका अर्थी त्यासाठी तू जबाबदार आहेस. मी परत येईन तुझ्याकडे.'

'तुला माहीत नाही तू काय केले आहेस. तू मध्ये आला नसतास तर ती जिवंत असती.' टोनी बाहेर पडताना, त्याच्या कानांत हेच शब्द घोंघावत होते.

जेव्हा मरिनर, ग्रॅनविल लेनला शेवटचा गेला होता तेव्हा तिथे जल्लोष होता. त्याच्यासह सगळे उत्साहात होतो. आज मात्र त्याचा मागमूसही नव्हता. सीआयडी ऑफिस जवळजवळ मोकळे होते. सर्वजण व्यस्त होते. जेसिकाच्या

अपहरणाच्या केसच्या काळात मागे पडलेली कामे करण्यात सगळे गुंग होते.

ऑफिसमध्ये चार्ली ग्लोव्हर हजर होता. मरिनर आत गेला तेव्हा त्याने वर पाहिले. 'काहीतरीच निकाल लागला सर,' तो म्हणाला.

म्हणजे बातमी पसरली होती तर, 'असेच म्हणावे लागेल.'

'तरी ते त्याला अडकवतील कुठेतरी असं वाटतंय.'

'आपण अशी आशा करूयात; टोनी, नॉक्स कुठे आहे?'

ग्लोव्हर सावधपणे आणि शब्द नीट निवडून बोलत असल्यासारखा म्हणाला, 'तो बाहेर गेलाय. जेसिका हरवली तेव्हा आपण जिची मुलाखत घेतली होती, ती मुलगी क्रिस्टी वॉकर तुम्हाला आठवते का? आत्महत्येची एक घटना घडली आहे, आणि नॉक्सला वाटते आहे की ती तीच आहे.'

'क्रिस्टी? कसं काय?'

'ट्रेनसमोर उडी मारली.'

'बिचारी पोर. तिच्या ब्रॉयफ्रेंडचे बॉन्डचे काय?'

ग्लोव्हरने नकारार्थी मान हलवली. 'तो बेलवर आहे. पण टोनीला जर तो सापडला तर त्याचं काही खरं नाही.' असे म्हणेपर्यंत टोनी आत आला.

'मग?' मरिनरने विचारले.

'ती तीच आहे.'

'नाही! मरिनर तोंड वेडेवाकडे करत म्हणाला आणि बॉन्ड?'

'मी आताच त्याला भेटून आलो. जमेची बाजू ही आहे की त्यालाही आश्चर्य वाटले आहे.'

'तिने त्याला अडकवले असे त्याला वाटते आहे का?'

क्षणभर विचार करून नॉक्स म्हणाला, 'नाही, मला खरंच असं वाटत नाही. तो म्हणाला की ते दोघे वेगळे झाले होते म्हणून.'

'हे त्याच्या सोयीचे झाले, तुझा त्याच्यावर विश्वास आहे?'

'मला विश्वास ठेवायचा नव्हता, पण मी ठेवलाय' तो संपूर्ण वीकएन्डला ब्लॅकपूलला एका पार्टीत होता असे तो म्हणाला.'

'बरं, हे तपासणे शक्य आहे.'

नॉक्सच्या चेहेऱ्यावरील रंग उडालेला होता. 'मी तिला शनिवारी रात्री भेटणार होतो, पण माझे दुसरे काही काम निघाले, मी तिची भेट पुनःश्च ठरवण्याच्या प्रयत्नात होतो आणि सगळी गडबड झाली. मी तिला नाराज केले, असे केले नसते तर ती जिवंत असती.'

मरिनर मान हलवत म्हणाला, 'चल, असं काही नाही हे तुला चांगलं माहीत आहे. क्रिस्टी एक प्रौढ जबाबदार महिला होती. तिचे निर्णय ती स्वतः घेऊ शकत

होती. बॉन्डने तिला जी वागणूक दिली त्याबद्दल बॉन्डवर आरोप होईल असे काही वागायचे तिने ठरवले होते?'

'असू शकेल, पुरावा आता धूसर झाला आहे, असं क्रोघान म्हणाले. मी जेव्हा तिला विचारले की बॉन्डने तिला त्रास दिला आहे का? तर ती म्हणाली, मी हे फोनवर नाही बोलू शकत.'

'कदाचित तुला असं सरळसरळ सांगणं तिला अवघड झालं असावं. तिला समक्ष सांगायचे असेल कदाचित.'

'पण असं जर होतं तर 'हो' का नाही म्हणाली नुसते? मला हे माहीत आहे हे ती जाणून होती.'

'मग तू काय विचार करतो आहेस?'

'हे दुसरंच काहीतरी असावे.'

'बॉन्डशी संबंधित दुसरं काही?'

'असं असेल तर मला आश्चर्य नाही वाटणार.'

'त्याला इथे आणल्यावर आपण त्याच्या गॅरेजचा शोध घेतला होता. आपल्याला काही सापडले नाही म्हणजे आता आपण जास्तीतजास्त त्याच्यावर पाळत ठेऊ शकतो, इतकेच.' मरिनरला नॉक्सचे नैराश्य जाणवत होते.

'तो भरवशाचा माणूस नक्कीच नाही. त्याचा पूर्वेतिहास पाहा ना. त्याच्यावर आधी काही आरोप झाले होते, त्याने खंडणीची मागणी केलेली होती.'

'तुला अजूनही ठामपणे वाटते की क्रिस्टीचा त्या गोष्टीशी काहीच संबंध नसावा?'

नॉक्सला नीटसे सांगता आले नाही. 'ती खूप सरळ होती. तिला त्याचा तिरस्कार वाटत होता. त्यामुळेच ती त्याला सोडायला तयार झाली. त्याने तिच्यावर आरोप ढकलण्याचा प्रयत्नही नाही केला, नाही का? तोच हे सगळं करत होता. मला वाटतं कारण दुसरंच काही असावं. '

'तुला सांगण्यासारखं दुसरं काही असेल, तर ती आत्महत्या का करेल?'

'मला तेच कळत नाहीये,' नॉक्स म्हणाला. 'फोनवरचा तिचा आवाज वेगळाच होता. तिच्यावर दबाव नव्हता. शांत होती. पुढे काहीतरी करण्यासाठी उत्सुक होती.' तो एकदम थांबला. 'नाही, केवळ मी सगळा गोंधळ केलाय म्हणून मी अशी कारणे शोधतोय.'

'नाही.' मरिनर म्हणाला. 'ती जर इतकी विवश जाणवली असती तर तू नक्कीच काहीतरी केले असतेस. तुला 'अधिक चांगली' संधी मिळाली का?'

'हो.'

'मग तुला त्याबद्दल वाईट वाटत असावे.'

नॉक्सने मरिनरकडे तीव्र नजरेने पाहिले. 'तुझ्यावर झालेले उपचार जरा जादाच झाले दिसतायतं.'

'तिच्या आईवडिलांना सांगितले आहे का?'

'तेच पुढचे काम आहे. मी तिचा पत्ता मिळवला आहे.'

'मी येतो तुझ्यासोबत.'

'हे मॅक्क्रीबद्दल भलतंच झालं बॉस,' गाडीत बसल्यावर नॉक्स म्हणाला.

'त्याच्याकडे बचावासाठी चांगला संच होता, त्यांनी त्यांचे काम चोख केले आणि कुणास ठाऊक त्यांचे बरोबर असेलही.'

नॉक्सला आश्चर्य वाटले. 'तुम्हाला खरंच वाटतं की तो वेडा आहे?'

'खरंच,' असेल कदाचित. तरी पण त्याला खून करण्याचा अधिकार मिळत नाही ना?'

'नाही.'

क्रिस्टीचा जो पत्ता मिळाला होता, ते एक विओली कॅसलमधील साधे घर होते. नॉक्सने दारावरची बेल वाजल्यावर काही वेळाने एक साठीच्या पुढच्या वयाच्या बाई दार उघडायला आल्या. विक्रेता असावे असे वाटल्याने तिने त्यांना फारसे महत्त्व दिले नाही. मरिनरने त्याचे वॉरन्ट कार्ड काढून दाखवले.

'पोलीस?' त्यांच्या पलीकडे रस्त्यावर नजर टाकत ती वृद्धा म्हणाली, 'मी तर नाही बोलावले पोलिसांना.'

'नाही. तुम्ही मिसेस वॉकर का?'

'नाही. मी फिलिस गेट्स.'

'तुम्ही क्रिस्टी वॉकरच्या....?'

'मी तिची आजी.'

'मी गुप्तचर इन्स्पेक्टर मरिनर आणि हे गुप्तचर सार्जंट नॉक्स. आम्हाला तुमच्याशी बोलायचे आहे. आम्ही आत येऊ का?'

फिलीस गेट्सला लवकरच अंदाज आला. तिचा संशय बळावला. 'काय झाले आहे?'

'आपण आत जाऊन बसूयात का?' मरिनर आत निर्देश करत म्हणाला.

नॉक्स दार बंद करायला थांबला, तिने जुन्या पद्धतीच्या मांडणीतल्या बैठकीकडे त्यांना नेले, तिथे काचेच्या वस्तू असलेले एक कपाट होते. मरिनरला आपल्या आजी-आजोबांचे असेच कपाट आठवले. तिथे क्रिस्टीचा एका मोठा फ्रेम केलेला फोटो ठेवलेला होता, नॉक्स त्यापासून थोडा आक्रसला हे मरिनरने पाहिले. फिलीसने त्यांना मोठ्या आरामखुर्चीमध्ये बसायला सांगितले आणि ती त्यांच्या समोरच्या सोफ्याच्या टोकावर बसली. 'वॉच टॉवर'ची वितरित न केलेली अजूनही

प्लॅस्टिकच्या वेष्टणात बांधलेली मासिकं मरिनरच्या नजरेस पडली. दारावर अचानक येणाऱ्या माणसांबद्दल ती सावध होती. स्वाभाविकच होतं मग, ती यामध्ये निष्णात असावी. ते बसेपर्यंत वातावरणात जरा तणाव निर्माण झालेला होता.

'आम्हाला खरं तर क्रिस्टीच्या आईवडिलांशी बोलायचे होते.' मरिनर म्हणाला.

'क्रिस्टीची आई, क्रिस्टी लहान असतानाच वारली. तिचे वडील कधीच जवळपास नव्हते. मीच तिला सांभाळले.' फिलीस गेट्सने घाबऱ्या आवाजात सांगितले.

'ठीक, मग आम्हाला तुमच्याशी बोलावे लागेल.'

'कशाबद्दल?' आवाज स्थिर ठेवण्याचा प्रयत्न करत ती म्हणाली,

'सॉरी, आम्हाला एक मृतदेह सापडला आहे, ब्रिस्टोल ते बर्मिंगहॅम रेल्वेमार्गावर आज सकाळी. ती क्रिस्टी असावी असे आम्हाला वाटण्यामागे कारणे आहेत.'

फिलीसने जोराने श्वास घेतला, मग ती शांत झाली. तिने मान खाली घातली, मरिनर पाहत होता, तिचे खांदे गदगदत होते. ती रडत होती. आपण एक महिला अधिकारी सोबत आणायला पाहिजे होती, असे मरिनरला वाटले. त्याने हात लांब करून तिच्या खांद्यावर थोपटले. ती शांत होईपर्यंत वाट पाहिली. 'तुम्ही घरामध्ये ब्रॅन्डी ठेवता का?' मरिनरने विचारले. तिने नकार दिल्यावर त्याने हळूच नॉक्सला सांगितले, 'जाऊन गॅसवर किटली ठेव.'

पाच मिनिटांनी नॉक्स चहा घेऊन आला. तिचे रडणे ओसरले होते. तिने थरथरत्या हाताने चहाचा कप घेतला, 'माझा विश्वास बसत नाही. ती तिथे कुठे गेली?' तिचा आवाज हळू झाला.

'आम्हाला अजून नीट समजले नाही.' मरिनर हळूहळू म्हणाला. 'तुम्ही तिला शेवटी कधी बघितले?'

'शनिवारी दुपारी. तिच्या बॉयफ्रेंडशी तिने काही आठवड्यांपूर्वी नाते संपवले होते. आता ती तिच्या वस्तू इथे आणत होती.'

'क्रिस्टी कशी होती तेव्हा?'

'ठीक.'

'बॉन्डपासून वेगळे झाल्यामुळे ती त्रासलेली होती का?'

'ती दुःखी होती. पण हे योग्य होत आहे, असे तिला वाटत होते.'

'म्हणजे ती त्यामुळे उदास वाटली नाही तर?'

'नाही. फारशी नाही.' फिलीस अडखळत सांगत होती.

'तुम्हाला काय वाटले त्याबद्दल?' मरिनरने विचारले.

'ते एक दुःस्वप्न होते. तिच्या छोट्याशा खोलीत पुन्हा नेऊन ठेवण्यासारखे इतके सामान होते तिच्याकडे, ते कुठे ठेवायचे तेच आम्हाला कळेना. तिला

त्यातले काही त्याच्या घरीच सोडून द्यावे लागले. 'मान म्हणायचे आहे की, ती जिमी बॉन्ड पासून वेगळी झाली याबद्दल तुम्हाला काय वाटले. मला नेहमी वाटायचं की तो वयाने तिच्यासाठी खूप मोठा आहे.' इथे शारीरिक त्रासाचा उल्लेख नव्हता. 'आणि त्याने त्या बाळाच्या संदर्भात फोन केले तेव्हा क्रिस्टी खूप वैतागली होती त्याच्यावर.'

म्हणजे क्रिस्टीने अखेरीस बॉन्ड विरूद्ध उभे राहायचे ठरवले होते. त्याला ते नक्कीच आवडले नसणार. 'सामान हलवायला जिमीने तिला मदत केली का?'

'नाही. तिने तिच्या मामाची मदत घेतली. त्याची व्हॅन आहे.'

'आणि तुम्ही बॉन्डला कधी भेटलाच नाहीत?'

'नाही. क्रिस्टी म्हणाली तो नाहीये. शनिवार होता ना, तो कामावर असावा. इथे येऊन राहाणे हे तात्पुरते होते. ती स्वत:ची जागा घेणार होती, एक फ्लॅट. ब्रिस्टोल रोडवर कॉलेजच्या जवळ तिला आवडलेली एक जागा तिने पाहून ठेवली होती.

मरिनरने तो परिसर पाहिलेला होता. झगमगीत मामला होता तो. 'ती जागा तर खूप महाग आहे.' तो म्हणाला.

'मला माहीत आहे. तिने स्क्रॅच कार्डवर काही पैसे जिंकले होते आणि पगार वाढही मिळणार होती.'

ही पगार वाढ 'बरीच' असावी असा विचार मरिनरने केला. 'मग काय?' त्याने विचारले.

'तिने तिच्या खोलीत तिथे सामान ठेवल्यावर आम्ही चहा घेतला. मी रस्त्याच्या टोकाला असलेल्या बाजारात गेले, मासे आणि चिप्स घेऊन आले, टीव्ही समोर बसून खाल्ले आणि ती अंदाजे ६:३० ला बाहेर गेली.'

'ती म्हणाली का कुठे जाते आहे असे?'

'ती २४ वर्षांची आहे. तिने मला सगळं सांगण्याची आवश्यकता नाही. मला वाटतं ती त्या पाळणाघरांतल्या मुलीसोबत गेली असेल.'

'तुम्ही तिला शेवटी पाहिलंत ते याचवेळी. मग तुम्ही ती हरवल्याची तक्रार नाही केलीत. असे का?'

'मला वाटलं ती मैत्रिणीकडे राहिली असेल. ती बरेचदा असे करते. ती काही आता लहान नाही.'

'तिने स्वत:च्या बरोबर काही नेले होते. एखादी हॅन्डबॅग वगैरे?'

'हो तर, तिच्याजवळ नेहमी एक बॅग असते आणि तिचा मोबाईल.'

मरिनरने नॉक्सकडे पाहिले, नॉक्सने नकारार्थी मान हलवली. ते दोघे एकच विचार करत होते. ती सापडली तेव्हा ते दोन्ही तिच्याबरोबर नव्हते. 'तुम्ही त्या दोन गोष्टींचे वर्णन केलेत तर आम्हाला मदत होईल. मरिनर म्हणाला.

'ती एक मॉर्गनची बॅग होती.' फिलीस म्हणाली. दोन्ही पुरुषांना यातून काहीच बोध झाला नाही. 'ती पांढऱ्या लेदरची बॅग होती, खूप छोटेछोटे खिसे, कप्पे असलेली. तिला ती खूप आवडायची.'

'मिसेस वॉकर हे जरा अवघडल्यासारखे आहे, पण आपल्याला गृहीत धरायला पाहिजे की तिनेच स्वतःचा जीव घेतला. कठीण असेल, पण असे काही कारण तुम्हाला वाटते का की ज्यामुळे तिला असे करावेसे वाटले असावे?'

'आत्महत्या? नाही, नाही, क्रिस्टी असं नाही करणार. तिला माहीत आहे आम्ही याबद्दल काय विचार करतो ते,' फिलीसच्या चेहऱ्यावर एक आशा चमकून गेली. 'तुम्हाला खात्री आहे का ती क्रिस्टी आहे, त्यांची?'

'अगदी खात्रीपूर्वक,' नॉक्स हळुवारपणे म्हणाला.' 'मी क्रिस्टीचा इंटरव्ह्यू घेतला होता, जेसिका अपहरणाच्या संदर्भात.'

फिलीसने नॉक्सकडे निरखून पाहिले. 'तू टोनी आहे ना, तिने सांगितले होते तुझ्याबद्दल आणि तुम्ही किती दयाळू आहात ते. तुम्ही आवडायचात तिला.'

नॉक्स अवघडला. 'तिने मला शनिवारी फोन केला होता. तिला माझ्याशी बोलायचे होते. तुम्हाला काही कल्पना आहे का काय बोलायचे असेल याबद्दल?'

फिलीसने दूरवर पाहिल्यासारखे केले. क्षणभर विचार केला, तिच्या हातातला कप कलला होता, नकळत. 'नाही,' ती म्हणाली. 'मला असं काही सुचत नाही.'

'तुम्हाला माहीत होते का जिमी बॉड क्रिस्टीला मारहाण करायचा ते?' मरिनरने विचारले.

'जिमी?' फिलीस एकदम वास्तवात परतली, पण डोळ्याला डोळा भिडवू शकली नाही. सोफ्यावर हात फिरवत, 'मला नाही वाटत असे. क्रिस्टी धडपडी होती, ती लहानपणी फार धडपडायची, धांदरट होती. तिच्या आणि जिमीच्यात काही बेबनाव होता, शेवटपर्यंत. पण तिचे त्याच्यावर प्रेम होते. तो तिच्याशी चांगला होता.'

मरिनरने नॉक्सकडे पाहिले. फिलिसने हे पाहिलेच नसावे का ती तसे भासवत होती? 'तुम्हाला असं वाटतं का जिमीपासून दूर गेल्यामुळे दिसत होते त्याहीपेक्षा जास्त दुखावली गेली होती क्रिस्टी?' मरिनरने विचारले.

मी ते काहीसे मान्य करीत फिलीस म्हणाली, 'ते बराच काळ एकत्र होते.'

मरिनरने फळीवरच्या फोटोकडे निर्देश करत विचारले. 'आम्ही हा फोटो नेऊ शकतो का, कॉपी करायला?'

'हो जरूर घ्या.'

'मिसेस गेट्स, एक अवघड काम आहे, पण क्रिस्टीची औपचारिक ओळख पटवण्यासाठी कुणीतरी यायला पाहिजे.'

'मी हे करू शकेन' ती म्हणाली.

'नक्की का?'

'हो मला तिला पाहायचे आहे. निरोप घ्यायचा आहे आणि खात्री पण करायची आहे.'

ती अजूनही ती क्रिस्टी नसावी अशी आशा करत होती असे मरिनरला वाटले. अशी आशा करणारी ती एकटी नव्हती. 'जाण्यापूर्वी तिच्या खोलीवर एक नजर फिरवणे शक्य आहे का?'

क्रिस्टीने सामान आणून ठेवले होते. जागेवर लावलेले नसल्याने खोलीभर खोकी पसरलेली होती. त्यांना दरवाजा धड उघडता येत नव्हता. कॉम्प्युटरचे सुटे भाग ड्रेसिंग टेबलवर तसेच होते, न जोडता ठेवलेले. क्रिस्टीने चिठ्ठी ठेवलेली असती तरी तिने ती सहज दिसावी असा प्रयत्न केला नसणार.

'हे फार मोठे काम आहे. आपण हे नंतर करू,' मरिनर म्हणाला.

एका तासानंतर आपल्या नातीची ओळख पटल्यावर फिलीस गेट्स कोसळली. ती हमसून रडत होती. मरिनरचा हात घट्ट पकडून ती म्हणाली, 'मी काय करणार आहे हिच्याविना?'

त्याला उत्तर देता येईना.

१२

'जॅक ॲन्ड द बीनस्टॉक' नर्सरीचे नाव बदलून एबीसी नर्सरी असे नवे नाव असलेली एक पाटी बाहेर लावली जात होती.

'त्या अपहरणामुळे फरक पडला असेल,' मरिनरने विचार केला. दारावरची बेल पण जरा नव्या पद्धतीची होती. गेल्या वेळेपेक्षा त्याला लगेचच दार उघडले गेले. टुडी बराटने त्याला आत घेतले, त्याला पाहून ती काही फार खूश नव्हती. सगळे बदल बाह्यांगी होते, आत सर्व काही तसेच होते. ती वेगाने आपल्या ऑफिसमध्ये येऊन बसली, ते तिच्या मागून गेले.

'आता तुम्हाला काय पाहिजे आहे?' आपल्या समोरचे पेपर वाचत तिने विचारले.

'कसा काय चालला आहे व्यवसाय?' मरिनरने विचारले.

'बरेच समंजस पालक अजूनही आमच्या सोबत आहेत. हातावर मोजण्या

इतक्यांनी आपली मुले दुसरीकडे ठेवायचे ठरवले आहे.'

'दुसरीकडे म्हणजे, विशेषत: कुठे?' मरिनर तिच्या स्पर्धक शत्रूचा विचार करत होता.

'तसे काही मला माहिती नाही, कारणे वेगवेगळी आहेत.'

'आणि कर्मचारी?'

'ते कधी नव्हे ते फारच अवस्थ आहेत, त्यामुळेच मी आता खूपच व्यस्त झालेली आहे. तीन जणं आज आलेले नाहीत....

'क्रिस्टी वॉकरसहित?'

'हो' ती अनवधानाने म्हणाली आणि वर पाहत तिने विचारले, 'तुम्हाला कसे माहीत?'

'क्रिस्टीचा मृतदेह बर्मिंगहॅम ते ब्रिस्टोलच्या मुख्य रेल्वेमार्गावर आज सकाळी सापडला.'

'अरे देवा!' आता तिचे पूर्ण लक्ष त्यांच्याकडे होते. तिने टेबलाचा कोपरा घट्ट पकडला आणि ती थोडी चक्कर आल्यासारखी हलली. मरिनरने खोलीच्या कोपऱ्यातली उंचावरची छोटी खिडकी पूर्ण उघडली. 'थोडी हवा येऊ देत इथे. तुम्हाला पाणी हवंय का?'

'हो, धन्यवाद.' कोपऱ्यातल्या कूलरमधून प्लॅस्टिकच्या ग्लासमध्ये पाणी घेऊन नॉक्सने तिला दिले. तिने ते घटाघट संपवले. 'काय झाले? तिने शेवटी विचारले. अपघात होता का?'

'या घटकेला आम्ही याकडे आत्महत्या म्हणून पाहत आहोत.'

सुस्कारा सोडत ती म्हणाली, 'माझा विश्वास नाही बसत. बिचारी पोरं.' मग कणखरपणे ती म्हणाली, 'हा मोठा धक्काच आहे; पण मला आश्चर्य नाही वाटलं. क्रिस्टी तशी दुबळी होती.'

'जीव देण्याइतकी?'

'हे काही मला माहीत नाही. पण त्या बॉयफ्रेंडपासून सुटका करून घेण्यासाठी हे कारण पुरेसे होते तिला.'

'तिचे जिमी बॉन्डशी असलेले नाते संपलेले होते.'

'हो का?'

'दोन आठवड्यांपूर्वीच. ती म्हणाली नाही तसं तुम्हाला काही?'

'क्रिस्टी व्यक्तिगत आयुष्य माझ्यापाशी बोलायची नाही. इतर काही मुलींना सांगितले असेल नक्कीच. बॉन्ड कसाही असला, तरी तिला या दूर होण्याचा त्रास झाला असणार. ते बराच काळ एकत्र होते. तिने ते अपहरणाचं प्रकरण सुद्धा मनाला लावून घेतले होते. मला वाटतं, तिला वाटायचं की ती तिची चूक आहे. जरी

आम्हाला सगळ्यांना माहीत होते की असे काही नाही, तरी पण. मग त्या बेकार माणसाने खंडणीची मागणी केली. मला वाटतं क्रिस्टीला स्वतःवर बोल लावून घ्यायची सवय होती.' ती त्या वाईट बातमीवरील निराश प्रतिक्रियेतून धाडधाड बोलत सुटली.

'तुम्ही तिला शेवटी कधी पाहिले?'

टुडी बराटने काही क्षण विचार केला. 'शुक्रवारी दुपारी केव्हातरी, मला लहान मुलांच्या खोलीत जावे लागले होते.'

'क्रिस्टी पाळणाघरात नव्हती?'

'पाळणाघर अनिश्चित काळासाठी बंद केले आहे.'

'ओ! हा निर्णय कुणाचा?'

'मी, हॉस्पिटलने एकमेकांशी बोलून एकमताने ठरवले हे,' ती जुजबी माहिती देताना म्हणाली.

याच्या तपशीलात नंतर जाता आले असते. 'शुक्रवारी दिसली तेव्हा क्रिस्टी कशी वाटली तुम्हाला?'

'ती काहीशी विवंचनेत वाटली. तिच्या मनात बरेच काही विषय असावेत.'

'आम्हाला तिच्या मैत्रिणींशी बोलायचे आहे.'

'आत्ता?'

'लवकरात लवकर.'

बाकीचे कर्मचारी मुलं सांभाळण्यात व्यस्त होते, त्यामुळे त्यांची भेट घेणं ही प्रक्रिया जरा संथपणे चालली होती आणि त्रासदायक वाटत होती. पुन्हा त्यांनी स्टाफरूमचा वापर केला. पण या वेळी त्या तरुणींना एक एक असे आत बोलावले गेले. मरिनर आणि नॉक्स प्रत्येकीला ही बातमी देत होते. सगळ्यांनी भावुकपणे ती ऐकली. क्रिस्टीबद्दल सर्वांना आदर होताच पण ती सर्वांच्यात प्रिय पण होती, त्यातल्या त्यात जॉयने सर्वांपेक्षा जास्त माहिती पुरवली.

'तू, क्रिस्टीला शेवटचे कधी पाहिलेस?' मरिनरने जॉयला विचारले.

'ती फ्रँकी अ‍ॅन्ड बेन्नीला आली होती. शुक्रवारी रात्री रॅशेलच्या नोकरी सोडण्याच्या पार्टीला एवढेच. ती शनिवार आपले सामान आजीच्या घरी नेण्यात घालवणार होती.'

'मी जिमीपासून वेगळी होणार आहे, ते तिने तुला सांगितले होते का?' जॉयने होकारार्थी मान डोलावली.

'तिला काय वाटत होते याबद्दल?'

'कठीण होते, पण तिला माहिती होते की ती योग्य तेच करत होती. मी पण खूश होतो. आम्ही तिला बरेच महिन्यांपासून हेच सांगत होतो की तो माणूस कसा वाईट आहे ते.'

'तुला माहीत होते, तो तिला मारायचा हे?'

'कसं माहीत नसणार आम्हाला? कुठल्याही व्रणासाठी तिच्याकडे कारणं असायची, पण आम्ही त्या पलीकडे जाऊन ओळखायचो. त्याने ती खोटी खंडणीची मागणी केली तेव्हा तिला त्याचं खरं स्वरूप समजलं असावं, त्यामुळे त्या अपहरणातून एक चांगली गोष्ट झाली असं मला वाटतं.'

'ती शुक्रवारी रात्री कशी वाटली?'

'तुम्हाला खरं सांगायचं तर आम्ही सगळे जरा जास्तच प्यायलो होतो, पण ती स्वत:वर खूश होती. ती त्या आठवड्यात जरा चिडचिडी झाली होती; पण तिला जेव्हा समजले की जिमीपासून दूर जाऊन ती योग्य तेच करत आहे, तेव्हा ती जरा शांत झाली. दुसरे कुणी तिच्या मनात असावे असा विचारही मी केला.'

'असे का म्हणावेसे वाटले तुला?'

'मी तिच्या स्वातंत्र्य उपभोगण्यावर काही टीका केली होती. पण हे स्वातंत्र्य फार काळ टिकणार नाही, असे ती म्हणाली. तिला नक्की काय म्हणायचे आहे, असे मी तिला विचारले, तर ती असे काहीसे म्हणाली की, 'समुद्रात आणखी खूप मासे आहेत आणि काही जास्त समजूतदार आहेत.'

'तिला यातून नक्की काय म्हणायचे होते असे वाटले तुला?'

'मला नक्की माहिती नाही. पण असे वाटले की तिचा डोळा कुणी एका वयाने मोठ्या असलेल्या पुरुषावर होता. ती कायम वयाने मोठ्या पुरुषांवरच लट्टू असायची. मग नंतर आम्ही रॅशेलने नोकरी सोडण्याविषयी बोलत होतो, आणखी पण काही जणं सोडून गेले, त्या जेसिकाच्या घटनेनंतर क्रिस्टी म्हणाली, 'कदाचित सोडून जाणारी नंतरची मी असेन....'

'हे तिचे शब्द होते. असेच?'

'हो.'

मग क्रिस्टी कशाचा आनंद साजरा करीत होती? जिमी बॉन्डला सोडण्याचा का नोकरी सोडून जाण्याच्या स्वत:च्या निर्णयाचा? मरिनर आणि नॉक्स त्या इमारतीतून बाहेर पडले तेव्हा काही कर्मचारी भिंतीवर बसून सिगारेट ओढत होते. 'तुम्ही क्रिस्टीची चौकशी करत होतात ना? बिचारी मुलगी,' त्यातील एकजण ओरडून म्हणाला.

'हो.'

'मिसेस बराटने तुम्हाला डिंग-डाँगविषयी सांगितले का?'

'डिंग-डाँग?'

त्या बाईने आपल्या मैत्रिणीकडे अर्थपूर्ण पाहिले आणि ती हसली, 'मी तुम्हाला म्हटले ना? शुक्रवारी रात्री सगळे घरी गेले होते. माझे नुकतेच आवरले होते. मी

किल्ल्या ठेवायला ऑफिसमध्ये गेले, पण मला आत जाता येईना, कारण क्रिस्टी मिसेस बराटसोबत होती आणि त्या कडाकडा भांडत होत्या.'

'त्यांचा वाद चालू होता?'

'एक जुनी जोरदार मॅच चालू असल्यासारखा. मला वाटले तिसरे महायुद्ध सुरू होणार आता.'

'आणि हे किती वेळ चालू होते?'

'मी इथे बाहेर आले. एक सिगारेट ओढून संपवली आणि ती विझवत असताना क्रिस्टी दरवाजातून बाहेर आली.'

'ती वैतागलेली होती का?'

'नाही. ती हसत होती. मांजराला साय मिळाल्यावर ती खूश होते तशी. ती स्वत:वरच खूश दिसत होती.'

मरिनर पुन्हा नर्सरीकडे वळला. त्यांचा वेळ वाया गेल्याबद्दल तो वैतागला होता. तो ट्रुडी बराटसमोर जाऊन म्हणाला. 'शुक्रवारी घरी जाण्यापूर्वी क्रिस्टी तुम्हाला भेटायला आली होती, हे तुम्ही सांगितले नाही?'

'अरे, तो शुक्रवार होता काय?' निरागसपणे ट्रुडी म्हणाली. 'मला वाटतं आठवड्याच्या सुरुवातीला कधीतरी ते झालं. वेळ कसा जातो नाही का?'

'ही खरंच चूक होती की काय? आम्हाला कळले की तो शुक्रवार होता. कशाबद्दल चर्चा झाली तेव्हा?'

'क्रिस्टी काम सोडून जाण्याचे बोलत होती. मी तिला परावृत्त करत होते. ती एक चांगली भरवशाची कर्मचारी होती. अशा मुली आढळत नाहीत फार आणि मी खरंच सांगते, मी तिच्या प्रशिक्षणासाठी खूप पैसे खर्च केलेले आहेत. मला त्यावर मोबदला मिळण्यापूर्वीच ती जाणार म्हणून मी नाखूश होते.'

'तिला काम का सोडायचे आहे ते तिने सांगितले का?'

'असे विशिष्ट नाही, पण तिने सर्व पेपरमध्ये स्वत:चे नाव दिले होते. मला वाटतं तिला कुठल्याही इतर नर्सरीमध्ये चांगली नोकरी मिळाली असती. हे असेच नेहमी होते. फार वैफल्यजनक आहे हे. तुम्ही प्रशिक्षित करायचं या लोकांना आणि ते नोकरी सोडून दुसरीकडे जातात.'

'म्हणजे तुम्ही आनंदाने वेगळे नाही झालात?'

'असं नव्हतं ते, आम्ही लगेच हा पेच सोडवला.' ती पटकन म्हणाली.

'कसा?'

'मी तिला थांबायला राजी केलं.'

'तू तिला काय देऊ केलंस प्रोत्साहन म्हणून? पगारवाढ?' क्रिस्टीने तिच्या आजीला काय सांगितले होते ते मरिनरला आठवले.

'असेच काही नाही. पण लवकरच पगारवाढ होईल, असे मी सुचवले असावे. सामंथा बाळंतपणाच्या सुट्टीवर लवकरच जाणार आहे, त्यामुळे उपप्रमुखाची जागा रिकामी होणार आहे.'

'एका कर्मचाऱ्याच्या दबावाला बळी पडण्याचा हा पायंडा धोकादायक नाही का?'

मिसेस बराट खिन्नपणे हसल्या. 'हे जरा जास्त कठोर वर्णन होईल. मी एरवी अशा धमक्यांना बळी पडत नाही. क्रिस्टी त्या प्रकारची मुलगी नव्हती, ती महत्त्वाची होती, मला खरोखरीच तिने सोडून जायला नको होते.'

रस्त्यावर पुन्हा आल्यावर नॉक्स म्हणाला, 'यात काहीही अर्थ नाही. एका प्रमोशनचे आणि पगारवाढीचे वचन मिळाल्यावर अगदी तात्पुरती का होईना, नक्कीच क्रिस्टी खूश झाली असती. मग तिला २५ तासानंतर का मारून टाकायचे? आता कुठे जाऊयात बॉस?' त्याने मोठ्याने विचार केला.

'क्रिस्टी मरण्यापूर्वी शेवटी ज्या ठिकाणी होती तिथे गोल्डन क्रॉसला आपण चालत जाऊ या. दुसऱ्या माणसाचा उल्लेख झाला त्याचे काय?' मरिनर चालताचालता म्हणाला.

'आता हा कोठून आला? कुणीच त्याच्याबद्दल काही बोलले नाही.'

'एक वयाने मोठा माणूस कुठेच सापडण्याची शक्यता नाही...' मरिनर थबकला. 'तुला वाटते का....?'

'काय?'

'क्रिस्टीने आपल्याला अपहरणाच्या केसमध्ये मदत केली, ती तिला मनापासून करायची होती असं तू म्हणतोस. ती तुझ्याशी थोडे संधान वाढवते, तुझा उल्लेख आपल्या आजीजवळ पण करते. तू म्हणतोस तसे तुम्हां दोघांमध्ये काही समान होते. मग तुझ्या सल्ल्यानुसार ती आपल्या बॉयफ्रेंडला सोडते. कदाचित हे सगळं म्हणजे ती तुझ्यावर आकृष्ट होण्याची सुरुवात असेल. मग ती तुला सांगायला फोन करते की तिने जिमीला सोडले आहे आणि आता ती स्वतंत्र आहे.'

'आणि मग ती ट्रेनसमोर उडी मारते कारण मी मोकळा नाही? धन्यवाद! यामुळे मला आता खूपच बरे वाटले आहे.'

'नाही! सॉरी, तुझे बरोबर आहे. हा फार मोठा निष्कर्ष झाला.'

ते आता दिवसभर चालू राहणाऱ्या पबमध्ये आले होते. भर दुपारी मोठ्या पडद्यावर स्काय न्यूज बघत बरेच गिऱ्हाईक बसले होते. मरिनरला आठवले, पूर्वी लोक सामाजिक भेटीगाठी घेण्यासाठी पबमध्ये जात असत. आता तसे नाही. सर्वांचे निर्जीव डोळे स्क्रीनवर खिळलेले होते. एक बारमेड होती, साधारणपणे

क्रिस्टीच्या वयाची, जीन्स आणि पांढरा टी शर्ट घातलेली. नॉक्सने तिला क्रिस्टीचा फोटो दाखवला.

'हो मला आठवते ही,' तिने सांगितले. 'ती इथे बरेचदा आली आहे, तिच्या सहकाऱ्यांबरोबर. मला वाटतं रस्त्याच्या त्या टोकाला असलेल्या नर्सरीमध्ये ही काम करते. ती इथे बसली होती बारजवळ. तिच्याकडे घड्याळ नव्हते त्यामुळे ती सारखी मला किती वाजले विचारत होती. मला वाटलं ती कुणाची तरी वाट पाहत होती आणि तो तिला वाट पाहायला लावत होता. त्यांनी अकरा वाजता भेटण्याचे ठरवले होते.'

'हे तिने तुला सांगितले का?'

त्या मुलीने होकारार्थी मान हलवली. 'मी ओळखलं कारण त्या वेळेपर्यंत ती सॉफ्ट ड्रिंक पीत होती, पण त्यानंतर ती बकार्डी ब्रीझर अशी पीत सुटली की बस! आणि घड्याळही पाहण्याचे थांबवले तिने. इथून जाईपर्यंत इतकी प्यायली होती की तिला जेमतेम उभं राहता येत होतं.'

'किती वाजता गेली ती?'

'अंदाजे मध्यरात्री. तिच्यासाठी टॅक्सी मागवायची माझी इच्छा होती, कारण तिची अवस्थाच अशी होती. पण तिने मला तसे करू दिले नाही. तिने सगळे पैसे खर्च केले होते. आणि टॅक्सीला द्यायला आता पैसे नव्हते. मी तिला पैसे उधार देऊ केले. पण तिला काही ऐकायचे नव्हते.'

'तिला वाट पाहायला लागल्याबद्दल वैतागली होती का ती?'

'तुम्हाला वाटते तशी ती काही रडत नव्हती पण असं उगाच कुणी एकटं पीत सुटत नाही, नाही का? मी पैज लावून सांगू शकते ही त्या इंटरनेटवर ठरलेली एक डेट असणार. इथे असे बरेच येतात हल्ली. तरीपण तो माथेफिरू असावा आणि ती त्याच्याशिवायच बरी होती.'

'ती मेली आहे.' मरिनरने थंडपणे सांगितले.

'अरे देवा!'

पबच्या बाहेर येऊन नॉक्सने गाडीतून आणलेला 'ए टू झेड' नकाशा ते पाहू लागले. 'ती तिच्या आजीकडे परत जात असणार, त्यामुळे ती या वाटेने गेली असणार असे तर्कानुसार म्हणता येईल.'

'याला काहीच तथ्य नाही, कारण ज्या रेल्वेपुलापाशी ती सापडली तो इथून पलीकडे आहे.'

'आणि खूप दूरपण, किती? अंदाजे तीन मैल?'

'तिला दारू चढली होती. कदाचित बाहेर पडून ती दिशाहीन झाली.'

'जिमी बॉन्ड कुठे राहतो?'

'ही जरा योग्य दिशा वाटते. कदाचित ती विसरली आणि परत बॉन्डच्या घराकडे चालत निघाली.' नॉक्स म्हणाला.

'अशा गोष्टी कुणी विसरतं का?'

'जर तिला प्रमाणाबाहेर दारू चढली असेल तर.'

'थांब, तिची आजी जेहोवा पंथाची आहे ना? त्यांना दारू प्यायलेली चालत नाही.'

'किंवा हस्तमैथुनसुद्धा.'

मरिनरने त्याच्याकडे तीव्र कटाक्ष टाकला.

'काय?' हे फक्त मी कुठेतरी वाचलेले होते, इतकेच.

'पण इथे पूर्णपणे संदर्भहीन. मला काय म्हणायचे आहे की क्रिस्टीला माहीत असेल की ती आजीकडे गेली तर तिला त्रास होईल. आणि बॉन्ड घरी नाही हे तिला माहीत असेल तर त्याच्या घरीच गेलेले बरे. तिच्याकडे त्या घराच्या किल्ल्या असाव्यात अजून.' ते फक्त तर्क लढवू शकत होते. 'आपण पुन्हा जाऊन गुन्ह्याची जागा पाहू या.'

हलका पाऊस पडायला लागला होता. थोडे अंधारून आलं होतं, ही दुपार अशीच संध्याकाळ आणि मग रात्रीत विलीन होणार होती. नॉक्स आणि मरिनर पुलापाशी पोहोचले तेव्हा काही ऑफिसर काम उरकत होते. खुणेची टेप त्या भिंती भोवती गुंडाळलेली होती. घटनेच्या जागी एक गार्ड पण उभा होता, बघ्यांना घालवायला, पण अशा कुंद वातावरणामुळे कुणी बघे जमलेच नव्हते.

स्वत:ची ओळख करून देत मरिनर पुलाच्या मधोमध गेला, कठड्यावरून खालच्या रेल्वेमार्गाकडे पाहू लागला. खूप खोल होते ते. सगळ्या झाडांच्या गर्दीमुळे ही एका भीषण मृत्यूची जागा असेल असे भासत नव्हते. मार्गावर पुढे सिग्नलचे दिवे होते. सिग्नल चालू होता आणि एक ट्रेन येऊ लागली. सिग्नल जवळ येताना हळू झाली. कर्कश्श आवाज करत सिग्नलजवळच थांबली. दहा सेकंद थांबल्यावर पुन्हा एक सुरू झाली. हळूहळू वेग वाढला आणि त्यांच्या पायांखालून निघून गेली, तरी पण तिचा वेग ताशी १० ते १५ मैल इतकाच असावा. सिग्नलजवळ वेग कमी झाल्यावर असेच त्या ड्रायव्हरने तिला पाहिले असणार.

मरिनर उभा होता, तिथे येत नॉक्स म्हणाला, 'हा मार्ग किंग्जमीड स्टेशनकडे जातो.'

'मग?'

'ट्रेन इथे थांबत किंवा हळू होत असणार. पटकन काही करायचे झाले तर ही जागा तशी फारशी योग्य नाही.'

'हे ड्रायव्हरचे म्हणणे आहे. पण तिने असा याचा विचार केला नसेल. केला

असेल का?' नॉक्स म्हणाला. 'ती जर स्वत:चा जीवघेण्या स्थितीत होती, तर तिने या बारकाव्याचा विचारही केला नसेल, अगदी माहिती असून सुद्धा बऱ्याच लोकांना रेल्वेलाईन म्हणजे फक्त रेल्वेलाईन वाटते.'

मरिनरला केनेथ मॅक्क्रीने केलेल्या बारकाव्यांचा अभ्यास आठवला, तो मानसिक रुग्ण आहे असे ज्युरींना वाटले तरीही. 'पण मला काय म्हणायचं आहे, की या वेगाने जाणाऱ्या ट्रेनने तिचा जीव घेतला नसावा.' काही क्षणांनी खूप मोठा आवाज झाला आणि एक एक्सप्रेस ट्रेन खूप वेगाने खालून गेली.

'हे असं घडलं असावं,' नॉक्स म्हणाला.

'प्रश्न हा आहे की तो अपघात होता का कुणी हेतूत: केले?'

मरिनर थोडा मागे उभा राहिला. भिंतीची पाहणी करायला. विटकाम गुळगुळीत होते, हाताने धरायला किंवा पायाच्या आधारासाठी काहीच नव्हते त्यावर. 'ती किती उंच होती?'

'माझ्यापेक्षा थोडी बुटकी,' नॉक्स म्हणाला. तो पाच फूट नऊ इंच होता. 'अंदाजे पाच-सहा किंवा सात?'

भिंतीचा वरचा भाग मरिनरच्या छातीपर्यंत येत होता, त्याने हात लांब करून उडी मारून भिंतीपलीकडून खाली रेल्वेलाईनकडे पाहायचा प्रयत्न केला. तो जेमतेम कमरेपर्यंतच वर होऊ शकला, थोडी धडपड करून त्याला भिंतीवरून जाता आले असते, सहा फूटाच्या मरिनरला पण हे अवघड होते. ३० फूट खाली असलेल्या रेल्वेमार्गाकडे उंचावरून पाहताना त्याला जरा चक्कर आली. किती अगतिक झाली असेल ना क्रिस्टी असा स्वत:चा भीषण अंत करताना? तो शहारला. त्याने पुन्हा पुलावर उडी मारली. 'ही भिंत अपघाताच्या दृष्टीने फार उंच आहे,' तो म्हणाला. टोनीला हे नक्कीच ऐकायचे नव्हते हे तो जाणत होता.

'म्हणजे तुम्हाला म्हणायचे आहे की ती भविष्यात काही गोष्टींसाठी उत्सुक असली, काही मनसुबे आखत असली तरी ही आत्महत्या आहे?'

'ती एक गोंधळलेली पोरगी होती.' मरिनरने त्याला आठवण करून दिली. तिला दारू चढलेली होती. नुकतीच तिच्या मित्रापासून दूर झाली होती, आजीकडे राहून झाले होते, स्वत:ला जेसिकाच्या अपहरणाप्रकरणी दोषी मानत होती....'

'ते योग्य ठरलं म्हणा....'

'दारूने सगळं विस्कळीत पण होते ना? माणूस निराश होतो. बॉन्डला सोडणे हे आपल्याला वाटते त्यापेक्षा मोठा आघात करून गेले असेल तिच्यावर आणि मग वाट पाहणे. सत्य असे आहे की पबमधल्या छान वातावरणामुळे तिला आपल्या आयुष्यात काय नाही याची तीव्र जाणीव झाली असेल. म्हणूनच ती पुन्हा बॉन्डच्या घराकडे वळली असेल.'

'ती इथे येण्यासाठी खूप अंतर चालून आली नाही का? ती जरा सावरली असेल का?' नॉक्सला वेड लागल्यासारखे झाले. 'देवा, ठरल्याप्रमाणे मी तिला भेटायला पाहिजे होते.'

'तू सांगितले नाहीस त्या दिवशी दुसरे 'जास्त चांगले' काय निघाले ते.'

नॉक्सने त्याला सांगितले.

'अरे!' ही नॉक्सची अशी वाहवण्याची पहिली वेळ नव्हती. 'तुला खरंच ते टाळता आलं नाही, का?'

'मला वाटलं की ती एक नामी संधी होती. तिचा १० वर्षांचा मुलगा पण...' नॉक्स थांबला.

'काय?'

'इथे काहीतरी चुकतंय, बॉस. क्रिस्टीला या मार्गावर रविवारी सकाळी ट्रेनने धडक मारणे शक्यच नाही. लाईन दुरुस्तीसाठी बंद असल्याने त्या दिवशी कोणतीही ट्रेन धावत नव्हती.'

'तुला नक्की माहीत आहे?' मरिनर म्हणाला.

नॉक्सने जीनशी झालेला संवाद सांगितला. 'आपण हे पडताळूयात नक्कीच, पण तिला तिच्या वडिलांच्या ड्रायव्हिंगची काळजी लागली होती. तिला मायकेलला ट्रेनने पाठवता आले असते तर, तिने पाठवले असते म्हणाली.'

'आणि वाहतूक पोलिसांनी याचा उल्लेख काही केला?'

'ते का करतील? आम्ही बोललो तेव्हा मृत्यूची वेळ आमच्यापाशी नव्हती. त्यांनी गृहीत धरले असेल की, रविवारी मध्यरात्रीनंतर ट्रेन धावायला, सुरुवात झाल्यानंतर तिचा मृत्यू झाला. मला क्रोघानने सांगितले की ती मरून २४ तास होऊन गेले म्हणून, तो चूक करणे शक्य नाही.'

ग्रॅनविलला आल्यावर नॉक्सने वाहतूक पोलिसांना फोन केला. शुक्रवारी रात्री १० पासून रविवारी रात्री १० पर्यंत ट्रेन बंद असल्याबाबतच्या माहितीला त्यांनी दुजोरा दिला. ते परत स्टुआर्ट क्रोघानकडे वळले. 'आता आपल्याला कळले आहे की त्यावेळी ट्रेन धावत नव्हत्या. ट्रेनने धडक बसण्यापूर्वी तिचा मृत्यू झाला असण्याची शक्यता आहे का?'

क्रोघानला संशय होता. 'मला कळत नाहीये ज्या जखमा आघाताने झाल्या आहेत, ज्या प्रकारे रक्तस्राव झाला आहे, त्यावरून सांगता येते, की त्या ती जिवंत असताना झाल्या आहेत.' तपास अधिकाऱ्यांना गुन्ह्यांच्या ठिकाणी रक्त दिसले नाही, नॉक्सला ओल्सेनने सांगितलेले आठवले.

'हो आणि मग निष्कर्ष काढला गेला, की तिला ट्रेनने काही अंतरावर फरफटत नेले असावे आणि ते चुकीच्या जागी तपास करीत असावेत.'

'याला एक पर्यायी शक्यता आहे.' मरिनर म्हणाला. 'तिला ट्रेनची नाही, कारची धडक बसली असणार.'

'हो, हे शक्य आहे.' क्रोघानने सूर मिळवला. 'ती जखमांच्या आघाताने मेली आणि ती रेल्वेच्या ट्रॅकवर सापडल्यामुळे स्वाभाविक निष्कर्ष असा निघाला की, ट्रेनमुळे हे झाले असणार, पण हे नक्की नाही. कुठल्याही परिस्थितीत आपण शोधून काढूच. तिच्या कपड्यामध्ये पेंटचे कण होते, केसांत पण, मी ते तपासायला पाठवले आहेत. त्याने आपल्याला समजेल कोणत्या वाहनाने तिला धडक दिली ते.

'आणि काही.'

'विनयभंगाच्या कोणत्याही खुणा नाहीत, हेच तुम्ही विचारत असाल तर! रक्तात अल्कोहोलचे प्रमाण बरेच होते.'

'पब सोडताना तिने फार दारू प्यायली होती.'

'आम्ल पित्ताचे रस तोंडात आढळले आहेत. तिचे पोट पार रिकामे आहे. मला वाटते तिला वाटेत कुठेतरी उलटी झाली असावी, गेल्या वीकएन्डनंतर आपल्याकडे पाऊस झालेला नाही. त्यामुळे तुम्ही तिची शेवटची हालचाल शोधताना तिने केलेली उलटी तपासायला हवी.'

'वा छान!'

'एक बूट पण हरवला आहे पायातून. तिने जर खूप दारू प्यायलेली असेल तर तो बूट ती रेल्वट्रॅकवर पोहोचण्याच्या खूप अगोदर पडला असावा.'

'तिच्या हॅन्डबॅग आणि फोनसह,' मरिनरने पुस्ती जोडली. पुलाजवळचा परिसर आणि भोवतीचे पार्क सर्व कसून शोधले गेले, काहीच सापडले नाही. 'आपण या गोष्टींसाठी आवाहन करू शकतो.' तो म्हणाला. ते ऑफिसला परत येताच मरिनरने क्रिस्टीचा फोटो मॅडेलिनच्या फोटोशेजारी पिन लावून ठेवला. दोन तरुण जीव कोणत्या तरी अज्ञात कारणासाठी अनंताच्या प्रवासाला गेले होते.

'जर क्रिस्टीला कारची धडक बसली असेल तर तिने आत्महत्या केली हे गृहीत आपण बाजूला ठेवले पाहिजे. कारण आत्महत्येसाठी असे गाडीवर धडकणे हा काही मार्ग नाही. खात्रीची पद्धतही नाही.'

'ती मुद्दामहून एका गाडीसमोर आली असेल तरच.'

'स्वत:ला मारून टाकण्याचा इतका पक्का विचार असेल तर माणूस एखादा जास्त वर्दळीचा रस्ता शोधेल. तिने असे केले असते, अगदी रात्री सुद्धा, तरी गोंधळ उडाला असता. आपल्याला समजले असते. ही अपघाताचीच शक्यता वाटते नाही का? तिला गाडीने ठोकून ती गाडी निघून गेली असेल. तिने दारू खूप प्यायली होती, रस्त्यावर भेलकांडत आली असेल. ट्रक किंवा लॉरीने उडवले असेल. ड्रायव्हर गोंधळला असेल, तिला उचलून आपल्या गाडीत किंवा ट्रकमध्ये घातली

असेल. आणि रेल्वेलाईनवरच्या एखाद्या निर्मनुष्य जागी जाऊन तिला पुलावरून फेकून दिले असेल, सत्य काय झाले ते झाकण्यासाठी.'

'असे असेल तर हे पब आणि रेल्वेलाईन या दरम्यान कुठेही झाले असते.'

'शनिवारी घडलेल्या एखाद्या रस्त्यावरच्या अपघाताची नोंद आहे का?'

'माझ्या स्मरणाप्रमाणे नाही, तरी पुन्हा एकदा तपासतो.'

मरिनरने एक प्रेस नोट तयार केली, त्यात कुणी एखादी 'हिट अॅन्ड रन' केस पाहिली असेल तर त्यांना आवाहन केले होते. त्यासोबत त्याने क्रिस्टीच्या हॅन्डबॅगचे मोबाईलचे आणि बुटाचे वर्णनही लिहिले होते.

'साक्षीदार येण्याची शक्यता आहे. कुणी जर गुन्हा करून मृतदेहाची विल्हेवाट लावण्याचा प्रयत्न केला असेल तर तो स्वत: पुढे येण्याची शक्यता सोडून द्यायला हवी. आता आपण शांत बसून वाट पाहूयात.'

अॅना मित्रांबरोबर बाहेर गेली होती. तिने तशी चिठ्ठी ठेवली होती. मरिनर संध्याकाळी घरी आला तेव्हा त्याला ती मिळाली. त्याने स्वत:साठी टोस्ट, बीन्स केले आणि शांतपणे ते खात असताना त्याला टेक्स्ट मेसेजचा आवाज आला. मरिनर तर मोबाईलवरून मेसेजिंग करत नाही. म्हणजे अॅनाने तिचा फोन घरी ठेवला होता. त्याने खरं तर त्याकडे दुर्लक्ष करायला पाहिजे होते, तो करूही शकत होता. पण तो मेसेज वाचायला काहीतरी त्याला उद्युक्त करत होतं. तिच्या अनेक जॅकेटसपैकी एकाच्या खिशात त्याला फोन सापडला. जे वाचले ते त्याला आवडले नाही. मेसेज गॅरेथकडून आला होता. आज रात्री मजा कर सांगणारा. त्याला माहीत होतं का ती कुठे गेली आहे? हे मरिनरपेक्षा जास्तच झालं जरा. त्याने चार चुंबन देऊन मेसेज संपवला होता.

मरिनरला अस्वस्थतेची पहिली लहर आली. त्याने इथेच थांबायला हवे होते, पण उत्सुकतेपोटी त्यानं त्या फोनवरचा सगळा इनबॉक्स तपासला. मेसेज उघडणे आणि ऐकणे वा वाचणे फार कटकटीचे होते, त्याला याची कधीच सवय झाली नव्हती. त्याला जे सापडले त्याने त्याच्या पोटात ढवळले. ते दोघे काल हिअरफोर्डशायरहून आल्यापासून गॅरेथने अर्धा डझन मेसेज पाठवले होते, अॅनाने ते डिलीट पण केले नव्हते. सगळे मेसेज सवंग आणि चुंबनांनी भरलेले होते. अॅनाने त्याला उत्तर पण त्याप्रमाणेच दिलेले होते. बरेच मेसेज एका योजनेबद्दल सखोल चर्चेसंबंधी होते. अशी चर्चा तिने मरिनरशी कधीच केली नव्हती. शेवटचा मेसेज त्याच्या शीर्षकामुळे विशेष गोंधळात पाडणारा होता, 'प्रगती?' अॅनाचे यावरचे उत्तर वाचून त्याचे हृदय पार विदीर्ण झाले. 'अजून बोलायला संधी मिळाली नाही. वाट पाहा आपण लवकरच एकत्र असू.'

लवकरच एकत्र असू? याचा अर्थ तरी काय होता? आपल्याला झोप येणार नाही असा विचार करीत मरिनर झोपायला गेला. तो जागा राहून ॲना घरी आल्यावर याबद्दल विचारणार होता. तिच्याकडे यावर रास्त कारणमीमांसा असेलच. पण दुसऱ्या दिवशी सकाळी जाग येईपर्यंतचे त्याला काहीच आठवले नाही. ॲना त्याच्याशेजारी झोपली होती, पण पलीकडे तोंड करून, बेडच्या दुसऱ्या टोकाला. त्याला कामावर जायचे होते, त्यामुळे त्याने तिला झोपू दिले.

क्रिस्टीच्या खोलीची नीट, पद्धतशीरपणे तपासणी करायला. सगळ्यात आधी मरिनर आणि नॉक्स पुन्हा फिलीस गेट्सच्या घरी आले. एका छोट्या, करड्या केसांच्या काळ्या बाईने त्यांना दार उघडले. 'कोण आहात तुम्ही?' संशयाने पाहत तिने विचारले.

मरिनरने वॉरन्ट कार्ड दाखवले आणि जरूरीपुरती ओळख करून दिली. 'आम्ही पोलीस आहोत.'

'फिलिस खूप वैतागलेली आहे. ती कुणाही पाहुण्यांना भेटत नाहीये.' लहान व्रात्य मुलांना ओरडावे तशी ती म्हणाली.

'आम्ही काही गप्पा मारण्यासाठी आलेलो नाही. आम्हाला पुन्हा एकवार क्रिस्टीच्या खोलीची तपासणी करायची आहे.' मरिनरने खुलासा केला.

'मी तुम्हाला टेलिव्हिजनवर पाहिले आहे का?'

'हो, नक्कीच पाहिले आहे. तुम्ही निदान घरात आत जाण्यापुरते पुरेसे होते. 'पाहुण्यांना भेटत नाही,' असे म्हणूनही खोलीतून बरेच आवाज येत होते. दाराच्या फटीतून जे दिसले, त्यावरून त्यांच्या कपड्यांवरून चर्चमधल्या बायका सांत्वनाला आल्या होत्या हे मरिनरने ओळखले. ती काळी बाई गायब झाली आणि काही वेळाने सल्ला मसलत करून तिने दार उघडले आणि वरच्या मजल्यावर क्रिस्टीच्या खोलीत त्यांना नेले.

जिन्याच्या अर्ध्या वाटेवर खाली उतरणारी टुडी बराट त्यांना भेटली. ती त्यांना पाहून चमकली पण त्यांना आश्चर्य वाटले नाही, त्यांना तसंच वाटलं होतं. 'इन्स्पेक्टर, तुम्हाला इथे भेटेन असं वाटलं नाही. मी क्रिस्टीच्या आजीसाठी फुलं आणली होती आणि मला बाथरूममध्ये जायचे होते.' तिला तिच्या स्टाफची खूप काळजी होती, मरिनरला वाटले त्यापेक्षा जास्तच. तसे निदान दिसत होते. 'मला आता जायला हवं.' आणि एकही शब्द न बोलता ती बाकी जिना उतरली.

'ती इथे काय करत होती?' किती शंकेखोर मनाचा आहेस,' मरिनर म्हणाला. नॉक्स विचारात पडला.

खूप दिवस वावर नसल्याने क्रिस्टीची खोली दमट आणि कुबट झाली होती.

मेकअप आणि परफ्यूमचा जुना वास रेंगाळला होता. तिथे शोध घेताना, बऱ्याच काळ्या, केराच्या पिशव्यांमध्ये सामान भरलेले सापडले. 'देवा, एका मुलीला किती जीन्स लागतात?' मरिनर एक एक जीन बाहेर ओढत म्हणाला. सगळ्या पिशव्यांतून शोधले तरी क्रिस्टीची पांढरी हॅन्डबॅग सापडली नाही. रचून ठेवलेल्या खोक्यांमध्ये रंगीत कागद, कार्ड्स, कापड असे मुलांचे हस्तकलेचे साहित्य सापडले. अनेक गुळगुळीत मासिके आणि कात्रणं पण होती.

त्यांचा शोध संपला इतक्यात काहीतरी उपयुक्त होईल असे हाती लागले... एका फाईलमध्ये व्यक्तिगत कागदपत्रे, चेकबुक, पे इन स्लिपचे पुस्तक होते. कागदांमध्ये किमान अर्धा डझन बँकेचे ताजे स्टेटमेंटस होते. काहीवर कॉफीच्या मगचे गोल ठसे होते. तिच्या खात्यामध्ये फार काही नव्हते. पण नियमित येणारे पैसे म्हणजे तिचा पगार असावा.

'हे इतकंच मिळतं तिला?' मरिनरला आश्चर्य वाटले. या सगळ्याची वार्षिक बेरीज फक्त दहा हजार होते. किमान वेतनापेक्षा थोडेच जास्त होते हे.'

'मिसेस बराट म्हणाल्याप्रमाणे तिचे काम, नोकरी ही विशेष कौशल्याची नसावी.' नॉक्स म्हणाला.

'तरीच या मुली थांबत नाहीत, घाईने आपले कुटुंब सुरू करतात.'

त्या फाईलमध्ये एक ब्रोशर होते. क्रिस्टीने तिच्या आजीला सांगितलेल्या फ्लॅट खरेदीच्या संदर्भातले. या दोन गोष्टींत ताळमेळ नव्हता.

'हे तिच्यासारख्यांना न परवडणारे आहे.' मरिनर त्या आलिशान फ्लॅटची माहिती वाचत म्हणाला. 'मला अशी जागा परवडली नाही कधी माझ्या पगारात.'

'पोरींना हल्लीच्या दिवसात अवास्तव अपेक्षा असतात.' नॉक्स म्हणाला. 'आपल्या गॅरीला वाटले होते युनिव्हर्सिटीनंतर तो एकदम पेंटहाऊसमध्येच राहायला जाईल म्हणून!'

हे फक्त पोरांच्या बाबतीत नव्हते. मरिनरने विचार केला. त्याला हेरॉन्स नेस्ट आठवले. एका प्रौढ, तारतम्य असणाऱ्या व्यक्तीचे पण मोहापायी डोके फिरू शकते. त्याने तो नकोसा विचार बाजूला ठेवला.

तीन आठवड्यांपूर्वी क्रिस्टीच्या बँक अकौंटमध्ये आणखी एक पेमेंट झाले होते. त्याचा संदर्भ आजीने सांगितलेल्या स्क्रॅच कार्डवर जिंकलेल्या पैशांशी लागत होता. आणि ही रक्कम बरीच होती. पाचशे पाऊंड. 'यामुळे सुद्धा ती फार काही करू शकणार नाही,' मरिनरने नोंद घेतली. 'यात डिपॉझिटसुद्धा भरले जाणार नाही आणि मिसेस बराटशी काहीही चर्चा करून वाढलेला पगारही फार काही जास्त नसणार. मग या फ्लॅटसाठी पैसे कुठून आणणार असे वाटले होते तिला?'

'नर्सरीतल्या कुठल्याच मुलीने तिच्या या जिंकलेल्या पैशांचा उल्लेख नाही

केला हे तुला विचित्र वाटले नाही? खूपशा लोकांना तर अशा जिंकण्याचा समारंभ करायला आवडतो, असं गुपित नाही ठेवणार कुणी.'

मरिनरने तोंड वाकडे केले. या वाक्याचा अर्थ उमगला त्याला.

खाली दारावरची बेल पुन्हा वाजली, वरून मरिनरने डोकावून पाहिले.

'फिलिसला आधार देण्याकरता आजूबाजूला बरीच माणसे आहेत,' तो म्हणाला, चर्चमधली आणखी लोक दिसतील या हेतूने, पण त्याचा अंदाज चुकीचा निघाला. 'मार्सेला टर्नर? देवा! ही काय करते आहे; इकडे?'

मरिनर मार्सेलाला पाहायला जिन्यावरून खाली आला. ती दरवाजात उभी होती, तिचे तोंड आश्चर्याने उघडेच राहिले. फिलिस गेट्सच्या जवळच्यांनी बातमी सांगितली असेल. टर्नरबरोबर आणखी एक तरुणी होती. गुलाबीसर ताठ केसांची, काळा रुंद चष्मा लावलेली. तेथील शांतता फार काळ टिकली नाही.

'अरे, मला अत्यंत खेद आहे, आम्हाला माहिती नव्हते. आम्ही असा व्यत्यय आणला नसता एरवी.' टर्नर म्हणत होती.

पण ती दुसरी तरुणी एक नोटपॅड घेऊन तयारीत होती. ती काही बधली नाही. 'तुम्ही सांगू शकाल का हे असे झाले?'

मरिनरनेमध्ये पडायची वेळ आली होती. एका झपाट्यात तो उरलेला जिना उतरून दाराशी आला आणि त्या दोघींनाही त्याने बाहेर नेले. 'तुम्हाला दिसतेय ही काही योग्य वेळ नाही. तुम्ही इथे काय करताय?' तो त्या तरुणीकडे थंडपणे पाहत म्हणाला. मार्सेला टर्नर एकदम बचावात्मक बोलली, 'आम्ही क्रिस्टीशी बोलायला आलो आहोत.'

'कशाबद्दल?'

तरुणी खांदे उडवत म्हणाली. 'तिच्या अनुभवांबद्दल....'

'आणि तुम्ही कोण...?' मरिनरने विचारले.

ती दात दाखवत हसली. तिच्या ओठांना भडक लिपस्टिक होती. त्याच्या बोलण्यावर आक्षेप घेतल्यासारखी ती म्हणाली. 'मी जेझ बार्कले एंजलवूड टीव्हीची साहाय्यक निर्माती.'

'तुम्ही टीव्हीच्या निर्मात्या आहात?' तिने हस्तांदोलनासाठी पुढे केलेल्या हाताकडे दुर्लक्ष करत मरिनर अविश्वासाने म्हणाला.

'अगदी बरोबर' त्या तरुणीने खिशात हात घालून आपले बिझनेस कार्ड काढले, ते न पाहताच मरिनरने खिशात ठेवले. 'आणि तुम्ही...?' हसू तसेच, नोटबुक पण तसेच धरत तिने विचारले.

'मी गुप्तहेर इन्स्पेक्टर मरिनर. तुम्हाला काय हवे होते?' त्याने विचारपूर्वक भूतकाळ वापरला.

बार्कलेच्या चेहऱ्यावर स्पष्ट दिसले की या माणसाबाबत त्यांच्यामध्ये आधीच चर्चा झालेली असावी. पण मार्सेला आता बोलली, 'त्या अपहरणाच्या वेळी माझी क्रिस्टीशी थोडी ओळख झाली. मला जाणवलं की माझ्याप्रमाणेच सरकारच्या बाल संगोपनाच्या उपक्रमाबाबत तिलाही आस्था आहे. जेझची कंपनी डॉक्युमेंटरी फिल्म बनवण्यात प्रसिद्ध आहे. क्रिस्टी पण तयार होती. आम्ही इथे काम आणि व्यवहार ठरवायला आलो आहोत.'

'आणि गोष्ट बेबी जेसिकाची असणार होती?'

' हो, सुरुवातीला.'

'तुम्ही क्लिनमानची परवानगी घेतली आहे असा माझा विश्वास आहे.'

'हो तर! सुरुवातीला एमा ओ'ब्रायन पण सहभागी होणार होत्या. पण नंतर त्यांनी बेत बदलला, पण त्यांनी आशीर्वाद दिले आहेत आम्हाला. आम्ही तुमच्या बॉसशी पण बोललो आहोत, त्यांचे मत मिळवण्याचा संदर्भात.'

'खरंच तुम्ही बोलला आहात?' डॅविना शार्प यामध्ये सहभागी होऊ शकेल असा विचार मरिनर करू शकत नव्हता.

नर्सरीच्या मिसेस बराटने सहभागी होण्यास नकार दिल्याने, आम्ही क्रिस्टीकडे आलो.'

'तुम्ही तर म्हणालात पहिल्यावेळी,' मरिनर म्हणाला.

'आम्ही याचा पुढचा भाग पण ठरवित होतो. पाळणाघराच्या व्यवसायात खरे काय चालते हे उघड करण्याचे क्रिस्टीने मान्य केले होते.' दोघींनी नजरानजर केली पण मरिनरच्या नजरेतून ती सुटली नाही.

'पण काय?' मरिनरने विचारले.

'सुरुवातीला आम्हाला या विषयात रस नव्हता. हे आम्ही अगोदर केलेले आहे. पण क्रिस्टीने परत फोन करून सांगितले की आम्हाला रस वाटेल अशी एक कथा तिच्याजवळ आहे.'

'कशाबद्दल?'

'आम्ही तेच जाणून घ्यायला आलो होतो. तिने फोनवर इतकेच सांगितले की ती कथा एकदम सुरस आणि चकित करणारी आहे. दुर्दैवाने जेव्हा आम्ही बोललो तेव्हा माझ्या अपॉईंटमेंट्स फुल्ल होत्या, त्यानंतर आजच जरा वेळ झाला. क्रिस्टी मला तेव्हा सांगणार होती.'

'तुम्ही तिला किती देऊ करणार होतात? किती दबाव आणलात तिच्यावर?'

'काहीच नाही. आम्ही प्राथमिक चर्चेत होतो इतकंच. पण ती फार उत्सुक होती.'

'तुम्ही फीविषयी चर्चा केली होती का?'

'साधारणपणे. सुरुवातीच्या फीवर क्रिस्टी खूश वाटली. माझ्या मनात येऊन गेले की, ही विशेष कथा म्हणजे आणखी पैसे उकळण्याचा प्रयत्न असावा तिचा.

लोकं अशावेळी हावरटपणा करतात खरं आणि हे तिचे शेवटचे अस्त्र असावे. तिने शनिवारी रात्री उशीरा माझ्या मोबाईलवर मेसेज ठेवला होता.'

'नक्की किती वाजता आठवतंय का तुम्हाला?'

तिने क्षणभर विचार केला. 'मला पाहू देत. आम्ही गिल-बिलला होतो तेव्हा... अंदाजे साडेअकरा वाजता. मेसेजच्या बॅकग्राऊंडला खूप आवाज, गोंगाट होता. ती क्लब, बार किंवा तत्सम जागी असावी. तिचे बोलणे पण दारू प्यायल्यासारखे अस्पष्ट होते. कदाचित आधीच साजरे करणे चालू असावे.'

'पण तोपर्यंत तुम्ही तिला काही पैसे दिले नव्हते ना?'

'नाही. त्याची वेळ आली नव्हती अजून. प्रकल्प काय आहे हे नीट समजल्याशिवाय त्यात हात घालता येत नाही आणि असे करूनही त्या प्रकल्पांना पुढे जाता येतेच असे नाही.'

'मिसेस बराटला याबद्दल माहिती होते?'

'तिचे माझ्याशी बोलणे पाहता, मला नाही वाटत क्रिस्टीने तिला सांगितले असावे.' मार्सेला म्हणाली. 'आमचे काही खास स्वागत झाले नाही तिथे. म्हणजे त्या अपहरणामुळे नर्सरीला फार फायदा झाला नाही, नाही का? ते फारसे पचले नसावे.'

'आणि क्रिस्टीने काय योजले होते, हे शोधण्याचा मार्ग नाही ना आता?'

'आमच्याकडून तरी नाही.' जेझला राहवेना, 'ती कशी काय....?'

'तिचा मृतदेह सापडला रेल्वेट्रॅकवर पुलाच्या खाली.'

'देवा! तिने स्वत:ला झोकून दिले ट्रेन खाली?'

मरिनर व्यावसायिकपणे म्हणाला, 'तसेच वाटतेय.'

'देवा!' ती हळूच म्हणाली. याचीच एक सनसनाटी कथा होईल का असा ती विचार करत असावी असे मरिनरला स्पष्टपणे जाणवले. 'कुणी दुसरी मुलगी यामागे असेल तुम्हाला वाटते का?' हा प्रश्न जेझने हवेत पाहून विचारला.

'मला वाटतं आता तुम्ही जायला हवं.' मरिनर म्हणाला.

जेझने स्मित केले. 'तुमची बॉस उत्सुक नव्हती पण तुम्हाला जर आम्हाला एक मुलाखत देण्यात रस असेल तर ऑफ द रेकॉर्ड पण चालेल....'

'तुम्ही जा.' मरिनर म्हणाला.

१३

क्रिस्टीच्या खोलीत नॉक्सचे पद्धतशीर बारकाईने तपास कार्य चालू होते. त्याने काही पुरावे गोळा केले होते. जे त्याला महत्त्वाचे वाटले ते त्याने गोळा केले होते. पण त्याला अजूनही हॅन्डबॅग, पर्स किंवा मोबाईल सापडले नव्हते.

'आपल्याला जे मिळाले आहे ते आपण घेऊन जाऊ,' मरिनर म्हणाला. असे म्हणून खोलीच्या बाहेर पडताना तो दार लावायला गेला आणि त्याचे लक्ष दारामागे लावलेल्या कॅलेंडरच्या पानावर गेले. महिन्याच्या तारखा दाखवणाऱ्या या पानावर छान छोट्या कुत्र्याच्या पिल्लांचे चित्र होते. खालच्या बाजूला काही नोटस लिहायला जागा होती.

'बॉर्डर टेरियर.' नॉक्सने कुत्र्यांची जात ओळखली, नेल्सनचीच छोटी आवृत्ती होती ती. पण मरिनरचे लक्ष एकाच टिप्पणीकडे होती. जी मागच्या मंगळवारच्या तारखेवर केली होती, त्यात नुसतेच लिहिले होते. 'चार वाजता क्लिनिक,' कशा प्रकारचे क्लिनिक?' त्याने मोठ्याने विचार केला.

'काहीही असू शकते.' नॉक्स मदत केल्यासारखे बोलला.

'ती मंगळवारी कामावर गेली असणार.' मरिनरने आपला फोन काढला, जॉयशी बोलायचे आहे असे सांगितले. तो फोनवर आल्यावर जॉय म्हणाली, 'क्रिस्टीची गेल्या मंगळवारी एक अपॉईन्टमेंट होती.'

'हो, हो मला आठवतंय, ती कामावरून लवकर गेली.'

'तुला माहीत आहे का कशाबद्दल ती होती ते?' डॉक्टरांची अपॉईन्टमेंट होती असे वाटते.

'तिने तुला सांगितले ती डॉक्टरांना भेटणार आहे म्हणून?'

'मला आठवत नाही तिने नक्की असे सांगितले असे. मी समज करून घेतला....'

'धन्यवाद.' मरिनरने फोन ठेवला. 'तिने तसे लिहिलंही नाही खरंतर,' तो नॉक्सला म्हणाला. त्याला घरच्या किचनमध्ये लावलेल्या कॅलेंडरवर ॲनाने लिहिले ते आठवले, 'जर डॉक्टरची अपॉईन्टमेंट असेल तर आपण डॉक्टर असे लिहितो. जर दाताच्या डॉक्टरांची असेल तर डेन्टिस्ट असे लिहितो. जॉयने समज केला असेल वा क्रिस्टीने तिला तसे सांगितले असेल. आणखी कोणत्या प्रकारची क्लिनिक असतात?'

'सगळ्या प्रकारची. कुटुंब नियोजनाची पण?'

'पण क्रिस्टीचे जिम्मी बॉन्डशी नुकतेच नाते संपलेले होते. या क्लिनिकमध्ये

जाण्यासाठी ही काही योग्य वेळ नाही. मग आपण जाताना आजीला विचारूयात. आपण सगळं घेतलं का?'

तिच्या कॉम्प्युटरचा सीपीयू घेऊन सुद्धा फारसे काहीच सामान नव्हते. बाहेर पडण्यापूर्वी मरिनरने फिलीस गेट्सजवळ जाऊन, तिचे सुरक्षा कडे तोडून तिला या अपॉईन्टमेंटबद्दल बरेच प्रश्न विचारले. जॉयप्रमाणेच तिलाही काही माहीत नव्हते. ती क्रिस्टीच्या जनरल प्रॅक्टिशनरची माहिती मात्र देऊ शकली.

गाडीमध्ये परतल्यावर मरिनरने नॉक्सला त्या दोन नकोशा महिला पाहुण्याबद्दल सांगितले. 'एक मुलगी मेली तरी काही नाही त्याचे. यांना कथा हवी!' तो उद्वेगाने म्हणाला.

क्रिस्टीचा जनरल प्रॅक्टिशनर ज्या हेल्थ सेंटरमध्ये काम करत होता त्याची वेटिंगरूम लोकांनी भरलेली होती. मरिनरने आपले वॉरन्टकार्ड दाखवून सामिराया डॉक्टरांची भेट लगेच मिळवली. मरिनरने थेट विषय काढला. डॉ. सामिरायांचे म्हणणे होती की क्रिस्टीची एरवी तब्येतीची काहीच तक्रार नव्हती. तिला क्लिनिकला येण्याची आवश्यकता नव्हती. त्याने तिला एवढ्यात कुठेही काही तपासणी करण्याकरता पाठवले नव्हते. मुख्य म्हणजे कित्येक महिन्यांत ती या डॉक्टरांकडे आलेलीच नव्हती.

'इतक्या वर्षांत काही काळापूर्वी मी एकच प्रिस्क्रिप्शन दिले होते, गर्भनिरोधकाचे. ते पुन्हा घ्यायला ती गेल्या आठ महिन्यांत आली नव्हती.' मरिनर तिथून काही मिनिटांतच बाहेर पडला.

ग्रॅनविल लेनला खूप मेसेज आलेले होते, ज्याला मरिनरने उत्तर द्यायचे होते. त्याने लुईस बाईर्नच्या फोनला लगेच उत्तर दिले.

'केनेथ मॅक्क्रीला रॅम्पटन मानसोपचार केंद्रात अनिश्चित काळापर्यंत ठेवण्यात आले आहे. त्याला तिथे करमणार नाही.'

मरिनर म्हणाला, 'ही तुरुंगवासाची शिक्षा नव्हती, पण तुरुंगानंतरची सर्वांत रास्त जागा होती. तुम्ही जे केले त्याबद्दल धन्यवाद.'

'मला आनंद आहे टॉम. आणखी एक, मॅक्क्रीने तुला पत्र लिहिले आहे. क्षमा मागितली आहे. पश्चात्ताप व्यक्त केला आहे. ते पुढे पाठवण्यासाठी तुझी परवानगी हवी आहे.' 'मरिनरला कसनुसे झाले. 'हो, पाठवा ना.'

मरिनर पुन्हा स्टुआर्ट क्रोघानकडे गेला. 'तुम्हाला पेंटच्या तुकड्यांबद्दल काही निष्कर्ष मिळाले?' 'नाही. पण दुसरे काही आहे ज्यामध्ये तुम्हाला रस असेल. लिकिजमध्ये सापडलेल्या बाळाच्या अवशेषांबद्दल. आम्ही त्याची डीएनए टेस्ट केली, ते ओळखीचे वाटले. ते जुळते आहे. नुकत्याच हाती आलेल्या केसेस पुन्हा पाहिल्यावर त्याच्याशी.'

'तुम्ही ते बाळ ओळखू शकता?'

'आम्ही एक पाऊल जवळ आहोत. गेल्या ख्रिसमसमध्ये जी बाई तुम्हाला गटारात सापडली होती, ती त्याची आई आहे.'

'मॅडेलिन! देवा, नक्की सांगताय तुम्ही?'

'अगदी नक्की.'

'आम्हाला त्यावेळी इतकेच समजले होते की तिने नुकताच एका बाळाला जन्म दिला आहे.'

'आणि आता तुम्हाला तिचे बाळ सापडले आहे. दुर्दैवाने अजून असे समजू शकत नाही की ती बाई कोण होती?'

मरिनर ही बातमी घेऊन कागदपत्रांत बुडालेल्या चार्ली ग्लोव्हरकडे गेला. 'याने आपल्याला नवा दुवा मिळतो आहे.' ग्लोव्हर एकदम जागा होऊन म्हणाला. 'त्या बाळाच्या टाळूला भोक पडलेले होते. कुणाला तरी हे नक्कीच आठवेल.'

'पण तिने या बाळाला जन्म कुठे दिला हे आपल्याला माहीत नाही. इथे का अल्बानियामध्ये, 'मरिनरने त्याला आठवण करून दिली. 'जर तिथं जन्म दिला असेल तर तिथल्या वैद्यकीय सुविधांची आपल्याला काहीच माहिती नाही. तिथे अशी नोंद झालेली असेलच असे नाही. म्हणजे कुणाला लक्षात राहिले, आठवले तरच आपण विसंबू शकतो. आपण याची सुरुवात तरी कुठे करणार?'

ग्लोव्हर निराश झाला. 'इथल्या स्थानिक आरोग्यकेंद्रात आणि हॉस्पिटलमधून पाहायला हवेच. कदाचित इथे जन्म दिला असेल तर.'

'ती इथे कायद्यानुसार राहात होती किंवा नाही यावर अवलंबून आहे.' मरिनरने मुद्दा मोडला. 'बाळ किती मोठे होतं?' ग्लोव्हरने विचारले.

'क्रोघानच्या म्हणण्यानुसार, अंदाजे चार आठवड्यांचे आणि मॅडेलिनला मारले गेले तेव्हाच तेही मारले गेले, म्हणजे ते गेल्यावर्षी ऑक्टोबर–नोव्हेंबरमध्ये जन्मले असेल.'

'मला हे समजत नाही की, मॅडेलिन आणि तिचे बाळ जर एका वेळी मारले गेले आहे तर मग त्यांना एकत्र गटारात का नाही टाकले?' ग्लोव्हरने प्रश्न विचारला. 'बाळ दुसरीकडे नेऊन पुरण्याचे कष्ट कशाला घेतले?'

'कदाचित हे कोणी केले आहे त्याचा बाळाच्या बाबतीत असे करायला जीव धजावला नसेल.'

'मी याचा मागोवा घेऊ का बॉस?' असे म्हणून ग्लोव्हर कागदपत्रं आवरून ठेवू लागला. 'त्या जंगलाच्या समोरच्या प्रत्येक घरी जाऊन मी चौकशी करू शकेन. कदाचित कुणी पाहिले असावे बाळाला पुरताना.'

त्याच्या उत्साहावर मरिनरला पाणी घालायचे नव्हते. 'नऊ ते दहा महिन्यांपूर्वी? हे जरा फारच होतंय ना? आणि हे काही दिवसाढवळ्या घडलं नसावं.'

'मला माहीत आहे, पण...' ग्लोव्हर पेटला होता.

'ठीक आहे तर, यातून नुकसान नक्कीच नाही.'

क्रोघानने मरिनरला पेंट लॅबॉरेटरीचा नंबर दिला होता, तिकडच्या तंत्रज्ञाने काही निश्चित निकाल काढला होता. मरिनर विचार करत होता. एखादा माणूस संपूर्ण दिवस पेंटचे कण तपासण्यात घालवू शकतो असा त्याला काय आनंद असेल? पण कुणी हे करतंय याबद्दल तो कृतज्ञ होता.

'जे पेंटचे कण क्रिस्टी वॉकरच्या कपड्यांतून मिळाले ते निःशंकपणे एका गाडीचे आहेत. ट्रेनचे नाही. फोनच्या दुसऱ्या टोकाहून कोणीतरी बोलले. मी त्याची तुलना उत्पादनकर्त्याकडे असलेल्या डाटाबेसशी केली. तो डूपाँ केमॅन ग्रीन रंग आहे. १९९० पासून फोर्ड एस्कॉर्टवर हा वापरला जातो आहे.'

'हा खूप मोठा काळ झाला.'

'अशा रंगाची शेवटची गाडी जुलै २००० मध्ये कारखान्यातून बाहेर पडली. म्हणजे आपण किमान ६ वर्षं जुनी गाडी शोधत आहोत. यामुळे नेमका शोध होईल शिवाय पेंटची वरची बाजू ठिसूळ होती. म्हणजे ज्या गाडीला पुन्हा रंग देण्यात आला आहे अशी गाडी शोधणार आहोत. एक सहा वर्षं जुनी हिरवी फोर्ड एस्कॉर्ट शोधावी लागेल.'

'हो तसेच.'

'धन्यवाद.' ही तर सुरुवात होती. शोध घेण्यासारखे ठोस हाती लागले होते तर! मरिनरने बर्मिंगहॅम परिसरातील डीव्हीएलएकडून रजिस्टर झालेल्या फोर्ड एस्कॉर्टची यादी मागवली. गाडीच्या मालकाचा कर आणि विमा यावर विश्वास असेल तरच अशा गाडीचे यादीत नाव मिळणार होते. गोल्डन क्रॉसच्या कार पार्कमधले सीसीटीव्ही कॅमेरे चालू नव्हते त्यामुळे त्यांची काहीच मदत होणार नव्हती.

'नक्की कोणत्या जागी क्रिस्टीला धडक बसली हे आपण नेमकेपणाने सांगू शकलो तर बरे होईल.' मरिनर टोनी नॉक्सला म्हणाला. 'तिचा जीव गेला आहे म्हणजे धडक जोरात बसली असणार. गाडीला पण मार बसला असणार म्हणजे तो पुरावा मिळेलच. ती कोणत्या रस्त्याने गेली हे तरी समजायला हवे....'

'आणि हे आपण कसे शोधणार आहोत?'

'क्रिस्टीशी निगडित असलेल्या एखाद्या गोष्टीवरून.'

'म्हणजे?' नॉक्सचा चेहरा कडवट झाला. 'म्हणजे ती झालेली उलटी शोधून

असे म्हणायचे आहे का?' त्यांना समजले की याला खूप वेळ लागणार आहे. अगदी जिमी बॉन्डच्या घराकडे थेट जाणारा रस्ता घेतला असता तरी डाग होतेच. या कामाची व्याप्ती लक्षात येत असतानाच मरिनरचा फोन वाजला, गुन्हा अन्वेषण खात्याकडून फोन होता. 'क्रिस्टीचा बूट पाहिलेल्या एका माणसाकडून एक फोन आला होता.'

'पाहिला होता?' हे जरा विचित्रपणे म्हटले होते.

'असे तो म्हणतो आणि तुम्ही ज्या परिसरात पाहत आहात तिथे जवळपासच आहे हे ठिकाण – गोल्डन क्रॉस आणि जिमी बॉन्डच्या घरादरम्यान. तुम्ही त्यांच्याशी जाऊन बोलाल असे मी त्याला सांगितले. नॉक्स आणि मरिनर लगेचच ग्रांजरोडला आले. अ‍ॅन्ड्र्यू सॉयर राहात होता. इथे युनिव्हर्सिटीच्या आवाराच्या कडेने एके काळी जिथे खूप कारखाने होते. गेल्या काही वर्षांत कारखाने पाडून विद्यार्थ्यांनी राहाण्यासाठी घरे केली होती इथं. सॉयर, एक प्रौढ विद्यार्थी होता असे समजले. त्याचा चेहरा तिशीचा असला तरी तो एका मध्यमवयीन माणसासारखे कपडे घालत होता. गडद पॅन्ट, टाय, शर्ट आणि त्यावर बिनबाहीचा स्वेटर. त्याचा फ्लॅट पण विद्यार्थ्यांच्या फ्लॅटसारखा नव्हता. नीटनेटका स्वच्छ होता. 'तुम्ही कपभर चहा घेणार का? मी करतच होतो.' सॉयर म्हणाला. खूप वेळ झाला होता काही पिऊन आणि मरिनरला तर कोरड पडली होती. 'हो धन्यवाद,' 'नॉक्स नको म्हणाला. सॉयर आत स्वयंपाकघरात गेला.'

ते इथे आले तेव्हा रस्त्यावर कोणीही नव्हते, सॉयर ही एकच व्यक्ती या ब्लॉकमध्ये होती याची नोंद मरिनरने घेतली आणि तो तसे म्हणालाही. 'विद्यार्थी उन्हाळ्याच्या सुट्टीनंतर अजून परत आलेले नाहीत, सॉयरने खुलासा केला. 'काही आठवडे जाऊ देत, हा परिसरच वेगळा होऊन जाईल.'

'तुम्हाला फार एकाकी वाटत असेल इथे,' मरिनरने त्याला विचारले.

'तसं नाही, खरं तर मला शांतता आवडते. मी डॉक्टरेटचा अभ्यास करत आहे. त्याला खूप एकाग्रता लागते.' आतून सॉयरने उत्तर दिले.

'काय विषय आहे तुमचा?'

'ग्रहांच्या फिरण्याच्या मार्गावर होणारा, इलेक्ट्रो मॅग्नेटिक फिल्डचा परिणाम.'

'ओ,' हे उद्‌गार अगदी संभाषण संपवून टाकणारे होते.

सॉयर काही क्षणांनी ट्रेमध्ये दोन कप आणि चॉकलेट बिस्किटे घेऊन आला.

'मग तो बूट?' मरिनर एक कप घेत म्हणाला.

'काल लायब्ररीत गेलो तेव्हा मी तो फूटपाथवर पडलेला पाहिला. मला आठवतंय मी विचारही केला, की असे कसे? तो बूट तर नवा होता, चांगला होता. आश्चर्य आहे ना, कितीतरी वेळा आपल्याला रस्त्याच्या कडेला बूट पडलेले

दिसतात. पण जुने खराब झालेले असतात. नेहमीच्या टर्मच्या काळात मला वाटलं असतं कुणा अंडर ग्रॅज्युएटचा बूट असेल, रात्री उशीरा दारू पिऊन परतताना पडलेला. मग मी ते आवाहन पाहिले टीव्हीवर आणि मी तो बूट ओळखला. निळ्या पांढरा कॅनव्हासचा बकल असलेला बॅले बूट.' मरिनरला तपशील ऐकून आश्चर्य वाटले. 'आणि आता तो कुठे आहे?' त्याने विचारले.

'मला माहिती नाही. हा तोच बूट आहे, हे समजल्यावर मी तो आणायला बाहेर गेलो पण तो गेलेला होता.'

'हे कधी झाले?'

'आज सकाळी, सकाळी मी बातम्यांमध्ये आवाहन पाहिले होते. पण पहिले आवाहन काल संध्याकाळी प्रसारित झाले होते. आणखी कुणीतरी तो बूट तेव्हा पाहिला असावा आणि परत त्या जागी येऊन तो नेला असावा. एकतर असे किंवा ते योग्य त्या साक्षीदाराशी बोलत नसावेत. तो केवळ लक्ष वेधून घेणारा किंवा नुसताच एखादा बूट प्रेमी असावा!

'तो बूट जिथे पाहिला तिथे घेऊन जाणार का आम्हाला?' मरिनरने विचारले.

'हो, जरूर.'

सॉयर त्यांना घेऊन पाठीमागे रस्त्यावर आला. अजूनही रस्त्यावर सामसूम होती. ब्रिस्टल रोडकडे येत, मुख्य रस्ता आणि उजवीकडील वळण यांच्या मध्यावर ते आले. त्याने दोन्ही दिशेने अंतराचा अंदाज घेण्याकरिता पाहिले आणि म्हणाला, 'हा इथे होता बूट.'

'नक्की आठवतंय?'

'माझी फोटोग्राफिक स्मरणशक्ती आहे. म्हणून तर मी टीव्हीवरचा तो बूट ओळखला.'

पायाखाली काही करकरले. काचा होत्या. गाड्यांच्या दिव्यांवर असतात तशा जाड काचा. सॉयरला साक्षीदार बनवण्याकरता हे पुरेसे होते. मरिनरने त्यातले काही तुकडे पुरावा गोळा करण्याच्या पिशवीत भरले. पेंटचे काही अवशेष सापडतात का ते पाहण्यासाठी त्याने आणि नॉक्सने तो रस्ता आणखी थोडा शोधला. तपास अधिकाऱ्यांना इथे येऊन अधिक नीट तपासणी करावी लागणार होती.

'तुम्ही इथे फक्त बूट पाहिला? आणखी काही नव्हते?'

'आणखी काही म्हणजे?'

खांदे उडवत मरिनर म्हणाला, 'काही वैयक्तिक सामान?' मरिनरला याबाबत काही बोलायचे नव्हते.

'मी तर पाहिले नाही.'

'या परिसरात गेल्या काही दिवसात काही विचलित करणारे घडल्याचे माहीत

आहे का?' मरिनरने सावधपणे सॉयरला कोणताही संदर्भ न देता विचारले.

'२-३ रात्रीपूर्वी मी बहुधा खुर्चीत झोपलेलो असेन, काही आवाजाने मी खडबडून जागा झालो, तो गाडीचे दार जोरात लावल्याचा आवाज होता. खूप उशीरा मध्यरात्रीनंतरची ती वेळ असेल, मी उठून पाहू लागलो, पण खिडकीजवळ जाईपर्यंत ती गाडी निघून जात होती. ती अशी इथे असेल असं मला वाटलं.'

'ती गाडी कोणत्या प्रकारची होती किंवा रंग कोणता होता पाहिले का तुम्ही?'

'मला गाड्यांची फारशी माहिती नाही. पण छोटी आणि गडद रंगाची होती.'

'तुम्ही नंबर प्लेट पाहिली नाही का?'

'नाही ना.'

आणि म्हणे फोटोग्राफिक स्मरणशक्ती! 'ती कुठली रात्र होती आठवतंय?'

त्याने नीट विचार केला. 'मला वाटतं तो शनिवार असेल, म्हणजे रविवार पहाट खरंतर.'

'काल संध्याकाळपासून ती गाडी इथे परत आल्याचे पाहिले का तुम्ही?'

'नाही.'

'तुम्ही गाडी चालवता का मि. सॉयर?'

'नाही. मी सायकल चालवतो.' त्यात आश्चर्य वाटण्यासारखे काहीच नव्हते.

ग्रांजरोड सोडून जाण्यापूर्वी मरिनर पुन्हा बूट होता त्या जागी गेला.

'वेळ बरोबर असावी,' नॉक्स म्हणाला. 'गोल्डन क्रॉसची बारमेड म्हणाली की, क्रिस्टी अंदाजे मध्यरात्री गेली. अपघाताने तो जागा झाला. ड्रायव्हरने दार उघडून बूट घेऊन दार जोरात लावले. सॉयर उठून खिडकीत येईपर्यंत गाडी निघून गेली.'

'मला प्रश्न आहे तो 'हिट अॅन्ड रन' अशा अपघाताचा आणि या जागेचा,' मरिनर चिडून म्हणाला.

'म्हणजे कसे?'

'या फूटपाथची रुंदी पाहा. क्रिस्टीला रस्त्यावर येण्याचे काहीच कारण नव्हते.'

'तिनेच रस्त्यावरून चालायचे ठरवले असेल तर, ती दारू प्यायली होती. आठवतंय?'

'पण या ठिकाणाहून मुख्य रस्त्याकडे किंवा त्या उजव्या वळणाकडे जाताना ड्रायव्हरला कोपऱ्यावर गाडीचा वेग कमी करायलाच लागला असणार म्हणजे त्या ठिकाणी जाणाऱ्या आणि येणाऱ्या गाडीचा वेग काही फारसा नसणार. रस्त्यावर दिवे नव्याने लावलेले आहेत आणि खूप आहेत. असा उजेड असेल तर पादचारी सहज दिसेल आणि धडक वाचवण्यासाठी ड्रायव्हर थांबू वा बाजूला जाऊ शकतो. यात काही अर्थ नाही. असेही इथून कुणाला जायचे असणार इतक्या रात्री? सॉयर जणू एकटाच राहतोय या परिसरात. क्रिस्टीसाठी पायी जाताना युनिव्हर्सिटीच्या

आवारातून जिमी बॉन्डच्या घराकडे जायला, हा जवळचा मार्ग होता. पण वाहकासाठी हा काही योग्य रस्ता नाही.'

'मजा म्हणून गाडी चालवणारे?'

'ती एक शक्यता आहे किंवा कुणाला तिला मुद्दाम इजा करायची असेल तर, ही चांगली जागा आहे त्यासाठी.'

'तुला वाटते कुणी तिच्या मागावर होते?'

'पब ते युनिव्हर्सिटी हा रस्ता सार्वजनिक आहे. शनिवारी रात्री इथे तशी वर्दळ असणार, त्याने तिला युनिव्हर्सिटीच्या आवारात जाताना पाहिले असेल. या बाजूला ती येईपर्यंत थांबला असेल. विद्यार्थी नसल्यामुळे या रस्त्यावर स्मशान शांतता आहे – त्याने कोणताही साक्षीदार अपेक्षित केला नसेल.'

'तो?'

'ठीक आहे, 'ती' असू शकते, पण जे कुणी होते, ते क्रिस्टीचा मृतदेह पुलाच्या भिंतीवरून उचलून खाली टाकता येण्याइतके ताकदवान हवे.'

'मग मृतदेह हालवायचे कष्ट तरी कशासाठी?'

'कारण शेवटी तो सापडणार, सोबत या हेडलाईटच्या काचा आणि असाच दुसरा काही फॉरेन्सिक पुरावा आपल्याला काही मार्ग दाखवू शकतो. तिला धडकल्यावर त्याला पहिल्यांदा इथून अपघाताच्या जागेपासून दूर हलवायचे असेल. इथून किती? एखादा मैल अंतरावर आहे का तो रेल्वेचा पूल? फक्त एकच गोष्ट पाहायची त्याची राहून गेली, तिचा बूट निघाला होता. तो सुदैवाने आपल्या टीव्हीवरच्या आवाहनाने तो सावध झाला असणार. काल रात्री, त्याला वेळही मिळाला येऊन तो बूट घेऊन जायला.'

'म्हणजे उद्दिष्ट काय होतं?'

'मग आपण कुठून सुरुवात करायची? जिमी बॉन्डपाशी परत येऊयात. त्याला विश्वास होता का क्रिस्टीने त्याला अडकवले म्हणून का ती सोडून गेली म्हणून तो जाम वैतागला होता?'

'त्याच्याकडे सबळ पुरावा आहे. त्याच्या ठावठिकाणाचा.'

'मी पैजेवर सांगतो त्याचे काही सुरस संबंध आहेत. त्या टीव्ही डॉक्युमेंटरीचे काय, क्रिस्टी करणार होती ते? बराटला त्याबद्दल काही फार आनंद झाला नसेल. ती आपल्याजवळ कबूल करणार नाही. पण नर्सरीच्या स्टाफवर त्या अपहरणानंतर फार परिणाम झाला आहे. त्या डॉक्युमेंटरीने पुन्हा सगळं उकरून काढलं असतं, अपहरणाची कथा पुन्हा एकदा ऐरणीवर आली असती, जुन्या जखमा चिघळल्या असत्या आणि नर्सरीला पुन्हा बदनामीला सामोरे जावे लागले असते. त्यात मार्सेला टर्नरचा संबंध असेल तर नक्कीच असे घडेल.'

'बराटला हे कसे समजले असते?'

'डॉक्युमेंटरी येणार आहे ते तिला अगोदरच माहिती होते. तिने कर्मचाऱ्यांवर नजर ठेवली असेलच. क्रिस्टीने हा मुद्दा वापरला असेल पगारवाढ मिळवण्यासाठी. बराटने आपल्याला सांगितले क्रिस्टी आणि तिच्यात झालेले वाद हे तिने नोकरी न सोडण्यावरून आणि पगारवाढ देण्यावरून झाले. कदाचित ती सगळे सत्य सांगत नसेल. क्रिस्टी एका मॅनेजरला वेठीस धरत होती का? ती ऑफिसमधून बाहेर पडताना हसत का होती, हे यावरून समजते आणि म्हणूनच तिला ब्रिस्टल रोडवरचा फ्लॅट घेणे परवडणार होते.'

'बराटसारखी माणसं खून करत फिरत नाहीत.'

हताश झाली तर ती तेही करेल आणि आपण दोघेही जाणतो हे असे होते. जॅक ॲन्ड द बीनस्टॉकवर बराटची उपजीविका चालते, आधीच धंदा डबघाईला आला आहे. त्यात क्रिस्टीने टीव्ही निर्मात्याला माहिती दिल्याच्या गोष्टीची भर पडली. आपल्याला माहीत नाही ती माहिती काय आहे ते, कदाचित नर्सरीमध्ये काही चालले असेल आणि त्याबद्दल ती बोलत असेल.'

'असे काहीही असेल. ती प्रोड्युसर म्हणाली त्यानुसार टीव्ही कंपनीकडून अधिक पैसे उकळण्यासाठी क्रिस्टीने हे असेच मोठे करून सांगितले असेल.'

'क्रिस्टीने जेझ बर्कलेला शनिवारी रात्री उशीरापर्यंत फोन केलेला नव्हता. तू तिला वाट पाहायला लावलीस त्यानंतर.'

'आठवण करून दिल्याबद्दल, धन्यवाद.'

'मला काय म्हणायचं आहे.' क्रिस्टीला काही बेकायदेशीरपणे चाललेले समजले होते, ते तुला माहिती असावे असे तिला वाटत होते. पण तुला सांगता आले नाही म्हणून तिने ते जाहीरपणे सांगायचे ठरवले असेल.'

'किंवा कदाचित याचा माझ्याशी काहीही संबंध नसेल,' नॉक्स म्हणाला. त्याला असंच व्हायला हवं होतं.

'आपण तिच्या मैत्रिणींशी टीव्ही कंपनी बरोबरच्या चर्चेविषयी पुन्हा बोलू. त्यांना काही माहिती आहे का पाहू.'

ग्रेनविलला दोघेही परत आले, तिथे चार्ली ग्लोव्हरने स्वागत केले. तो फारच उत्साहात आणि खूश होता.

'तुमचा विश्वास नाही बसणार बॉस, मी घरोघरी जाऊन चौकशी करण्याचे काम करायला गेलो होतो तेव्हा एक माणूस भेटला. ज्याने गेल्या वर्षी रात्री उशीरा एका माणसाला जंगलात जाताना पाहिले होते. तो म्हणतोय की नक्कीच ५ नोव्हेंबरच्या आसपास हे असणार कारण फटाक्यांच्या आवाजामुळे तो जागाच होता. त्याला तो

माणूस लघवीसाठी जंगलात जात असेल असे वाटले. त्याच्या हातात एक पिशवी होती. तो सरळ जंगलात गेला आणि बराच वेळ तिथेच होता.'

'हे भन्नाट आहे.' मरिनर म्हणाला, ग्लोव्हरला लवकरच समजलं की, यात काही दम नाही.

'हो ना, फक्त त्या व्यक्तीचे वर्णन अलेक्झांडर लुक्काशी जुळत नाही. लुक्का बुटका आणि जाडा होता. या साक्षीदारानुसार जंगलात जाणारा माणूस उंच हडकुळा होता.'

'पण काहीतरी आहे.'

'हो, काहीतरी.'

मरिनर आणि नॉक्स आपल्या ऑफिसमध्ये आले. क्रिस्टीचे जुजबी सामान आणले होते, ते परत एकदा पाहायला. 'ती डायरी ठेवत नव्हती हे वाईट आहे.' मरिनर बँकेचे कागद काढत म्हणाला. त्यातून काहीतरी खाली पडले. भडक केशरी रंगाचा एक कागद होता तो खाली उडून नॉक्सच्या पायापाशी जाऊन पडला.

नॉक्सने तो उघडला, 'हे काय आहे?' त्याने तो कागद उचलून मरिनरला दिसेल असा धरला. 'मूल नसलेल्या जोडप्यांसाठी नवी आशा. गुप्तता राखली जाईल....' मरिनरने ते वाचले.

'बॉन्ड स्थिरावून कुटुंब सुरू करण्याचे बोलला होता, त्याच्या म्हणण्यानुसार, क्रिस्टीला त्यात रस नव्हता.' नॉक्स म्हणाला.

'आणि तरी तिने आठ महिन्यांपूर्वी गर्भरोधक गोळ्या बंद केल्या; कदाचित बॉन्ड ते खोटं बोलत असेल. जर त्यांना मूल होण्यात अपयश आले नसेल तर तो आपणहून कबूल करणार नाही. त्यांच्या पुरुषार्थाला मोठा धक्का बसला असावा त्याने, नाही का?'

'पण क्रिस्टीचे वय किती असेल, चोवीस? हे फार लवकर नाही का अशा उपचारांसाठी?'

'तिला आणि बॉन्डला विशिष्ट अडचण असेल तरच. यावरून त्या मंगळवारच्या क्लिनिक अपॉईन्टमेंटचा खुलासा होतोय.'

'क्रिस्टीचा जनरल प्रॅक्टिशनर जे म्हणाला त्यावरूनही बॉन्डची समस्या असणार, त्याचे शरीर साथ देत नसेल. तो तिच्यापेक्षा थोडा मागे पण आहे. न भांडण करता तिला का जाऊ दिले याचाही खुलासा होतो यामुळे.'

'हो ना, मला पण शंकाच वाटते. अशा समस्येवर विचार करावासा वाटावा अशा प्रकारचा बॉन्ड होता का? ही गोष्ट त्याच्या दृष्टीने सगळीकडे सांगण्यासारखी नसावी. याने त्याला पुढचे उद्दिष्ट मिळाले का?'

‘तिला मारून टाकण्याचे?’

‘हे फार लाजिरवाणे झाले असेल. तो दुसरीबरोबर पण चैन करतोय, शिवाय तिला हा प्रश्न माहिती नसणार.’

मरिनरला खात्री नव्हती. ‘हे सगळे थोडे विस्कळीत वाटतेय.’

नॉक्सने त्या केशरी कागदावरचा फोन नंबर फिरवला, तो लागत नव्हता.

‘पाहू या, क्रिस्टीला अजून कशात रस होता ते.’ मरिनरने आयटीला फोन लावला. ते तिचा कॉम्प्युटर तपासत होते. ‘तुम्ही चेष्टा करताय आमची आम्हाला पाच मिनिटं तरी द्या,’ एका तासानंतर पुन्हा त्यांना फोन आला. ‘काही आहे का त्यात?’

‘हे तसं नवीन मशीन आहे, त्यामुळे फारसे काही नाही यामध्ये. पण तुमच्या उपयोगाची माहिती म्हणजे इंटरनेटवरून तिने स्थानिक प्रॉपर्टी बाजाराचा शोध घेतला आहे. काही लहान मुलांच्या संगोपना संदर्भात आहे आणि काही दत्तक मूल देणाऱ्या एजन्सीजबद्दल आहे, इथल्या आणि परदेशातल्या.’

नॉक्सने तो केशरी कागद फडकवत सांगितले. ‘यात सातत्य आहे. हे सगळं असं आहे जेव्हा तुम्हाला मूल पाहिजे पण होत नाही तेव्हा तुम्ही करता. क्रिस्टी जर दत्तकचा विचार करत असेल तर मात्र यात अडचणी आहेत अजून.’

‘मेडोना आणि अँजेलीनाने परदेशातील मूल दत्तक घेण्याची प्रथा प्रसिद्ध करून ठेवली आहे आणि क्रिस्टी प्रसिद्ध व्यक्तींचे आकर्षण आहे हे त्या मासिकांवरून समजले आहेच. त्यामध्ये असलेच सगळे आहे.’

मरिनर जरा धीरगंभीर झाला. ‘क्रिस्टी आणि बॉन्डची माहिती क्वीन एलिझाबेथ हॉस्पिटलच्या फर्टिलिटी क्लिनिकमध्ये आहे का ते पाहायला पाहिजे. मी जरा जाऊन येतो तिथे.’

‘ठीक आहे.’

हॉस्पिटलच्या उत्तरेकडील कार पार्क ओळखीचे वाटले. ॲनाचा गर्भपात झाला तेव्हा ते इथे डॉक्टरला भेटायला आले होते, तेव्हा गाडी इथे पार्क केली होती. काही आठवड्यांपूर्वीच जेसिका अपहरण प्रकरणाच्या वेळी आपत्कालीन कक्षातील सीसीटीव्हीवर दिसलेल्या दक्षिणेकडील कार पार्किंगसारखाच होता हा. त्या बहुमजली इमारतीत असलेल्या दिशादर्शकांच्या रोखाने, मरिनर फर्टिलिटी विभागाकडे गेला.

करड्या आणि निळ्या दगडांच्या रंगसंगतीतला हा भाग हॉस्पिटलच्या इतर विभागांसारखाच दिसत होता. मरिनरने रिसेप्शन टेबलवर असलेल्या तरुणीकडे पाहत आपली ओळख सांगितली. जिमी बॉन्ड किंवा क्रिस्टी वॉकर अशा नावाने काही माहिती नोंदवलेली आहे का? ते विचारले. ‘मिस वॉकरची गेल्या मंगळवारची

चार वाजताची अपॉईन्टमेंट असणार इथे.' त्याने पुस्ती जोडली.

त्या मुलीने कॉम्प्युटरवर शोधले. 'गेल्या मंगळवारसाठी क्रिस्टी वॉकर किंवा जिम्मी बॉन्ड नावाने इथे काहीच नोंदवलेले नाही.' ती म्हणाली. 'मी एकूण रेकॉर्डसमध्ये त्यांची नोंद आहे का ते जाऊन बघते. तुम्हाला फार वेळ नाही थांबावे लागणार.'

तिथे थांबलेला असताना त्याने नोटीस बोर्डवर नजर फिरवली, तसा केशरी कागद इथे लावलेला असेल अशी त्याला आशा वाटली.

'नमस्कार. तुम्ही चीफ इन्स्पेक्टर मरिनर?' मरिनरकडे येत एक बाई म्हणाली. तिने नकळत त्याचे प्रमोशनही केले! मरिनरने न ओळखता तिच्याकडे पाहिले, हास्य थोडे ओळखीचे वाटले.

'शायला फ्राय.' तिने त्याला आठवण करून दिली. हो खरंच की, मरिनरला आठवले.

'तुम्ही या विभागात काम करता का?'

'मी समुपदेशक आहे. पण काळजी करू नका, गुपित ठेवणे हेच आमचे ब्रीद आहे.' तिच्या हसण्यावरून मरिनरला लगेच समजले की तिचा गैरसमज झाला आहे. तो वैयक्तिक कारणाने इथे आला आहे असे तिला वाटले. त्याने तिला परावृत्त न करण्याचे ठरवले.

तिने रिकाम्या रिसेप्शन डेस्कवर नजर टाकली. 'कुणी तुमची विचारपूस करतेय ना?'

'हो. धन्यवाद.'

'हो खूप छान झाले ना, जेसिका सुखरूप परत मिळाली ते. मला तर ऐकल्यावर रडूच आले.'

'हो ना.' मरिनर म्हणाला.

सुदैवाने तिला समजले की त्याला फारसे बोलायचे नाही. 'ठीक तर, मला गेले पाहिजे. कामं बाकी आहेत.' पुन्हा झळाळते हसून ती निघून गेली.

काही क्षणानंतर ती मुलगी परत आली. 'सॉरी, अशा नावाने कुणी इथे सल्ल्यासाठी येत असल्याची नोंद नाही.' तिने मरिनरला सांगितले.

एक विचार येऊन गेला. 'कुणी टोपण नाव वापरत असेल तर किंवा खोटे नाव?' मरिनरने विचारले. ती मुलगी साशंकतेने म्हणाली. 'मला शंका वाटते. आम्हाला संपूर्ण इतिहास लागतो आजारपणाचा. इथे अशी बरीच क्लिनिक्स आहेत अजून. तुम्हाला माहिती पाहिजे का?'

'हो. धन्यवाद.'

मरिनरने तो केशरी कागद काढून दाखवला. 'तुम्ही असे काही पाहिले आहे

का?' नीट पाहत ती म्हणाली. 'हो आम्ही देतो तसा हा कागद नक्कीच नाही, मला खात्री आहे.'

'धन्यवाद.'

इतर क्लिनिक्समध्ये फोन केल्यावर समजले की जिम्मी बॉन्ड आणि क्रिस्टी अशा कोणत्याही ठिकाणी पेशंट म्हणून जात नव्हते.

'मला जिमी बॉन्डशी पुन्हा बोलले पाहिजे.' मरिनरने निष्कर्ष काढला.

१४

टोनी नॉक्सला सोबत घेऊन मरिनर बॉन्डच्या गॅरेजला गेला. 'त्याच्या त्या रात्रीच्या पार्टीतील साक्षीदार मिळतील, पण त्याला खूप प्रकारच्या गाड्या मिळू शकतात.' गॅरेजला पोहोचल्यावर मरिनर म्हणाला, 'मी बॉन्डशी बोलेपर्यंत तू जरा आजूबाजूला सर्वत्र पाहा.' २००० सालापूर्वीची एस्कॉर्ट केमॅ ग्रीन रंगाची दिसते का ते. त्या गाडीला काही झाले असेल तर ती एव्हाना दुरुस्तही झाली असेल. टोनी गॅरेजच्या आवारात फिरत असताना मरिनर बॉन्डच्या ऑफिसमध्ये होता, तिथे खूप अडगळ होती. इंजिन ऑईलचा वास आणि घामाची दुर्गंधी होती. बॉन्ड अस्वस्थ होता. त्याला काही क्षण सुद्धा स्वस्थ बसता येत नव्हतं, तो मरिनरच्या नजरेला नजर भिडवत नव्हता. त्याच्यावर आधीच पोलिसांचा वेळ वाया घालवल्याबद्दल आरोप ठेवलेला होता. त्यामुळे मरिनरला वाटले की बॉन्डला त्याला पाहून विशेष आनंद वगैरे झालाच नसावा.

'तू आणि क्रिस्टी स्थिरावण्याच्या विचारात होतात.' मरिनरने नॉक्सने दिलेली माहिती आठवून सुरुवात केली.

'मी स्थिरावणार होतो. तिला तसे करायचे नव्हते.' बॉन्ड हिरमुसला.

'त्यात मुलांचा समावेश होता का?'

बॉन्डने खांदे उडवले. 'कोणालाही हवी असतीलच. मला वेळेवर मुलं व्हायला हवी होती.'

'म्हणजे तू आणि क्रिस्टी मुलं होण्यासाठी प्रयत्न करत होतात?'

'याचा कशाशी काय संबंध आहे का?'

'प्रश्नाचे उत्तर दे फक्त.'

'असं विशेष नाही.'

'म्हणजे या बाबतीत काही अडचण जाणवत नव्हती.'

बॉन्ड निरखून पाहू लागला. 'कशाबद्दल बोलताय तुम्ही?'

''गर्भवती होण्याबद्दल.''

बॉन्ड सावरला, 'मी म्हटले त्याप्रमाणे असा विशेष प्रयत्न करत नव्हतो, त्यामुळे मला काही सांगता येणार नाही' तो हे इतक्या अलिप्तपणे म्हणाला की, मरिनरला त्याच्यावर विश्वास ठेवावाच लागला.

त्या कुबट ऑफिसमधून, मोकळ्या हवेत आल्यावर मरिनरला बरे वाटले. नॉक्सबरोबर गाडीत बसत तो म्हणाला, 'काही सापडले का?'

नॉक्सने नकारार्थी मान हलवली. 'त्या सगळ्या नव्या आहेत आणि फोर्ड एकही नाही. बॉन्डला जपानी मॉडेल आवडते असे दिसतेय. तुम्हाला काही उपयुक्त सापडले?'

'विशेष नाही.' त्यांचे संभाषण आठवत मरिनर म्हणाला.' 'पहिल्यांदा मला असे वाटले की तो सरळ बोलत आहे.'

'याचा अर्थ असा नाही की क्रिस्टीला मूल नको होते.' नॉक्स म्हणाला. 'ती एका नर्सरीत काम करत होती, तिला मुलं आवडत होती. कदाचित तिला बॉन्डपासून झालेले मूल नको असेल आणि त्याला सोडून दिल्यावर तिने एकटीनेच हे सगळं करायचं ठरवलं असेल. याची सध्या फॅशन आहे. सगळ्या प्रसिद्ध व्यक्ती हेच करतात आणि ती तसली मासिकं वाचते.'

'नवा फ्लॅट पण घेण्याचे ठरवते त्याच वेळी?'

'तिला वाटले असेल तिला आता पैसे मिळणारच आहेत, तर सगळंच करूयात.'

'आपण बराटशी परत बोलूयात.'

ते तिथे गेले तेव्हा बराट नव्हती, 'ती लिटल बीन्सला आहे.' सामंथाने सांगितले.

'लिटल बीन्स?'

'ही तिची दुसरी नर्सरी आहे. मी फोन करू का तुम्ही येताय सांगायला?'

'नको, धन्यवाद. आम्ही पाहतो.'

'तू क्रिस्टीला कितपत ओळखत होतीस?' मरिनरने सामंथाला विचारले.

'इतर कोणी ओळखत असेल इतपतच.'

'तुला माहीत होते का की ती जेसिकाच्या अपहरणाच्या फिल्म संदर्भात टीव्ही डॉक्युमेंटरीमध्ये सहभागी होणार होती?'

'नाही,' ही मुलगी खोटं बोलत असेल तर ती बेमालूम खोटं बोलत होती. 'मला माहीत आहे कुणीतरी मिसेस बराटकडे आले होते, पण तिने स्पष्टपणे सांगितले की यात आम्हाला रस नाही, देवा! बराट थैमान घालेल तिला समजलं तर...' सामंथा सुटलीच! अचानक याचा अर्थ काय होईल ते लक्षात आल्यावर ती

म्हणाली,' 'मला म्हणायचे आहे की ती... म्हणजे तिला आवडणार नाही....'

'ठीक आहे सामंथा, मरिनरने तिची समजूत घातली. 'मला समजलंय तुला नीट काय म्हणायचे आहे ते. क्रिस्टी कधी स्वत:चे मूल होण्याबद्दल बोलली तुझ्याशी?'

'कधीतरी. आम्ही सगळेच बोलतो. असं कुठलं छानसं नाव ऐकलं आणि असंच काही की वाटतं हे नाव ठेवीन माझ्या बाळाचं....'

'तुला वाटतं का क्रिस्टी लवकरच स्वत:ला मूल व्हावे या प्रयत्नात होती?'

'तिला नोकरीची गरज होती, नाही का? आणि ती नुकतीच जिमीपासून वेगळी झाली होती तरी ती म्हणायची स्वत:चे मूल हवे म्हणून इतकंच.'

हे सगळं करून जिथे सुरुवात केली तिथेच ते परत आले. लिटल बीन्स, फौंड्री रोडच्या कोपऱ्यावर 'ओशन ब्लू' मोहीम घडली तिथून काही अंतरावर होते. ते पाहिल्यावर मरिनरला वाटलं इथं आणलेल्या मुली बाहेर कशा येत असतील? समोरच्या रस्त्यावर पार्किंगसाठी जागा नव्हती, नॉक्सने थोडी पुढे नेऊन गाडी पार्क केली. 'मिसेस बराटला माहीत असेल का की तिच्या नर्सरीपासून थोड्याच अंतरावर असा कुंटणखाना आहे ते?' गाडीतून उतरताना मरिनर म्हणाला.

'कुंटणखाना होता.' नॉक्सने आठवण करून दिली. 'तिला माहीत असणार पण पैजवर सांगतो पालकांना माहिती नसणार.'

'मी जाऊन बोलतो तिच्याशी. तू तिची गाडी का पाहत नाही एकदा नीट ?'

ज्या इमारतीत लिटल बीन्स नर्सरी होती, ती इतर नर्सरीप्रमाणेच जुनी होती. खिडक्यांवर कार्टूनमधली चित्रे रंगवलेली होती. नर्सरीच्या आतली रचना पण बहुतेक सारखीच होती. आत गेल्यावर मरिनरला, बराट तिच्या ऑफिसमध्ये काही कागद फाडून टाकताना दिसली. 'माहिती गुप्त ठेवण्याकरता करते. अगदी त्रासदायक काम आहे हे,' ती म्हणाली.

'जेसिका अपहरणासंदर्भात डॉक्युमेंटरीमध्ये क्रिस्टीने काम करावे असा ज्या टीव्ही कंपनीने प्रस्ताव दिला होता, त्या कंपनीबद्दल तुम्हाला काही माहिती आहे?' मरिनरने विचारले.

'ते एक डॉक्युमेंटरी प्लॅन करत आहेत हे मला माहिती होते. एका विचित्र बाईने मला विचारले होते. तिला माझ्या नर्सरीचे चित्रीकरण करायचे होते. ती मार्सेला टर्नर असावी नक्कीच.'

'तुम्हाला रस नव्हता त्यात?'

बराट थंडपणे म्हणाली. 'मी ती सगळी घटना विसरण्याच्या प्रयत्नात आहे. इन्स्पेक्टर त्यांनी क्रिस्टीला विचारले हे पण मला माहिती नव्हते.'

'म्हणजे क्रिस्टीने यावरून तुम्हाला धमकी देऊन पैसे मिळवले नव्हते तर?'

तिने भिवया उंचावल्या 'नक्कीच नाही.'

'त्या टीव्ही निर्मात्याला वाटले, क्रिस्टीच्या मनात दुसरे काही असेल जे प्राईम टाईम टीव्हीसाठी उपयुक्त असेल. काही कल्पना आहे का, ते काय असावे?'

'पुसटशी पण नाही.'

हे संभाषण काही पुढे जात नव्हते, काही मिनिटांनी मरिनर नॉक्सला पुन्हा गाडीत भेटला.

'तुला तिची गाडी मिळाली का?'

'त्यावर एकही ओरखडा नाही बॉस.'

'ही तिची पद्धत नसावीच. त्याने रस्त्यावर वर-खाली पाहिले, 'तुला असे जाणवतंय की आपण काहीतरी विसरतोय, आपलं काही राहिलंय असं?'

'एक गुन्हेगार!' नॉक्स म्हणाला.

ग्रेनविल लेनला परत आल्यावर मरिनर विचार करत होता. आता नंतर कुठे जावे? तेवढ्यात चार्ली ग्लोव्हर घाईने त्याच्या ऑफिसमध्ये आला. 'तपासात प्रगती होतेय बॉस.'

'सांग पुढे.'

'त्या 'ओशन ब्लू' मोहिमेत धाड टाकलेल्या जागेवरून तपास अधिकाऱ्यांनी तपासासाठी वस्तू घेतल्या होत्या. ते मुख्यत: ड्रग्जचा शोध घेत होते, तिथून अटक केलेल्या पुरुषांचा संबंध ते तिथल्या मुलींशी घालू पाहत होते. त्यांनी एक वैशिष्ट्यपूर्ण जोडी शोधली आहे.'

'कुठली?'

'त्यांना काही केस मिळाले जे मॅडेलिनच्या डीएनएशी जुळतात. ते त्या फौंड्री रोडच्या घरातून मिळाले होते.'

फौंड्री रोड. ते फिरून फिरून तिथेच का येत होते? 'म्हणजे ती काम करणारी मुलगी होती?'

'असणार.'

'देवा, म्हणून कुणी तिला ओळखत असले तरी पुढे आले नाही.' मरिनर म्हणाला.

'ओशन ब्लू' मोहिमेदरम्यान आणलेल्या मुलींशी मला बोलायचे आहे.' ग्लोव्हर म्हणाला. 'त्यापैकी काहीजण काही काळ या देशात होते. त्यांना ती आठवत असणार. मी डीसीआयला विचारतो, मी स्थलांतराच्या ऑफिसला जाऊ शकतो का?'

मरिनरने त्या मोहिमेच्या मुलाखतींचे कागद मिळण्यासाठी आपल्या टेबलवरचे कागद धुंडाळले.

'तुला कदाचित इतके दूर जावे लागणार नाही. कॅटरिना किती काळ या देशात होती म्हणाली?' योग्य ते पान काढून त्याने मजकूर वाचला. 'एक वर्षभर' ती मॅडेलिनला ओळखत असल्याची शक्यता आहे.'

'देवा, आपण मॅडलिन कोण होती, याबद्दल नक्की शोध लावू.' सीआयडी ऑफिसला पण ग्लोव्हरच्या उत्साहाची लागण झाली, सगळ्यांना काही आशादायी मार्ग दिसू लागला. आता मरिनरला उमगले की मॅडेलिन कोण? या प्रश्नाने सर्वांना किती खोलवर भेडसावले होते....

'ओशन ब्लू' संदर्भात पकडलेल्यांपैकी बऱ्याच मुलींना मायदेशी पाठवण्यापूर्वी स्थलांतराच्या केंद्रावर पाठवण्यात आले होते, पण कॅटरिनाने आपल्या अपहरणकर्त्यांची ओळख पटवून देण्याचे कबूल केल्याने ती या क्षणाला डॅफोडिल प्रोजेक्ट हॉस्टेलवर राहत होती. मरिनरने, लोरेलाय फिल्डिंगला फोन करून कॅटरिनाला भेटण्याची वेळ निश्चित केली. हे वसतीगृह साधारण ६० साली बांधलेले, एका मोठ्या आवारात उभे असलेले एक कौन्सिल हाऊस होते. इथे सर्व स्तरावरील पीडित महिलांना आश्रय दिला जायचा. मरिनरला जाणवले की, एखाद्या वेगळ्या निमित्ताने क्रिस्टी इथंच आली असती.

त्यांना एका लाऊंजमध्ये बसायला सांगण्यात आले. कॅटरिना आली तरी मरिनरने तिला ओळखलेच नाही. जीन आणि टी शर्ट घातलेली! काही आठवड्यांपूर्वी मुलाखत देताना, भेदरलेल्या व्यक्तीसारखी ती दिसत नव्हतीच. कुठल्याही १९ वर्षीय तरुणीइतकी ती छान दिसत होती. तिचे वजन वाढले होते. सुदृढ दिसत होती, निरोगीपण. तिचे केस पण छान वाढले होते. चमकत होते. तिच्या जीनच्या खिशातून आयपॉडची वायर लोंबकळत होती. मरिनरने पुढे होऊन हस्तांदोलनासाठी हात पुढे केला, ती त्याकडे दुर्लक्ष करून थेट जवळ येऊन त्याच्याभोवती हात लपेटून त्याला बिलगली. 'धन्यवाद,' ती बाजूला होत म्हणाली. 'तुम्ही माझा जीव वाचवलात.'

मरिनर खाकरला. तो त्या मिठीने थोडा अवघडून गेला. 'तुझी इथे काळजी घेतली जातेय?' 'त्याने विचारले.' 'जेवण थोडंच असतं, फार शिंपले नाहीत. दारू नाही...' ती हसली. ती चेष्टा करत होती. 'मी खूप छान मजेत आहे, धन्यवाद.'

ते एका छोट्या टेबलभोवती बसले. 'आम्हाला तुला एका मुलीबद्दल विचारायचे आहे. ती त्या फौंड्री रोडच्या ज्या घरातून आम्ही तुला नेले तिथे गेल्या वर्षी राहत होती असे आम्हाला वाटते,' मरिनर म्हणाला.

ग्लोव्हरने फोल्डर उघडून ते रेखाचित्र दाखवले. 'तू तिला ओळखत होतीस?'

त्याने विचारले. ते छायाचित्र किती हुबेहूब आहे हे त्यांना माहीत नव्हते. कॅटरिनाने ते चित्र नीट निरखले, ग्लोव्हरकडे पाहण्यापूर्वी तिचा चेहरा दु:खी झाला होता. 'मला नाही वाटत असं, सॉरी.'

'तिला एक मूल होते.' ग्लोव्हर तिला आठवून देण्याचा प्रयत्न करत होता. केवळ तो म्हणाला म्हणून कॅटरिनाने पुन्हा एकदा ते चित्र पाहिले. तिला खरंच मदत करायची होती. पण नकारार्थी मान हलवत, 'ती गेली?' तिने विचारले.

'ती मेली.'

कॅटरिना पुन्हा चित्र पाहू लागली, तिचे ओठ थरथरत होते. मरिनरला माहीत होते ती काय विचार करत असणार, 'ही कदाचित मी असते....'

'तुम्ही हे दुसऱ्या मुलींना दाखवणार आहात का?' लोरेलायने विचारले.

'हो,' मरिनर म्हणाला. 'म्हणजे आम्हाला स्थलांतर केंद्रावर पुन्हा जावे लागणार.'

'तुम्हाला दुभाषी लागेल.' तिने कॅटरिनाकडे पाहत सुचवले.

'त्यांना...' मरिनर म्हणाला. इतक्यात त्याच्या लक्षात आले, लोरेलायला काय सुचवायचे आहे ते. 'हो,' तो म्हणाला. 'कॅटरिना तू येणार का आमची दुभाषी म्हणून?' तिचा चेहरा उजळला 'हो येते मी.'

'धन्यवाद.' लोरेलाय हसत म्हणाली. 'तिला इतर मुलींची काळजी लागून राहते, एकदा त्यांना भेटली आणि त्या ठीक आहेत हे कळले म्हणजे तिला बरे वाटेल.'

'तुम्ही मस्त कामगिरी करताय. कॅटरिना खूप वेगळी दिसते आत्ताच.' मरिनर म्हणाला.

'हे काम नकोसे आहे.'

''खरंच.''

ग्रानविल लेनला परत येताना ग्लोव्हरची अवस्था दोन शेपटाच्या कुत्र्यासारखी झाली होती. 'सॅन्डीला आश्चर्य वाटेल जेव्हा तिला समजेल 'ती' कोण होती ते,' ग्लोव्हर म्हणाला.

'तुझे लग्न होऊन किती काळ झाला आता?' मरिनरने विचारले.

'गेल्या मार्चमध्ये १४ वर्षं झाली.' ग्लोव्हर म्हणाला.

'हे मोठे यश आहे.'

'खरंच, तेही अशी नोकरी असताना.'

'सर्वांत महत्त्वाची बाब काय असते असं तुला वाटतं?'

ग्लोवर क्षणांत म्हणाला, 'विश्वास.'

दिवस खूप लांबला होता. मरिनर शॉवर घेऊन लवकर झोपण्याची इच्छा करत घरी गेला. त्याला ॲना बाहेर जाण्यासाठी तयार होताना दिसली. तिने त्याचे केलेले

स्वागत फार जुजबी होते. 'तू माझा फोन पाहिलास का?' तिने विचारले. 'मला सापडला नाही तो सकाळी.'

'तुझ्या तपकिरी जॅकेटच्या खिशात आहे तो' मरिनरला माहीत होते की असे करणे वाईट आहे. पण न राहवून तो म्हणाला, 'तुला डॉ. गॅरेथकडून मेसेज आहे.'

'ओ.'

'खरं म्हणजे तुला त्याच्याकडून बरेच मेसेज आले आहेत, कालपासून.'

ती त्राग्याने म्हणाली, 'तू काय करत होतास माझे मेसेज पाहून?'

'मला उत्सुकता होती, तुम्हां दोघांच्यात बोलायला बरेच काही आहे असे दिसते.'

ती त्याच्याकडे पाहत म्हणाली. 'तो एक चांगला माणूस आहे, आरपार.'

'कुणाच्या मानाने...?'

तिने फक्त अर्थपूर्ण नजर टाकली.

'धन्यवाद. असे काय आहे जे माझ्याशी बोलायला अजून संधी मिळालेली नाही?' मरिनरने आग्रह धरला.

ॲनाचा चेहरा बदलला. 'मी माझ्या नोकरीच्या ठिकाणी नोटीस दिलेली आहे. मी ती रिसेप्शनिस्टची नोकरी घेणार आहे. ती एक नामी संधी आहे. न घेणे मूर्खपणाचे ठरेल.'

'आपण यावर चर्चा करणार नाही?'

'मी गॅरेथला म्हणाले, त्याप्रमाणे आपल्याला संधीच मिळाली नाही चर्चा करायची. तू इथे असतोस कुठे काहीही चर्चा करायला? आणि आपण हे शहर सोडून जाण्याची चर्चा जवळजवळ गेले वर्षभर करत आहोत. पण अजून काहीच झालेले नाही आणि मी ही संधी घेतली नाही तर ती जाईल.' ती काहीतरी लपवल्यासारखे भराभर बोलत होती.

'मी बदलीसाठी अर्ज दिला आहे पण त्याचे अजून काही झालेले नाही. अशा गोष्टींना वेळ लागतो.' मरिनरने स्वत:चा बचाव केला.

'इतका वेळ नाही लागत. तूच चालढकल करतो आहेस आणि याचे कारण तुलाच हे फारसे नको आहे, ना? मला वाटते नव्याने सुरुवात करण्याची वेळ आली आहे.'

'मला वाटलंच हे याबद्दल सगळं असावं म्हणून.'

'नाही, म्हणजे मला खरेच नवी सुरुवात म्हणायचे आहे.' ती त्याच्या नजरेत नजर गुंतवित म्हणाली. काही सेकंदात या वाक्यातील अर्थ मरिनरला उमगला. 'माझ्याशिवाय,' मरिनर म्हणाला.

'हे तुला हवे असे आयुष्य नसेल,' नाही का? तू तिथे अगदी बापुडवाणा झाला होतास, पाण्याविना मासा होतो तसा.'

'मी डॉमिनो खेळलो म्हणून?'

'तुला माहिती आहे मला काय म्हणायचे आहे ते. तू त्या आठवड्यात फारसे कुणाशीच बोलला नाहीस.'

'तुझी काय अपेक्षा होती? त्या अपहरणाच्या केसनंतर शिणलो होतो, कोर्टातली सुनावणी येऊ घातली होती. माझ्या मनावर बरेच काही दडपण होते.'

'ते नेहमीच असते.'

'आणि डॉ. गॅरेथच्या नसते?'

'त्याचे सारखे नाव घेऊ नकोस आणि त्याच्याही मनावर बरेच काही दडपण असते, तो एक जनरल प्रॅक्टिशनर आहे. फक्त इतकेच आहे की, त्याला काम आणि मजा यामध्ये फरक करता येतो. तो मजेदार आहे.'

'आयुष्य म्हणजे सारखी मजा नाही.' मरिनरला आपण आपला बचाव फार करतोय असे वाटले. 'इथून पुढे तुझ्याबरोबर आयुष्य म्हणजे अजिबात मजा उरलेली नाही.'

मरिनरला अचानक आठवले बेकी आणि मार्कच्या गावातल्या पबमध्ये तो गेला तेव्हा तिनं कसे विचित्र पद्धतीने त्याचे स्वागत केले होते. आणि त्याच्याजवळ जाण्याची तिची उत्सुकता, आतुरता संपली आहे हे पण आठवले. या आठवणीने तो क्षणभर वाचा गेल्याप्रमाणे झाला. शेवटी त्याने विचारले. 'तू त्याची शय्यासोबत करते आहेस?' तिने नजरानजर टाळली तेव्हा त्याला उमगले की उत्तर 'हो' असे आहे.

'एकदाच' ती म्हणाली. 'तू बारशाला येण्यापूर्वी. माझा तसा हेतू नव्हता पण ते घडले. मला माफ कर, टॉम' तिने हात लांब करून त्याला स्पर्श केला. 'असे पुन्हा घडले नाही. पण मला ते घडायला हवे आहे. मला वाटतं मी त्याच्या प्रेमात आहे.'

'छे, हे सगळं फार झपाट्याने झाले नाही?'

'तसंच काही नाही. मला गॅरेथ नेहमीच आवडायचा हे तू जाणतोस.'

'हे आवडण्यापेक्षा जास्त झाले. हे नेमके कधी घडले?'

'हे मागच्या एप्रिलमध्ये सुरू झाले.'

'जेव्हा तू तुझे बाळ गमावलेस, आपले बाळ?' देवा तिने बेकीबरोबर काही दिवस जाऊन राहावे ही त्याचीच कल्पना होती. किती मूर्खासारखी होती.

'गॅरेथ इतका छान होता. त्याला समजत होते त्याच्याकडे वेळ होता, माझ्याशी बोलायला.' 'मीही तुझ्याशी बोलू शकलो असतो पण तुला ते नको होते. मला माहितेय पण गॅरेथची भावनिक गुंतवणूक नसल्याने त्याची मला मदत झाली.'

'त्याने त्याला नक्कीच मदत झाली.'

तिचे डोळे विस्फारले. 'निदान हे एका रात्रीपुरते तरी प्रकरण नव्हते!'

त्याला या टोमण्याची अपेक्षा नव्हती. 'मिली? कित्येक वर्षं जुने झाले ते प्रकरण आणि ते वेगळे होते.' पण खरंच ते तरी वेगळे होते का हा प्रश्न पडला त्याला!

तिने सुस्कारा सोडून त्याचे दोन्ही हात आपल्या हातात घेतले. 'आपल्यामध्ये दीर्घ काळापासून नाते चांगले उरलेले नाही. नाही का? त्या बॉबस्फोटाच्या आधीपासूनच! मला वाटतं मला बरे वाटावे म्हणून तू आहेस आणि अर्थात तुलाही हे हवे आहे म्हणून करतो आहेस. मला वाटतं आपल्या दोघांसाठीही हे चांगले झाले आहे. एका अर्थी मला आपले बाळ गमावल्याचा अजिबात पश्चात्ताप होत नाही. ती वेळ आपल्यासाठी योग्य नव्हती आणि कधीच नसेल. सॉरी, पण मला असे वाटते.'

'उघड आहे.' मरिनर म्हणाला. 'तू कधी जाणार आहेस?'

'बहुतेक या वीकएन्डला. राहायला जागा मिळेपर्यंत मी बेकी आणि मार्कसोबत राहीन. मला तिथे जाण्याची तयारी करायला हवी. एजन्टकडून कॉन्ट्रॅक्टची देवाणघेवाण होईल. मग मला घर सोडावे लागेल.'

'मी आज रात्री माझ्या घरी राहतो.'

तिने त्याला अडवण्याचा प्रयत्नही केला नाही.

जाताना वाटेत थांबून मरिनरने स्ट्रॉंग बीअरच्या काही बाटल्या घेतल्या. तो बधिर झाला होता. गेल्या वर्षी ज्या परिस्थितीतून तो आणि ॲना गेले होते त्यामुळे सुद्धा त्यांना एकत्र बांधून ठेवले नाही. तो आरामखुर्चीत बसला होता. हळूहळू सगळं धूसर दिसायला लागले. त्याने डोळ्यांवरून हात फिरवला, तेव्हा त्याचा चेहरा ओला झालेला होता.

मरिनर दुसऱ्या दिवशी सकाळी उठला, अजून आरामखुर्चीतच होता तो. भोवती रिकाम्या बीअरच्या बाटल्या होत्या. त्याचे डोके हलके दुखत होते आणि तोंडाला कोरड पडली होती. रात्रभर छाती कुणी तुडवित असल्याप्रमाणे! एक मोठी कळ छातीत जाणवली. आदली संध्याकाळ आठवून त्याचे डोळे पुन्हा पाणावले. एका तासाने तो शॉवर घेऊन कपडे घालून चार्ली ग्लोव्हर न्यायला येणार म्हणून तयार झाला होता. ग्लोव्हरच्या चेहऱ्यावरून समजले की मरिनर अजून कळकटच दिसतो आहे. पण सुदैवाने त्यांची काय झाले विचारण्याइतकी ओळख नव्हती.

कॅटरिनाला घ्यायला ते डॅफोडिल. लोरेलाय सोबतीला म्हणून येणार होती. आगत-स्वागत, थोडे संभाषण यानंतर सगळे गाडीत पाठीमागे बसले आणि खिडकीबाहेर दिसणारा निसर्ग बघू लागले. ग्लोव्हर ओकिंग्टन येथील स्थलांतर केंद्राच्या कुंपणाजवळ आला. तुरुंग वा विद्यापीठ वाटावे अशा चौकोनी तात्पुरत्या ठोकळ्यासारख्या ह्या इमारती होत्या.

कडक सुरक्षा व्यवस्था पार केल्यावर, मरिनर आणि ग्लोव्हरला एका खिडकी

नसलेल्या खोलीत थांबायला सांगितले गेले. कॅटरिना आणि लोरेलाय इतर मुलींशी बोलायला गेल्या. हे दोघे बराच वेळ वाट पाहत बसले होते. ग्लोव्हर काही स्वस्थ बसू शकत नव्हता. अर्ध्या तासाने कॅटरिना आली. क्षणभर मरिनरला वाटले फेरी वाया गेली, इतक्यात त्याला तिच्या मागोमाग एक छोटीशी व्यक्ती दिसली. 'ही वालेन्का,' कॅटरिना बाजूला होत म्हणाली. ती त्या मुलीशी कोणत्यातरी भाषेत बोलली, त्या मुलीने पुढे होऊन मरिनरला एक छोटा फोटो दिला. कॅटरिनाला त्यांनी दिलेला हा फोटो नव्हता. हा खरा फोटो होता. हातात तान्हे बाळ घेतलेल्या एका तरुण मुलीचा, इन्स्टंट कॅमेऱ्याने घेतलेला.

'ही तिची मैत्रिण नादिया, मूल झाल्याबरोबरचा हा फोटो आहे.' कॅटरिनाने त्यांना सांगितले. मरिनर आणि ग्लोव्हर त्या फोटोकडे टक लावून पाहत होते. तो फोटो आज ते जिला मॅडेलिन समजत होते तिचा होता. रेखाचित्रापेक्षा तिचे केस जरा जास्त गडद होते. पण बाकी हुबेहूब होती.

'देवा ही ती आहे.' श्वास सोडत रडवेल्या आवाजात ग्लोव्हर म्हणाला.

'हे बाळ मुलगा आहे?' मरिनरने विचारले.

त्या मुलीने होकारार्थी मान हलवली. 'ती त्याला निकोलाय म्हणायची.'

ग्लोव्हरने त्याच्या खिशातून एका प्लॅस्टिकच्या पिशवीत ठेवलेला चांदीचा क्रूस बाहेर काढला, हा त्यांना मॅडेलिनच्या मृतदेहावर सापडला होता.

'तू हे ओळखतेस का?' त्याने विचारले. वालेन्काने होकारार्थी मान हलवली.

'ती आपल्याला नादियाबद्दल काय सांगू शकेल?' मरिनरने त्या मुलींना बसण्यास सांगितले. वालेन्का बोलत होती आणि कॅटरिना त्याचे भाषांतर करून सांगत होती.

'मी तिथे आले तेव्हा नादिया आधीच त्या घरात राहात होती. ती माझ्याशी खूप चांगली वागत होती आणि आम्ही मैत्रिणी झालो. नादिया तेव्हाच गरोदर होती; पण तिने हे कुणाला सांगितले नव्हते. ती भ्यायली होती. तिला तिचे मूल पाहिजे होते; पण त्यांना समजले तर ते तिला त्याची वाट लावायला लावतील.'

'ते म्हणजे?'

'ज्या माणसांनी तिला त्या घरात आणले.'

मरिनरने अलेक्सांडर लुक्काचा फोटो दाखवला. 'हा त्यापैकी एक आहे का?'

प्रश्न वर्मी बसला. ती भेदरून गेली. ती कॅटरिनाला काहीतरी म्हणाली. 'ती विचारतेय की, तो परत येतो आहे का?'

'नाही तो मेला आहे. पण तिची मैत्रिण नादिया पण मेली आहे.' ग्लोव्हरने सांगितले. याचे भाषांतर ऐकताच ती मुलगी जोराने डोके हलवू लागली. तिचे डोळे विस्फारले कॅटरिनाने तिला काही सांगितले नव्हते. 'ती घरी गेली आहे असे, ती म्हणाली होती.

'आम्हाला तिचा मृतदेह दहा महिन्यांपूर्वी सापडला आणि नुकताच तिच्या बाळाचा मृतदेह सापडला.' त्या मुलीने हे सुन्नपणे ऐकले. एक अश्रू तिच्या गालावरून ओघळला. खोलीत वातावरण एकाएकी तापले आणि मरिनरचे डोळे भरून आले. 'लुक्काला बाळाबद्दल समजल्यावर काय झाले?' त्याने स्वत:ला सावरून विचारले.

तो म्हणाला, 'जर ती मूल जन्मायच्या एक महिना आधीपर्यंत काम करण्यास तयार असेल तर ती ते मूल वाढवू शकते.'

'देवा, ती आठ महिन्यांची गरोदर असताना तिला हे करावे लागत होते.' ग्लोव्हर उद्वेगाने म्हणाला.

'काही पुरुषांना तसे आवडते.' कॅटरिना म्हणाली.

'नादियाला मूल कुठे झाले?'

वालेन्का पुढे सांगू लागली. 'त्यांनी तिला दुसऱ्या घरी नेले. मला वाटलं ते दवाखान्यात नेले म्हणून... पण तिने परत आल्यावर सांगितले की ते दुसरे घर होते. तिथे एक नर्स होती...' भाषांतर करण्यासाठी कॅटरिना योग्य शब्द शोधत होती.

'दायी?' ग्लोव्हर म्हणाला. 'जी मुलं जन्माला घालायला मदत करते ती?'

'हो, दायी आली. ती तिथे काही दिवस राहिली आणि मग नादियाकडून मूल घेऊन गेली. त्यांनी तिला सांगितले की मूल संगोपनासाठी तिच्या कुटुंबाकडे अल्बानियाला पाठवले जाईल.'

'तिने दायीला पाहिले का?' ती सांगू शकेल का की ती कशी दिसते ते?' वालेन्काने मान हलवली.

'मग नादिया त्या फौंड्री रोडच्या घरी परत आली? जिथे तू होतीस?'

'हो, पण फक्त २-३ दिवसांसाठी मग ती परत गेली. मी विचारले तेव्हा त्यांनी सांगितले की ती बाळासोबत घरी गेली आहे. मला आश्चर्य वाटले, कारण नादिया तिला इथे आणल्याबद्दल पैसे देणे लागत होती. आम्ही तर घराबाहेर कधी पडू शकत नव्हतो. तिने हा फोटो इथे ठेवला होता.' वालेन्काने तो फोटो पुन्हा हातात घेतला. तिच्या डोळ्यातून अश्रू घळाघळा ओघळत होते, तिने ते पुसले. काहीतरी पुटपुटली, ग्लोव्हर आणि मरिनरला काही समजले नाही.

'लुक्काने नादियाचे बाळ नेले का?' मरिनरने विचारले.

'नाही. त्याने तिला इथे आणले. मोठ्या माणसाने बाळ नेले.'

'मोठा माणूस? त्याला नाव आहे का?'

'झेलिक, तिला वाटतं झेलिक म्हणून.'

मरिनर आणि ग्लोव्हरने एकमेकांकडे पाहिले. 'ते झालिक असे असावे का?'

मरिनरने विचारले. त्यांनी गोरान झालिक नावाच्या माणसाची मुलाखत घेतली होती. खुनाच्या चौकशीच्या वेळी लुक्काच्या पत्र्यावर हा होता. त्यावेळी झालिक म्हणाला होता की लुक्का आणि तो फक्त एकत्र राहतात आणि त्याच्यावर अविश्वास ठेवण्याचे कारण नव्हते. तो मोठा होता, सहा फुटापेक्षा जास्त उंच.'

कॅटरिनाने भाषांतर केले आणि वालेन्काने मान हलवून सांगितले. ' तो तोच असावा.'

'तिला आणखी काय माहीत आहे, नादियाबद्दल?' ग्लोव्हरने विचारले. 'दुसरे नाव, तिची जन्मतारीख किंवा ती कुठली आहे? आम्हाला तिच्या कुटुंबाला शोधून काय घडले आहे, ते सांगायचे आहे.'

वालेन्काने त्यांना नादियाच्या कुटुंबाचे नाव, तिचे वय, ती ज्या गावातून आली ते नाव दिले. त्यांना वाटले हे पुरेसे आहे.

'वालेन्का जबानी देईल का?'

वालेन्काने होकार दिला, मरिनरने स्थलांतर केंद्राच्या एका ऑफिसरला तरतूद करायला सांगितली.

'एखाद्या मुलीला बाळ होऊ दिले असे घडल्याचे तुम्ही पूर्वी ऐकले आहे?' मरिनरने लोरेलायला विचारले, त्या दोन्ही मुलींची वाट पाहत ते थांबले होते.

'अगदी तुरळक घटनांमध्ये. एरवी अपघातानेच असे घडते. यापैकी काही मुली इतक्या लहान आणि अननुभवी असतात की बाळंतपणाच्या कळा येईपर्यंत त्यांना माहितीही नसते आपण गरोदर आहोत हे. त्यांना गर्भरोधकांबद्दल माहिती नसते आणि येणाऱ्या पुरुषांना ते वापरणे नकोच असते. त्यामुळे दलालही या मुलींना काही सांगत नाहीत. मग गरोदर राहणे अपरिहार्य होते. त्यांना तसेही खायला-प्यायला कमीच मिळते. त्यामुळे त्यांचे वजन वाढत नाही. त्यांना जर समजलेच तर काही मुली अघोरी उपाय करून मूल पाडून टाकतात किंवा बहुतांशी दलाल त्यांच्यासाठी हे करतात.'

'हे अमानुष आहे. मूल होण्यापूर्वीच्या काळजीचे काय?'

'असे काही नसते. ते फक्त बाळ होण्याच्या वेळी दायीला भेटतात, त्यांनी त्यांचे पाहून घ्यावे म्हणून. कुंटणखान्यातून बाहेर फेकलेल्या मुली आम्ही उचलतो.'

'आणि जर मूल पूर्ण वाढ होऊन जगलेच तर त्याचा मॅडेलिनच्या बाळाप्रमाणे खून केला जातो.' लोरेलाय म्हणाली. 'पर्याय काय आहे? जे पुरुष हा व्यवसाय चालवतात, त्यांना ठाऊक आहे की अशा परिस्थीतीत जन्माला आलेले बाळ कुटुंब नाकारेलच; त्याची विल्हेवाट लावणे जास्त सोपे आहे.'

'पण मग नादियालाही का मारून टाकले? तिचा त्यांना उपयोग झाला असता.'

'कदाचित मातृत्वामुळे नादियाचे विचार बदलले असतील. तिला मूल द्यायचे नसावे. मातृत्वाचा बंध मजबूत असतो. तिला समजावणे अवघड गेले असेल, त्यामुळे झालिकने तिच्याशी आणि तिच्या बाळाशी असे वर्तन केले. हे सर्वांसाठी सोपे असणार. तिची जागा भरायला खूप मुली आहेत.'

'किंवा असे म्हणता येईल की, घाणेरडी कामे करायला त्याला लुक्का सोबत होता.' ग्लोव्हरने आठवण करून दिली. 'आपणाला लुक्काच्या हाताचे ठसे सगळीकडे सापडले होते. झालिकचे असे म्हणणे आहे की फक्त ते दोघे एकमेकांना ओळखत नाहीत. ज्या साक्षीदाराने जंगलात रात्री जाणारा माणूस पाहिला तो उंच होता. झालिक उंच आहेच.'

'आपल्याला गोरान झालिकला शोधायला हवे.'

१५

बर्मिंगहॅमला परत येतानाचा प्रवास अगदी शांततेत झाला. कॅटरिना आणि लोरेलाय अधूनमधून काही कुजबुजत होत्या इतकंच. मरिनर आणि ग्लोव्हर आपल्याच विचारात गर्क होते. मॅडेलिनची ओळख पटण्याचा आनंद जाऊन आता तिचे आयुष्य कसे होते याच्या जाणीवेने धक्का बसला होता. त्या दोन्ही महिलांना हॉस्टेलवर परत नेले तेव्हा लोरेलायने मरिनरला विचारले, 'ओशन ब्लू' सुनावणीला कधी येणार आहे?'

'काही महिने अजून, का?'

'आम्हाला जागा अपुरी पडते आहे. किती काळ आम्ही कॅटरिनाला इथे ठेवू शकू माहीत नाही. आमच्याकडे कायम जागेला मागणी असते. तसा तिला लगेच धोका नाही. पण तिला इथे ठेवण्याचे समर्थन करणे मला आता अवघड जाते आहे.'

'आणि तुम्ही नाही ठेवू शकला तर?'

'तिला अल्बानियाला परत पाठवण्याचा विचार करावा लागेल.' 'तसे केले तर तिचे काय होईल?'

'अवघड आहे सांगणे पण खरं सांगायचं तर फार काही आशा नाही. ती तिच्या आईवडिलांकडे जाईल की नाही याबाबत शंकाच आहे. माझा अनुभव असा आहे की, आम्ही परत पाठवलेल्या मुली, त्यांच्या देशात वेश्या व्यवसाय सुरू करतात किंवा विकत घेतल्या जातात किंवा वाईट म्हणजे आत्महत्याही करतात. त्यांनी

इतके भोगलेले असते की त्यांची मानसिक अवस्था पुन्हा कुटुंबात रुजण्याइतपत योग्य राहत नाही.'

'मी कॅटरिनाशी याबद्दल बोलले तेव्हा ती म्हणाली की तिला स्वत:ची लाज वाटते.'

'तुम्हाला नाही का वाटणार? ही एक सर्वसामान्य प्रतिक्रिया आहे.'

'पण याचा अर्थ असा होता की आपण तिला गमावू आणि तिला कोंडून ठेवणाऱ्यांना ती कोर्टामध्ये ओळखू शकणार नाही.'

'हो ना, काय करणार हा खरं तर माझा प्रश्न नाही.' लोरेलाय म्हणाली. 'या क्षणाला कॅटरिना सुरक्षित आहे. इतर अनेक बायका आहेत त्यांना आता जास्त गरज आहे.'

'किती वेळ आहे, आपल्याकडे?' मरिनरने विचारले.

'मी आणखी काही रात्रींची ग्वाही देऊ शकते. मग तुम्हाला पर्याय शोधायला लागेल.'

जे आधी करायचे होते ते केलेच पाहिजे; अशा इराद्याने तातडीने तो आणि ग्लोव्हर ग्रॅनविल लेनला परत आले. तिरानामध्ये संपर्क साधला होता त्या पोलीस ऑफिसरला मरिनरने फोन केला. नादियाचा मृतदेह सापडला तेव्हा तिचे वर्णन देणारा आणि ते फॅक्सने लगेच पाठवणारा हाच तो ऑफिसर. याला खूप आशा होती की नादियाच्या कुटुंबाचा शोध लागेल आणि त्यांच्यापैकी एकाला इथे बोलावले जाईल असे. 'काही घाई नाही.' असे मरिनरला सांगायचे होते. या मिटिंगची तो फारशी आतुरतेने वाट पाहत नव्हता.

त्याच्या घटनांच्या यादीमध्ये सर्वांत शेवटी ॲनाच्या घरी जाणे असे होते, पण त्याला घराबाहेर जे दिसले त्याने त्याला धक्का बसला. ॲनाच्या गाडीच्या पाठीमागे मरिनरच्या गाडीच्या जागेवर एक चमकणारी चंदेरी ऑडी गाडी होती. त्यामुळे गाडी मागे नेत त्याने समोरच्या बाजूला इतर गाड्यांच्या रांगेत अशा ठिकाणी आपली गाडी नेली की तो कुणाला दिसणार नाही पण त्याला काय चालले आहे, ते पाहता येईल. काही मिनिटांनी त्याची भीती खरी ठरली... डॉ. गॅरेथ समोरच्या दरवाजातून प्रकट झाले. त्याने ऑडीची डीकी उघडली. तेवढ्यात ॲना एक बॉक्स घेऊन आली. त्यांच्यातील हास्यविनोद बघून मरिनरच्या छातीत कळ येत होती, डोळे भरून येत होते. ते दोघे पुन्हा आत जाईपर्यंत तो थांबला; मग गाडी काढून स्वत:च्या घराकडे निघाला.

मरिनरला स्वत:च्या सोबतीचे कधी भय वाटले नव्हते; गेल्या काही वर्षांत तो कित्येक वेळा एकांतासाठी आतुरलेला होता. पण पर्यायी व्यवस्था असताना अशी

इच्छा त्याला होते असे तिचे म्हणणे होते. एकाएकी त्याला खूप एकटे आणि घर रिकामे वाटू लागले. एक गोष्ट आता तो लगेच करणार होता. ती म्हणजे वरचा मजला भाड्याने देणे, यापूर्वी दिला तसा. नॉक्सला तात्पुरते घर नव्हते, तेव्हा केलेले प्रयत्न यशस्वी ठरले होते आणि मॅक्क्रीने काही काळ ती जागा व्यापली होती. तो काळ दुर्दैवी होता. सामान्य लोकांना घर खुले करावे असे इतक्यात त्याला वाटले नाही, पण प्रशिक्षणासाठी आलेले ऑफिसर्स खूप असतात ज्यांना स्वस्त जागा हव्या असतात. तो खोल्या पाहण्यासाठी जिन्याने वरती गेला. थोडी साफसफाई करावी लागेल पण बाकी सगळे जागच्या जागी होते. तो दुसऱ्याच दिवशी प्रसिद्ध मासिकात जाहिरात देणार होता. सकाळी त्याला शॉवरखाली उभे राहिल्यावर यापेक्षा बरी कल्पना सुचली.

डीसीआय शार्पची गाडी पार्किंगमध्ये होती. त्यामुळे मरिनर थेट तिच्या ऑफिसमध्ये गेला. 'मला तुमच्याशी कॅटरिनाविषयी बोलायचे आहे. आपण तिची 'ओशन ब्लू' मोहिमेदरम्यान मुलाखत घेतली होती.' तो म्हणाला.

'ठीक आहे.' असे म्हणत शार्प खुर्चीत मागे रेलून बसल्या.

'हॉस्टेलमध्ये तिची जागा खाली करून हवी आहे. पण मला काळजी आहे की आपण तिला जाऊ दिले तर आपण महत्त्वाचा साक्षीदार गमावण्याचा धोका आहे. गेल्या काही वर्षांत आपल्या हाती लागलेली ही सर्वोत्तम साक्षीदार आहे. ती परत कुठे जाणार आहे, हे जाणण्याचा काही मार्ग नाही किंवा आपण तिचा माग ठेवू शकणार नाही.'

'मग?'

'ती इथे दुभाषी होण्यासाठी आली होती. ती एक हुशार मुलगी आहे. तिच्यात कौशल्य आहे आणि अनुभवही. तिला नोकरी मिळवून देण्याकरता आपण काही करू शकणार नाही का? आपण गुन्हेगारांसाठी हे करतो मग ज्याचा बळी गेला आहे, त्यासाठी का नाही?' तो साळसूदपणाचा आव आणत होता, हे मरिनरला माहीत होते. पण कॅटरिनाने इतकी मदत केली होती आणि त्यांना पुढे तिची गरज लागणार होती.

डीसीआय शार्पला हे मान्य झाले असावे.

'मिलीशी बोल.' ती म्हणाली. 'पुनर्वसन योजनेअंतर्गत ते काही करू शकतात का ते पाहा.' मिलीचा प्रतिसाद संमिश्र होता. आपण कॅटरिनाला ब्रासहाऊस सेंटरकडून काम मिळवून देऊ शकतो. पण राहण्याच्या जागेचा प्रश्न जास्त कठीण आहे. तिला कुठेतरी पत्ता देण्यासारखी जागा लागेल ना?'

मरिनरने आता विषयाची पार्श्वभूमी तयार केली होती. 'मग ती माझ्या इथे राहू शकते.' असे तो चाचरत म्हणाला.

'हे शहाणपणाचे होईल?'

'कदाचित नाही.' पण मरिनरला वाटले ते माणुसकीला धरून असेल.

मरिनर आणि ग्लोव्हरने झालिकची मुलाखत पहिल्यांदा १५८, विलमॉट रोडवर स्टीर्चली इथे घेतली होती. या पत्त्यावर ॲलेक्झांडर लुक्का आणि तो राहत होते. आज दारावरच्या धडकांना उत्तर मिळाले नाही तेव्हा मरिनरने दरवाजा तोडण्याचा आदेश दिला. दार तोडून आत गेल्यावर घर रिकामे सापडले, पण नुकतेच कोणीतरी राहून गेले असावे. किचनच्या कपाटामध्ये नुकतेच आणलेले खाण्याचे सामान होते.

'आपण अशी गोष्ट शोधत आहोत, जिचा झालिक आणि नादिया किंवा 'ओशन ब्लू' मोहिमेशी संबंध आहे.' मरिनरने सर्व ऑफिसर्सना सांगितले. त्याने एकाला शेजाऱ्यांकडे बोलण्यासाठी पाठवले.

हे घर अगदी सुमारपणे सजवलेले होते. पुनर्विक्री केलेले फर्निचर आणि बाकी गोष्टी बघता अगदी गेल्यावेळी दिसले होते तसेच होते. फर्निचर जुजबी होते. वरच्या चौकोनी खोलीत एक कॉट होती. 'त्याची बहीण त्याच्याजवळ राहत होती.' ग्लोव्हरने आठवण करून दिली. ते गेल्यावेळी त्याच्याशी बोलायला आले होते तेव्हा कडेवर तान्हे मूल घेतलेली एक तरुणी बाहेर आली होती.

'तो जरी बहीण म्हणाला. तरी आपल्या माहितीनुसार ती आणखी एक नादिया असू शकते. म्हणजे ते बाळ तिचे होते की नाही, हे पण आपल्याला माहीत नाही.' तो एकदम थांबला.

'ते नादियाचे बाळ असावे.' ग्लोव्हर म्हणाला. 'आपल्याला इतकंच माहीत आहे, नादिया आणि तिचे बाळ साधारण एकाच वेळेला मारले गेले.'

'नादियाच्या बाळाच्या टाळूला भोक होते आणि ओठ फाटलेला होता.' मरिनरने आठवण करून दिली. 'मला हे आढळले नाही.'

'त्यांच्या तोंडात चोखणी असेल, त्याने ते झाकले गेले असेल. ते बाळ कवटी फुटल्याने मेले. ते खूप रडले म्हणून झालिकचा संताप झाला असावा का?'

'शक्यता आहे.' मरिनरने विषय संपवला. 'मला नाही वाटत हे झालिकचे नेहमीचे राहण्याचे घर आहे म्हणून. वालेन्का त्याला 'मोठा माणूस' म्हणाली. ती फक्त त्याच्या उंचीबद्दल बोलत होती असे वाटत नाही. तो खूप पोहोचलेला असावा. त्याला यापेक्षा चांगली जागा परवडत असणार.'

एक ऑफिसर परत आला. 'एका शेजाऱ्याने झालिकचे वर्णन ओळखले होते. पण तो 'ओशन ब्लू' मोहिमेच्या नंतर इथे दिसलेला नाही, असे त्यांचे म्हणणे आहे.'

'याचा अर्थ असा नाही की तो इथे आला नाही.' मरिनर म्हणाला. आपण आत गेलो तेव्हा हॉलमध्ये काहीच टपाल नव्हते. जर झालिक खरंच नाहीसा असता तर इथे फरशीवर पोस्टाने आलेली कित्येक कागद-पत्रे पडलेली असती. कुणीतरी येऊन ती उचलून ठेवली आहेत. दिवसा कुणी पाहील अशावेळेला आला नसेल पण झालिक इथे आला होता हे नक्की. आपण त्याच्या ह्या जागेवर नजर ठेवूयात. बरे होईल आणि कुणी दिसले होते का इथे?'

'ते म्हणाले कधी कधी इथे एक तरुण स्त्री असते, लहान मूल सोबत असते, पण गेल्या काही आठवड्यात नाही.'

'नेहमी तीच स्त्री असते?'

'त्यांना असे वाटते.'

'नादियाचे बाळ गेल्या वर्षाच्या शेवटी मेले; म्हणजे कदाचित खरंच झिलाकची बहीण असेल जी आपल्याला भेटली ती,' ग्लोव्हर म्हणाला.

'सर,' ते बोलत असताना एक ऑफिसर जिन्यावरून खाली आला. त्याच्या हातात चुरगाळलेली काळी बिन लायनरची पिशवी होती, त्याने ती मरिनरला दिली. कपड्यांच्या कपाटात मागे खोचून ठेवलेली सापडली.

मरिनरने ती पिशवी उघडली आत पांढरी चामड्याची अनेक खिसे असलेली बॅग होती. त्यात एक मोबाईल फोन आणि पांढरा बकल असलेला बॅलेचा बूट पण होता. 'हे काय? इथे क्रिस्टी वॉकरचा काय संबंध?' मरिनर आश्चर्याने ओरडला.

जाताजाता फिलीस गेट्सच्या घरी थांबून या तिन्ही गोष्टींची ओळख त्यांनी पटवून घेतली आणि पुढील तपासणीसाठी पाठवून दिल्या. मरिनरला आशा होती की, या वस्तू झालिकच्या घरात कशा मिळाल्या याचा खुलासा करणारे काहीतरी निष्कर्ष सापडतील.

त्या दुपारी उशीरा मरिनरने कॅटरिना आणि तिचे थोडेफार सामान आपल्या घरी नेले. त्याने फायर लावून खोली उबदार केलेली होती. आवश्यक खाण्याचे साहित्य फ्रिजमध्ये ठेवले होते. ती सर्व खोल्यातून झर्रकन फिरली होती. त्या सुरक्षित जागेतून बाहेर पडल्यावर ती जरा जास्तच उत्साहात वाटली, मरिनरला क्षणभर वाटले आपण योग्य केले का?

'तू नीट राहशील ना?' त्याने विचारले.

'हो,' म्हणत तिने हात स्वत:भोवती लपेटले. 'हे घर मोठे आहे. तुला गेलेच पाहिजे का?'

'हो.' तिचा चेहरा पडला जरा. 'नाही थांब जरा.' तो हॉलमध्ये ॲनाला फोन

करायला गेला; तिने जर आरडाओरडा केला, तर कॅटरिनासमोर तमाशा नको म्हणून. त्याला काळजी करावी लागली नाही. फोन बराच वेळ वाजला आणि आन्सरिंग मशीनचा आवाज आला. मरिनरने निरोप ठेवला नाही.

'तुझ्या आयुष्यात कोणी स्त्री आहे?' तो परत आल्यावर कॅटरिनाने विचारले. मरिनर थोडा अडखळला' तेव्हा तिने तिचाच निष्कर्ष काढला. भुवई उंचावत म्हणाली, 'एखादा पुरुष?' मरिनर हसला. 'बाई आहे, पण ते जरा गुंतागुंतीचं आहे.' त्याला ते संपलंय असं म्हणायचं नव्हतं.

'गुं..ता..गुंती...चे!' तिने हा माहितीचा शब्द म्हणून पाहिला.

'अवघड आहे.'

तिने समजून मान हलवली.

'आपण डिनरला बाहेर जाऊयात,' मरिनरने जाहीर केले.

'आपण बाहेर जायचं?'

'पब, हॉटेलमध्ये?'

तिला आश्चर्य वाटले. 'लोक माझ्याकडे बघतील.'

'हो नक्कीच,' मरिनरला पटले. 'तू एक सुंदर मुलगी आहेस.'

'पण ते तुझ्या-माझ्याकडे पाहतील.'

मरिनरला समजले तिला काय म्हणायचे होते ते. 'हो आणि त्यांना वाटेल तू माझी मुलगी आहेस.' तो म्हणाला. 'कुणालाही समजणार नाही तुला काय झाले आहे ते. तू डिनरला बाहेर जाणाऱ्या इतर कोणत्याही तरुण मुलीप्रमाणे आहेस. तुला भूक नाही लागली? काय आवडते तुला स्टेक पिझ्झा, आईस्क्रीम?' ही मात्रा अचूक लागू पडली.

तिच्या चेहऱ्यावर हसू उमटले. 'हो, मला हे सगळं खूप आवडतं.'

'मी जाऊन कपडे बदलतो.'

'बदलतो?'

'हो, कपडे बदलतो माझे.'

तिचा चेहरा पुन्हा पडला. तिने स्वत:च्या अंगावरची जीन आणि टी शर्टकडे पाहिले. मरिनर गेल्यावेळी भेटला होता तेव्हापासून ते घातले होते. 'माझ्याकडे इतकेच कपडे आहेत.'

'ठीक आहे. आपण तुला नवे कपडे खरेदी करू.'

'तू माझ्यासोबत शॉपिंगला येणार?'

तो परत हसला. 'मी नाही. या कामात मी उपयोगाचा नाही.' पण मिलीची हिला चांगली मदत होईल या कामात असे त्याला वाटले.

'माझ्याकडे पैसे नाहीत.' ती म्हणाली.

'माझ्याकडे आहेत. तू परत कर नंतर.' ती नकळत ताठरली, तिने नजर फिरवून घेतली आणि लाजल्यासारखी झाली. मरिनरला या प्रतिक्रियेचा अर्थ कळायला वेळ लागला. मग डोक्यात घण पडावा तसे झाले. 'तसे नाही,' तो पटकन म्हणाला, 'तसे कधीच नाही.'

ती पुन्हा कोमेजल्यासारखी झाली. 'तुला वाटतं मी वाईट आहे.' ती कुजबुजली.

'नाही.' मरिनर ठामपणे म्हणाला. 'जिच्या आयुष्यात काही वाईट घडले अशी तू एक गोड मुलगी आहेस आणि तुला सुरक्षित ठेवणं माझं काम आहे. तुला काम मिळून पैसे मिळाले की तू माझे पैसे परत कर.' तिला काही क्षणांनंतर हायसे वाटले.

केवळ तिच्यासारखे दिसण्यासाठी त्याने सर्वांत जुनी विटलेली जीन घातली. मरिनर तिला मध्यम दर्जाच्या पबमध्ये घेऊन गेला. त्याला खात्री होती की ते वेगळे भासणार नाहीत. तिने एक मोठे स्टेक संपवले जे त्यालाही संपवणे शक्य नव्हते. त्यांनी हा सर्व अनुभव तिचे शब्दभांडार वाढवण्याकरता वापरला. तिला फारशा माहीत नसलेल्या गोष्टींची नावे मरिनरने घेतली. तिने काही प्राथमिक स्वरूपाचे अल्बानियन शब्द मरिनरला सांगितले. भाषांवर त्याचे कधीच प्रभुत्व नव्हते. ते एखाद्या युनिव्हर्सिटीच्या फिल्मसाठी तयारी करत असल्यासारखे भासले. मरिनरने तिला हसवायचे ठरवले होते पण जेवण संपण्याच्या सुमारास ती शांत झाली.

'काय विचार करतेस? मरिनरने सहज विचारले. मरिनर बेफिकीरीने म्हणाला. 'ही एक इंग्रजी म्हण आहे "पेनी फॉर युवर थॉटस्." म्हणजे काय विचार करते आहेस?"

'मी माझ्या मैत्रिणींचा विचार करते आहे, त्या हाऊसमधल्या मुलींचा,' भोवती बघत ती म्हणाली. "हे किती छान आहे." तिचे डोळे पाणावले. 'त्यांना असे चांगले नक्कीच काही मिळत नाही, माहीत आहे मला.'

'त्या काय करतील घरी गेल्यावर?' डॅफोडिल प्रकल्पावर असताना त्या आपसात बोलल्या असतीलच.

'त्या काम शोधतील.' मरिनरचे मन जड झाले. कुठले काम? असे त्याने विचारले नाही. 'माझी मैत्रिण सोंजा तिच्या लहान मुलीकडे परत जाईल.'

'तिला मूल आहे?'

कॅटरिना हसली, पण डोळे भरलेले होते. 'तिला खूप उत्सुकता आहे मुलीला बघण्याची.' पण मग काय? मरिनरला विचारायचे होते. सोंजा आणि तिच्या मुलीचे भवितव्य काय? असे अनेक क्षण त्या संध्याकाळी आले जेव्हा मरिनरला तिला स्पर्श करून दिलासा द्यावासा वाटला, हा क्षण असाच एक होता. पण त्याने तसे केले नाही. ती ज्या परिस्थितीतून गेली आहे, त्यानंतर हे तर करताच कामा नये.

कॅटरिनाला सोडून तिच्या सुरक्षेची पुन:तपासणी करून मरिनर ॲनाच्या घरी आला. ती तिथे नव्हती. बाहेरच्या खोलीत आणि बेडरुममध्ये त्याने पाहिले तिचे कपडे आणि काही वैयक्तिक वस्तू तिथे नव्हत्या. किचनच्या टेबलवर एक पाकिट होते. मरिनरने उघडले.

'नवीन नोकरी उद्या सुरू होते आहे. बेकी आणि मार्ककडे आज रात्री राहणार आहे. त्याबद्दल बाहेर आनंद साजरा करणार आहे. मला रात्री १०:३० नंतर फोन कर.' ॲना.

म्हणजे असे होते तर. चार वर्षांचे नाते असे जुजबी चिठ्ठ्यांनी संपले होते. मरिनरने फोन फिरवला. बेकीने उत्तर दिले, इतर काही बोलत न बसता तिने फोन ॲनाला दिला.

'हाय.'

'हाय, तू गेली आहेस तर.'

'सुरुवात केली आहे.' तिचा आवाज स्पष्ट आणि मुद्देसूद वाटला. 'मी काही काळच बेकीकडे राहणार आहे, त्यांना माझी खोली लागणार आहे.'

'ओ?'

'त्यांना चायनामधून मूल दत्तक मिळण्याची संमती मिळाली आहे. आम्ही त्याचाच आनंद साजरा करतोय आणि माझ्या नोकरीप्रित्यर्थही! अर्थात छान बातमी आहे ना?'

'सर्वोत्तम,' मरिनर उदासपणे म्हणाला. 'मग तू कुठे राहशील?'

'मी अर्थातच जागा पाहणार आहे. दुसरीकडे....'

'हेरॉन्स नेस्ट?'

'नाही वाटत असं. गॅरेथकडे एक जास्तीची खोली आहे, तिथे जाईन.' त्याला ते ऐकू जाऊ नये अशी ती आशा करत होती.

'छान, डॉ. गॅरेथ,' मरिनर म्हणाला. जास्तीची खोली ही केवळ कवी कल्पना होती.

तिने त्याच्या उपरोधाकडे दुर्लक्ष केले. 'मी येत्या बुधवारी घराचे कॉन्ट्रॅक्ट करणार आहे. मी सामान हलवणार आहे. त्यामुळे तुला पण....'

'ठीक,' मरिनरने फोन ठेवला. त्याला खूप दमल्यासारखे वाटले. जिथे इतके दिवस दोघे राहिले तो तेथे वर गेला. खोलीत ॲना झोपायची त्या बाजूला कॉटवर तो जरा झोपला, तिथे ॲनाचा परिचित असा मंद वास येत होता. त्याच्या छातीत दुखले. ती आता परत येणार नाही आणि त्याच्याशेजारी इथे झोपणार नाही यावर त्याचा विश्वास बसला नाही. थोड्या अवधीत ती बरीच दुरावली आहे. पण त्याला मान्य करायला हवे होते की, ॲनाची आयुष्याकडून काही वेगळी अपेक्षा आहे. बेकी, मार्ककडे जे आहे ते तिला हवे होते आणि तो ते तिला देऊ शकत नव्हता.

तो बेकी आणि मार्कचा विचार करू लागला. परदेशातून मूल दत्तक घेणे

म्हणजे जरा फारच उदात्त वर्तन होते. पण खरंच त्यांना ते हवे होते. म्हणून ते तसे करत होते. ते खरंच त्या बाळाच्या हितासाठी होते का फॅशन म्हणून करत होते? मार्सेला टर्नर काय म्हणते याला? मुले म्हणजे 'उपसाधनं' आहेत. एका पातळीवर त्यांची कृती लुक्का आणि झालिकपेक्षा काही वेगळी नव्हती. माणसांना इथून तिथे पाठवणे, वस्तूप्रमाणे त्यांचा बाजार करणे, तरी सोंजाच्या बाळापेक्षा या आईचे भवितव्य तरी बरं असेल. मरिनर सकाळी लवकर उठला तेव्हा पण सोंजाच्या मुलाबद्दल विचार करत होता.

काही काळ तो तिथेच होता. मग पुन्हा आपल्या घरी आला. आत आल्यावर कॅटरिना उठून वावरत होती हे पाहून त्याला बरे वाटले. ती किचनमध्ये चहा करत होती. 'तू घेणार थोडा?' तिने विचारले.

मरिनर नको म्हणाला. 'तू मला तुझ्या सोंजा मैत्रिणीबद्दल सांग.' तो म्हणाला. 'ती इथे येताना तिचे मूल सोडून आली का?'

'नाही. तिला इथे मूल झाले, इंग्लंडमध्ये.'

'अचानक झाले? तिला माहीत नव्हते ती गरोदर आहे हे?' मरिनरला लोरेलायने सांगितले होते ते आठवले.

'नाही, नाही.' कॅटरिना मान हलवत हसली. 'तिला तिचे मूल हवे होते.'

'नादियाप्रमाणे.'

'हो.'

या क्षणाला मरिनरला काळोख्या बोगद्याच्या टोकाला उजेड दिसावा तसे झाले. देवा, त्यांनी हे सगळे संभाषण वालेन्कासोबत केले होते. पण आणखी असे कुणी आहे का हे विचारायचे सुचलेच नाही.

'सोंजाच्या बाळाचे काय झाले?' त्याने विचारले.

'त्यांनी ते हाऊसला नेले.' कॅटरिना योग्य शब्द शोधताना अडखळत होती. 'हाऊस... ज्यांना आईवडील नसतात, अशा मुलांसाठी असते ते...'

'अनाथाश्रम' मरिनर म्हणाला.

'अना...था...श्रम' तिने हा शब्द आधी ऐकला नव्हता.

'ते म्हणजे कोण?' मरिनरने विचारले. 'सोंजाचे बाळ कुणी नेले?'

कॅटरिनाला माहिती नव्हते. 'सोंजाने आम्ही पोलीस स्टेशनला आलो तेव्हा सांगितले.'

तिला मिठी मारण्याचा मोह आवरण्यासाठी मरिनरला खूप कष्ट पडले. आता त्याला इतकेच करायचे होते की, हे सगळे नॉक्स, ग्लोव्हरला सांगायचे आणि ते सत्याच्या जवळपास आहेत का ते पडताळायचे.

हे करण्यापासून डेलरोजने त्याला अडवले. ग्रानविल लेनच्या वाटेवर

असताना ती भेटली. 'एक अधिकारी आला आहे. अल्बानियन दूतावासातून मिस्टर ट्रोशानीसोबत,' ती म्हणाली. 'तुम्ही त्यांची वाट पाहताय असे त्यांना वाटते.'

देवा, हे पटकन झाले तसे. मरिनरने सुस्कारा सोडला. 'आता मला या माणसाला बातमी द्यायची आहे की, त्याची मुलगी एक वेश्या होती. ती आणि तिचे मूल आता मेले आहे. 'त्याने डेलरोजकडे बघून एक उदास हास्य केले. 'ही नोकरी काही सोपी नाही, नाही का? चार्ली ग्लोव्हर आला आहे का?

'मी त्याला १० मिनिटांपूर्वी पाहिले.'

नादियाचा फोटो घेऊन मरिनर भेटीच्या खोलीत गेला. मि. ट्रोशानी आणि त्यांचा दुभाषी तिथे होते. त्यांना कॉफी देण्यात आली होती. ट्रोशानी मोठा माणूस होता, मुलींसारखेच गडद, गहिरे डोळे असलेला. मरिनरने नोंद केली. पन्नाशीचा असेल, कल्ल्याचे केस पांढरे झाले. त्याने घातलेला सूट शिवणीवर ताणला गेला होता. त्याची भावमुद्रा अस्पष्ट होती. मरिनरला तो काय विचार करतोय याचा अंदाज येत नव्हता.

स्वत:ची ओळख करून देत मरिनरने चंदेरी क्रूस ट्रोशानीला दिला, हा क्रूस त्याच्या मुलीच्या गळ्यातून मिळाला होता. पूर्वी दिलेला फोटो पण दिला. ट्रोशानीने फोटोवर नजर खिळवली. नादियाच्या बाळाच्या चेहऱ्यावरून हात फिरवला, जणू ते जिवंत होणार होते या स्पर्शाने! डोकं झुकवून त्याने ती त्याची मुलगी असल्याचे मान हलवून सांगितले. हाताने अश्रू थोपवत, तो दुभाष्याशी बोलला.

'त्यांना माहिती पाहिजे आहे काय झाले त्याची.' दुभाष्याने सांगितले.

या प्रश्नाला मरिनर भीत होता. 'काही माहिती...' तो अडखळला आणि अर्थपूर्णदृष्टीने दुभाष्याकडे पाहिले.

'त्यांना सगळी माहिती हवी आहे.'

गेल्या ख्रिसमसपासूनची जितकी नीट, जमेल तितकी सर्व भीषण माहिती मरिनर सांगू लागला. नादियाला काय झाले असेल, याची वालेन्काने दिलेली माहितीपण सांगितली. सांगून झाले तेव्हा ट्रोशानी शांतपणे बसला होता. आता त्याला रडू आवरत नव्हते.

'त्यांना माहीत आहे का ती या देशात कशी आली ते?' मरिनरने विचारले. ही कहाणी इतरांप्रमाणेच असणार हे तो जाणत होता.

'तिला नोकरी देऊ केली होती.' ट्रोशानीने सांगितल्यावर दुभाषी बोलला, मी तिला येण्यासाठी प्रोत्साहन दिले. मला वाटले हे आयुष्य जास्त चांगले असेल तिच्यासाठी. तिने उत्तम आयुष्य चालू आहे, असे सांगणारे पत्र पाठवले होते. ट्रोशानीने स्वत:चे खिसे धुंडाळले, एक चुरगाळलेले मळके पाकीट काढले. 'मग तिने आम्हाला सांगितले, तिला मूल होणार आहे आणि ती परत येत आहे. आता ती शवपेटीकेतून येणार आहे. त्याचे खांदे गदगदले आणि तो मोठ्याने रडू लागला.

'ती माझी मुलगी होती, मी तिची काळजी घ्यायला हवी होती.'

ट्रोशानी जाण्यापूर्वी मरिनरने चार्ली ग्लोव्हरला बोलावले. 'हा माणूस तुमच्या मुलीच्या मारेकऱ्याला शोधण्यास तयार आहे आणि तिची ओळख पटवायलाही.' मरिरने ट्रोशानीला सांगितले. 'हा नसता तर आपल्याला कधीच समजले नसते. मरिनरच्या अपेक्षेप्रमाणे हा हेलावणारा क्षण ठरला.'

यानंतर मरिनरची शक्ती संपली, त्याचा वेग मंदावला. तो पुन्हा सीआयडीला गेला. नॉक्स आपल्या टेबलापाशी काम करत होता. तो त्याच्या पाठोपाठ ऑफिसमध्ये गेला. 'तुम्ही अस्वस्थ दिसताय,' त्याने टिपणी केली.

'हो ना, झोप नाही झाली नीट,' मरिनर खुर्चीत बसत म्हणाला.

'हो का?' नॉक्सने चिंतेने भिवई उंचावली. 'ॲनाबद्दल काही आहे का?'

'काय? नाही. ॲना आणि माझ्यातले सगळे संपले आहे.' मरिनरने नॉक्सच्या चेहऱ्यावरचे आश्चर्य वाढताना पाहिले.

'देवा, कधी झाले हे?'

'हेच मी स्वत:ला विचारत असतो.'

'वेल्श मेडिकशी काही संबंधित?'

'तू हेर व्हायला हवेस.'

'नाही बाबा, तिथे कामाच्या वेळा विचित्र असतात आणि पगारही फारसा नाही.'

'तू ऐकलंस का क्रिस्टीच्या वस्तू झालिकच्या घरी सापडल्या ते,' मरिनर म्हणाला. त्याला त्याच्या समस्यांवर चर्चा करण्याची इच्छा नव्हती.

'चार्लीने सांगितले मला. हे काय चाललंय काय?'

'मला वाटतं मला माहीत असावं.'

'सांग तर मग,' खुर्ची ओढत नॉक्स म्हणाला.

'मी कॅटरिनाशी काल रात्री बोललो. तिने मला तिच्या मैत्रिणीबद्दल सांगितले.'

'मी सोंजाची मुलाखत घेतली होती.' नॉक्स म्हणाला, त्या आठवणीने त्याचा चेहरा उदास झाला.

'ती खूप अधीर होती. घरी बाळाकडे परत जायला.'

'बरोबर आणि तूही माझ्यासारखाच विचार केला असणार की सोंजा आपले मूल सोडून इकडे काम करायला आली आहे.'

'मला वाटतं असाच विचार केला मी.'

'पण हे तसे नाही घडलेले.' मरिनरने त्याच्या ज्ञानात भर पाडली. 'सोंजाला इथे मूल झालेय, ती त्या फौंड्री रोडवरच्या घरात काम करत असताना. नादियाला झाले तसेच.'

'म्हणजे हा योगायोग आहे.' नॉक्सला नीटसे समजले नाही.

'पण हे विचित्र आहे, असे नाही वाटत तुला?' मरिनर पुढे बोलला. 'म्हणजे एखाद्या मुलीच्या बाबतीत झालं तर मी समजू शकतो; पण अशा दोन्ही प्रसंगी दलाल त्या मुलींना परवानगी देतो, गरोदर राहण्याची? सर्वसाधारणपणे त्यांना मूल पाडण्याचा आग्रह केला जातो.'

नॉक्सने क्षणभर विचार केला. 'फक्त काही आठवडेच सोडले तर त्या काम करू शकतात. कदाचित प्रवाहाबरोबर जाणे जास्त सोपे झाले असेल.'

कुंटणखाना ही काही लहान मुलांची जागा नव्हेच. कॅटरिनाच्या म्हणण्यानुसार सोंजाचं बाळ एका अनाथाश्रमात नेलं आणि नादियाचे बाळ तिच्या कुटुंबात परत पाठवले जाणार होते. झालिकच्या घरात भेटलेली ती स्त्री 'कुरियर' असावी, मूल युरोपला परत घेऊन जाणारी.'

'मग समस्या काय आहे?'

'मला हे जुळवता येत नाही.' मरिनर म्हणाला, 'मी स्वत:ला विचारत राहतो, नेमकी कशाची चिंता आहे मधे? या बाळाला घरी पाठवणे, पोहोचविणे हा हकनाक खर्च आहे झालिकसाठी; म्हणजे मला म्हणायचं आहे तो काही त्या मुलींच्या उपकारासाठी नाही. हे नातं पण त्यासारखं नाही, मग हा सगळा त्रास का घ्यायचा, जे कुणी मूल पोहोचवायला जाईल त्यांचा परतीचा खर्च आणि वर अनेक आठवडे आई झालेली मुलगी काम करणार नाही. हा भुर्दंड आहेच, कशासाठी हे? गोरान झालिकसारखा माणूस फक्त एका गोष्टीत रस घेतो, तो म्हणजे पैसा आणि अशा मुलांची आपल्याला देशात विल्हेवाट लावण्याचा मार्ग मला सुचला आहे.'

'तो कोणता?....'

'त्यांना विकणे.'

'हे बेकायदेशीर ठरेल.' नॉक्सने मुद्दा मांडला.

मरिनर तिरकस हसला. 'हो ना, आपल्याला झालिकबद्दल जे समजले आहे, ते जर खरे असेल तर आपण जाणतोच त्याला कायद्याचे पालन करायला किती आवडते ते, नाही का? मी असं म्हणत नाही की त्याने दुकान मांडले आहे म्हणून. या सगळ्याचे प्रदर्शन फार वेगळे सन्माननीय पद्धतीने त्याने केलेले आहे. खासगीपद्धतीने, दत्तक घेण्यासारखे. पण सरतेशेवटी जे व्हायचे ते सारखेच आहे.'

'एखाद्या जोडप्याला दत्तक घ्यायचे असेलच तर ते समाजाने स्वीकारलेल्या मार्गावर जाईल ना?'

'ती एक मोठी आणि गुंतागुंतीची पद्धती आहे.' मरिनर म्हणाला. 'ज्या जोडप्यांना देशाच्या कायद्यानुसार दत्तक घ्यायला बंदी आहे किंवा जी जोडपी वयाने

खूप मोठी आहेत म्हणून दत्तक घेण्यासाठी अयोग्य आहेत किंवा ज्या जोडप्यांना विशेष करून नवजात बालकच दत्तक घ्यायचे आहे त्यांचे काय? त्याचा तुटवडा आहे. जोडप्यांना थोडी मोठी झालेली मुलं दत्तक घेण्यास प्रवृत्त केलं जातं. परदेशातील मुलं दत्तक घेण्याची प्रथा सुरू होण्यामागे एक कारण असे आहे की, इथे बाळांचा तुटवडा आहे आणि ते पण अवघड होत चाललं आहे.'

'तुला वाटतं लोकं यासाठी कायदा मोडायला तयार होतील ?'

'पेपरमध्ये जे आपण वाचतो ते खरं असेल तर अशी लोकं आहेत की जी मूल मिळवण्यासाठी काहीही करायला तयार होतात आणि त्यांना उमगणारही नाही की ते काहीतरी बेकायदेशीर करत आहेत. झालिक हा चाणाक्ष आणि लागेबांधे असलेला माणूस आहे. तो हे सगळे कायदेशीर भासवेल आणि त्याचा मोह वाटेल असे काही करेल. काय किंमत असेल एका बाळाची? वीस हजार, पन्नास हजार? हे वेश्या व्यवसायापेक्षा कितीतरी किफायतशीर आहे.'

नॉक्सला जरा पटायला लागले आता. 'देवा, तरीच या दोन मुलींना गर्भ पाडण्यासाठी प्रवृत्त केले गेले नाही.'

'नाही, उलट त्यांना सांगण्यात आले की त्यांची बाळं त्यांच्या घरी परत पाठवली जातील किंवा अनाथाश्रमात पाठवली जातील आणि प्रत्यक्षात ही बाळं मूल न होणाऱ्या जोडप्याला विकली जात होती. या मुली काही फार हुशार नसतात, खरं तर त्यांना कधीही या बाळांचा पत्ता लागण्याची आशा नसते. ते सुद्धा त्यांनी स्वत:ची झालिकपासून मुक्तता करून घेतली तर.'

'पण नादियाचे बाळ विकले नाही. आपल्याला माहीत आहे त्याचे काय झाले ते.'

'पण त्याच्याबद्दल दुसरी गोष्ट माहिती आहे आपल्याला की त्याचा ओठ फाटलेला होता ती?'

'तो खराब माल होता. म्हणून तो विकला गेला नाही.' नॉक्स म्हणाला.

'कदाचित नादियाने हे ओळखलं. तिला त्याच्या भवितव्याची काळजी वाटली आणि त्याला सूपूर्द करण्यास तिने नकार दिला किंवा ते मूल आधी मेले आणि हे नादियाला समजले. आपल्याला कधीच समजणार नाही.'

'पण या सगळ्यात क्रिस्टी कुठे आणि कशी येते? तिच्या वस्तू झालिकच्या घरी कशा?'

'त्या वस्तू शेवटी तिच्याकडे होत्या जेव्हा ती मारली गेली, त्यामुळे आपण असा निष्कर्ष काढू शकतो की झालिकच्या घरी, विलमॉट रोडला ज्या व्यक्तीला येण्याजाण्याची मुभा आहे तिचा या खुनात हात आहे, पर्यायाने झालिकवर संशय येतो. ती म्हणाली होती तुला काही सांगायचे आहे म्हणून कदाचित ते हे असेल.

क्रिस्टीला समजले असावे झालिक काय करतो ते. ती इंटरनेटवर परदेशातील दत्तकबद्दल शोध घेत होती, याचाही खुलासा यामुळे होतो. झालिक जे करतोय ते कायदेशीर आहे का हे ती पाहत असणार.'

हे टोनीला जड गेले. 'पण मुळात तिला याची माहिती कशी झाली असेल? आपल्याला माहीत आहे, त्याप्रमाणे ती झालिकला ओळखतही नव्हती,' तो हरवलेली कडी शोधत होता.

'हे फौंड्री रोडशी संबंधित आहे. मला खात्री आहे, ही ती कडी आहे.' मरिनर म्हणाला. 'जॅक ॲन्ड द बीनस्टॉकच्या स्टाफला कधीकधी लिटल बीन्स पण सांभाळावे लागत असणार हे नक्की. क्रिस्टी तिथे गेली असणार वेळोवेळी.'

'तरीही झालिकला ती ओळखते असा याचा अर्थ होत नाही. तिने त्याला रस्त्यात पाहिले तर तिला समजणार नाही तो कोण आहे आणि काय करतो ते.

'झालिकने तिच्याशी संवाद केला तरच.'

'पण कशासाठी?'

'क्रिस्टी नर्सरीत काम करत होती. मुलं सांभाळत होती. कदाचित विलमॉट रोडला बाळं असेपर्यंत त्यांना सांभाळायला त्याला कुणी पाहिजे असणार, नादिया आणि सोंजाच्या बाळांबद्दल आपल्याला माहिती आहे. पण अशी अजूनही असतील. क्रिस्टी हुशार होती. तिने हा कारभार पाहिल्यावर ताडले की हे बेकायदेशीर आहे. इंटरनेटवरून तिने याची खात्रीपण करून घेतली. तिने झालिकला पैसे मिळवण्यासाठी धमकी दिली असेल.'

'ती असे करत असेल तर आगीशी खेळत होती.'

'हे आपल्याला खून करण्यास भाग पाडण्याचे कारण देते. झालिकने सहकार्य केले नसेल तेव्हा क्रिस्टीने हे सगळं तुला सांगण्याचे ठरवले. तू म्हणालास तिला सदसद्विवेक होता. मग तू शनिवारी भेटू शकला नाहीस. तेव्हा तिने या हुशारीचे पैसे वेगळ्या पद्धतीने मिळवायचे ठरवले आणि जेझ बार्कलेला फोन केला असेल. तिने आधीच तिच्या एजन्टला सांगितले होते की तो फ्लॅट घेण्याकरता तिच्याकडे पुरेसे पैसे असतील आणि ते ती धमकी देऊन मिळवेल, नाहीतर टीव्ही कंपनीकडून किंवा दोन्हीकडून.'

अजून नॉक्सला पटले नव्हते. 'जर आपण समजतो, तेवढा झालिक बलवान असेल आणि तो होता, तर तो रस्त्यावरच्या क्रिस्टीसारख्या पोरीला त्याच्या उद्योगाबद्दल सगळं सांगेल आणि तिला मदतीला घेईल असे वाटत नाही. यात फार मोठा धोका आहे.'

'त्याला असं करावे लागले असे मला नाही वाटत. तिने हात मिळवले असते तर तिला कालांतराने सर्व समजलंच असतं, या चर्चेतून ही दोघं फक्त कयास

बांधत होते ते हे जाणत होते आणि सगळ्यात शेवटचे ज्या जोडप्यांना मूल विकत घ्यायचे आहे, त्यांच्याशी संपर्क कसा साधायचा झालिक?' नॉक्सने विचारले.

मरिनरने याबद्दल संपूर्ण विचार केलेला नव्हता. पण अचानक त्याला सुचले. त्याने टेबलवर थोडे शोधले आणि तो केशरी कागद काढला. तो पुन्हा वाचल्यावर त्याचा नीट उलगडा झाला. 'याकडे पुन्हा एकदा पाहा.' नॉक्सला तो कागद देते म्हणाला. 'आपण गृहीत धरलं की ही लोकं वंध्यत्वावर उपचार देतात. पण यातले शब्द 'ट्रीटमेंट' म्हणतच नाहीत. फक्त म्हणतात, ज्यांना मूल होऊ शकत नाही त्याच्यासाठी नवी आशा. मूल देण्यापेक्षा मोठी आशा काय असणार?'

'पुढे सांग.' नॉक्स अजून द्विधा अवस्थेत होता.

'हे या कारभाराचे दुसरे टोक आहे. जोडप्यांना हे कागद मिळतात. ते फोन करतात आणि झालिक त्यांना बाळ देऊ करतो. क्रिस्टीला असे वाटते, मूल हवे होते, त्यामुळे या केशरी कागदातूनच क्रिस्टी गोवली गेली. तिला हा कागद मिळाला किंवा दिला गेला, तिने फोन केला आणि तिला एक बाळ देऊ केले गेले. याची पहिली पायरी म्हणजे एक खोटीखोटी 'क्लिनिक' अपॉईन्टमेंट. तिच्या कॅलेन्डरवरची नोंद स्पष्ट होती. तिने ही अपॉईन्टमेन्ट पार पडल्यावरच तिला ही काय ऑफर आहे, हे समजले असणार. ती झालिकला भेटण्याइतपत पुढे गेली असणार. मग तिने त्याला फौंड्री रोडवरचा म्हणून ओळखले असेल. आणि तो काय करतो हे ताडले असेल.' 'पण क्रिस्टीला हा केशरी कागद कुठून मिळाला असेल?' नॉक्स म्हणाला. 'ती दवाखान्यात गेली नव्हती, आपण हा कागद तिथे पाहिला नाही. मग हा आला कुठून?'

हा आणखी एक प्रश्न होता ज्याचे मरिनर उत्तर नाही देऊ शकला. 'पण या सगळ्यामुळे आपल्याला दोन गोष्टी समजतात. स्थलांतर केंद्रात चौकशी कर की अशा कोणी मुली आहेत का ज्यांना गेल्या वर्षभरात मूल झाले आहे. ज्यांनी ते आपल्या घरी किंवा अनाथाश्रमात पाठवले आहे. मला गोरान झालिकला शोधायचे आहे.'

सतत टेहेळणी हा खर्चिक पर्याय होता. पण मरिनरने आपली केस मांडल्यावर डीसीआय शार्पला त्याची किंमत समजली. 'तिथे जे काही चालले असेल ते असो पण गोरान झालिक हा माणूस वैशिष्ट्यपूर्ण असणार.'

नॉक्सने पटकन स्थलांतर केंद्रातील माहिती जमा केली. अशा काही मुली पुढे आल्या की ज्यांना इतर पोलीस स्टेशन्सला नेण्यात आले होते आणि एकीला स्टॅफोर्ड पोलीस स्टेशनला. त्यापैकी एकीला आठ आठवड्यापूर्वी मूल झाले आहे. तिच्याकडे फोटो आहे. ते आपल्याला फॅक्स करत आहेत तो.'

'तुला वाटते का आपण हा फोटो विलमॉट रोडवरच्या शेजाऱ्यांना दाखवला तर ते ओळखू शकतील?' त्याच्या दृष्टीने बाळ हे बाळ होते पण इतर लोकांना काही वेगळे वाटत असेल तर!

'आपल्याला त्याची गरज नाही बॉस,' नॉक्सने मरिनरला फोटो दिला.

मरिनर अविश्वासाने पाहत राहिला. त्याला काही संदर्भांची गरज नव्हती. त्या मोठ्या गहिऱ्या डोळ्याची चूक होणार नव्हती. 'ही बेबी एली आहे.' तो म्हणाला.

'झालिकला बाळं सांभाळण्यासाठी क्रिस्टीची गरज नव्हती,' नॉक्स म्हणाला. 'तो त्यांना दत्तक जाईपर्यंत नर्सरीत ठेवत होता.' नॉक्स म्हणाला.

'म्हणजे ती बाळं ठेवण्याची जागा होती तर.' मरिनर म्हणाला.

'मी क्रिस्टीला रेखाचित्र काढायला मदत करण्यासाठी ऑफिसमध्ये आणले तेव्हा तिला वाटले ती या व्यक्तीला ओळखते.' मॅडेलिनच्या रेखाचित्राकडे बोट दाखवत नॉक्स म्हणाला. ते अजून तिथेच लावलेले होते. तिला वाटले की ती नर्सरी मध्ये येऊन गेली होती त्यावेळेला हा संदर्भ दूरचा वाटला म्हणून मी काही खोदले नाही पण कदाचित तिचे बरोबर असावे.'

मरिनर विचार करत म्हणाला, 'बराट झालिकला ओळखते का ते पाहायला पाहिजे.' 'तो स्वत: तर हा व्यवसाय करणार नाही, नाही का? ती एलीची सांभाळणारी म्हणून असलेली मुलगी ती न्यायला आली होती. आठवतं?' नॉक्सने आठवण करून दिली.'

मरिनरने लगेच प्रतिसाद दिला नाही, कारण नक्की काय चाललं आहे ते उमगल्यामुळे त्याला खूप धक्का बसला होता.

'बॉस?' नॉक्सने पुन्हा हाक मारली.

'मिसेस बराट झालिकला नीट ओळखते.' मरिनर शेवटी म्हणाला. 'नर्सरीही या सर्व प्रकरणाचा एक भाग आहे.'

१६

'मला काहीच समजत नाही.' नॉक्स गोंधळून म्हणाला.

'जेसिका क्लिनमानच्या अपहरणाचा पुन्हा मागे जाऊन विचार कर.' मरिनर म्हणाला. 'तिला चुकून नेले असण्याची शक्यता आपण खोडून काढली, प्रत्येक आई आपले मूल ओळखते या तत्त्वावर. पण अशा आईचे काय जी आपले मूल

ओळखत नाही. ती कधी त्या बाळाला भेटलीच नसेल तर? गोरान झालिक दत्तक मूल देऊ करतो. या नर्सरीच्या माध्यमातून असेल तर काय?'

'म्हणजे ज्या दिवशी जेसिका हरवली त्या दिवशी एली दत्तक देण्यासाठी ठेवली होती, खरंतर,' नॉक्सला समजू लागले आणि मरिनरचा उत्साह वाढला. तिला नर्सरीत आणले गेले. जेसिकाप्रमाणेच सकाळी लवकर बराटकडे दिले गेले. तिच्या व्यतिरिक्त कर्मचाऱ्यांपैकी कुणालाही बाळाची आई कोण हे माहीत असण्याचे कारण नाही. योजना अशी आहे की, दिवसभरात कधीतरी दत्तक घेणारी स्त्री – आई, येऊन ते नियोजित बाळ घेऊन जाईल आणि बराटला या त्रासाप्रित्यर्थ चांगले पैसे दिले जातील. दत्तक घेणारी स्त्री नवे बाळ घेऊन निघून जाते आणि काहीही माहीत असण्याइतके कुणीच हुशार नाही.'

'पण ज्या दिवशी जेसिका गायब झाली त्या दिवशी बराट तिथे नव्हतीच.'

'बरोबर. आपण गृहीत धरलं की त्या बाईने चौकशी केली क्रिस्टीजवळ. ती म्हणजे मॅनेजर वाटेत येणार नाही हे पक्के करण्यासाठी म्हणून. पण बरोबर या उलट होते. त्या बाईला नवीन दिल्या जाणाऱ्या बाळाची ओळख करून देण्यासाठी बराट तिथे असायला हवी होती, पण क्रिस्टीने जेव्हा सांगितले की बराट बाहेर गेली आहे. पाळणाघरापर्यंत तिला नेण्याची मदत देऊ केली तेव्हा तिने खोटे बोलून सुटका करून घेतली आणि मिळेल ते बाळ घेतले. ती जेसिकाजवळ गेली तेव्हा कॅमने बाळाचे संपूर्ण नाव उच्चारले. कर्मचाऱ्यांकडून काही प्रतिक्रिया न आल्याने तिला वाटले की चुकून असेल पण तिने योग्य ते बाळ घेतले आहे. कसेही करून तिला बाळ घेऊनच नर्सरीबाहेर पडायचे होते.'

'पण तिने चुकीचे बाळ नेले.'

'हो, तिने एलीला न्यायला हवे होते. त्यामुळेच इतर मुलं गेल्यानंतरही एली मागे राहिली नर्सरीत. मग एका मुलीने तिला नेले जी तिची सांभाळणारी आहे असे स्पष्टीकरण बराटने दिले. मरिनरला ती खोटी सांभाळणारी मुलगी आठवली. ती एका मोडक्यातोडक्या गाडीत आली होती. तेव्हा मरिनरने तिची तुलना कॅटरिनाशी केली होती. पण त्याला वाटले त्यापेक्षा जास्त साम्य होते त्यांच्यात, मी पैजेवर सांगतो. मिसेस बराटने नर्सरीत परत आल्यावर जो फोन केला, तो झालिकला केला असणार. एलीला कुणीतरी घेऊन जावे याचा आग्रह केला असणार तिने; नाहीतर त्या बाळाचे स्पष्टीकरण तिला आपल्याला द्यावे लागले असते आणि ते लाजिरवाणे झाले असते.'

'त्या अपहरणकर्तीने आलेल्या बाळांबद्दल किती स्वाभाविकपणे बोलणे केले.' नॉक्स पुढे म्हणाला. 'कारण तिच्या दृष्टीने ती तिचे बाळ घेत होती, ज्यासाठी तिने पैसे मोजले होते.'

'पण असे जर झाले होते तर, जेसिकाला चुकून नेले होते हे समजल्यावर ती बाई पुढे का नाही आली? सगळ्या बातम्यांमधून प्रसारित झालेले तिने ऐकले असणार.'

'असे करून तिने सगळा कारभार संकटात आणला असता आणि ते घेतलेले मूल सांभाळण्याचा बेतही फसला असता.'

'ती इतक्या दूर गेली होती याबाबत?'

'अशी एककल्ली माणसे असतात, विशेष करून ज्यांना मूल हवे आहे पण होऊ शकत नाही. मला वाटतं या बायका काळजीपूर्वक निवडल्या जातात.'

'पण कसे आणि कोण निवडते यांना?'

'हे सगळं त्या केशरी कागदापाशी येते पुन्हा. मला वाटतं आपल्याला तसा कागद पुन्हा कुठेच दिसला नाही. कारण जोडपी काळजीपूर्वक हेरलेली असतात. अशी जोडपी जी, बाळासाठी खूप विवश झाली आहेत आणि फार प्रश्न विचारणार नाहीत. त्यांनी इथपर्यंत पोहोचण्यापूर्वी खूप सोसले असावे आणि ते इतकं सहजी सोडून देत नसणार. पुढे येऊन काही सांगण्यापेक्षा ही बाई थांबली; तिने जेसिका सुखरूपपणे आपल्यापर्यंत पोहोचवता येईल अशी योजना आखली. जेसिकाला परत करणं प्राप्त होतं. सगळ्या प्रसिद्धीनंतर ती एखाद्या कुटुंबात संशयाविना सामावून घेतली गेली नसती. झालिक पण यामागे असावा. माझा अंदाज असा आहे की ही बाई आणि तिचा नवरा वा साथीदार सगळं शांत होईपर्यंत कुठेतरी लपून राहिले असावेत.'

'बेट्टी रिग्ली,' नॉक्स म्हणाला.

'याचा काय अर्थ होतो?'

नॉक्सने त्या हॉलिडे कॉटेजच्या मालकिणीशी त्याचा झालेला संवाद सविस्तर सांगितला. मी तिला एक नाक खुपसणारी म्हणून पाहत होतो. पण तुझे सिद्धांत बरोबर असतील तर ती काहीतरी कामाचे बोलत होती.'

मरिनरला मान्य करावेसे वाटले. 'हॉलिडे कॉटेजमध्ये भाड्याने काही दिवस नवीन बाळासह राहणे ही बाळाशी ओळख करून घेण्याची योग्य पद्धत आहे. त्या जोडप्याकडे दुष्ट स्वरूपात काही कथा तयार असणार, परदेशातून दत्तक घेत आहोत वगैरे. आपण तपास करणाऱ्या पथकाला त्या कॉटेजमध्ये पुन्हा पाठवू. कायद्याच्या दृष्टीने महत्त्वाचे काही धागेदोरे सापडतात का ते पाहायला आणि बेट्टी रिग्लीशी पुन्हा बोलू.'

'ती तर चंद्रावरच जाईल!' नॉक्स म्हणाला.

अगदी कर्तव्यदक्ष आणि घराबद्दल अभिमान असणाऱ्या रिग्लीने, निर्मनुष्य

कोपऱ्यात असलेले ते दगडी कॉटेज टापटीप स्वच्छ ठेवले होते. मरिनरने तपास पथकाला सांगितले, 'या क्षणाला आपण जेसिका क्लिनमान प्रकरणी इथे सोडलेला कोणत्याही प्रकारचा पुरावा शोधत आहोत किंवा अपहरणाशी संबंधित काहीही.'

दरम्यान टोनी आणि मरिनर रिग्लीशी बोलायला गेले. पुन्हा एकदा सर्व पद्धत समजावून सांगणार का?' मरिनरने विचारले.

'बेटी रिग्ली जरा अभिमानाने फुलारली होती. 'मी अनेक मासिकांमधून आणि इंटरनेटवरून जाहिरात देत असते. नेहमी घडते त्याप्रमाणेच मि. जोन्सने फोन केला, त्या आठवड्यात कॉटेज मोकळे आहे का विचारायला. त्याने नेटवर जाहिरात पाहिली होती. कॉटेज उपलब्ध होते, त्यामुळे मी त्याचे तात्पुरते आरक्षण केले; काही दिवसांनी त्यांनी पत्र पाठवून हे आरक्षण केले. त्यात कॅश डिपॉझिटपण पाठवलेले होते.'

'तुम्ही ती कागदपत्रे ठेवली आहेत का?'

'हो तर. मी सगळी कागदपत्रं फाईलमध्ये ठेवते.'

मि. जोन्सच्या पत्राने काहीही नवी माहिती मिळू शकली नाही. त्यावर पत्ता वा ते पाठवणाऱ्याला ओळखण्यासाठी उपयुक्त असे काहीच नव्हते. मॅन्चेस्टरचा पोस्टल शिक्का होता इतकेच.' मिसेस रिग्लीच्या संमतीने मरिनरने खास तपासणीसाठी ठेवून घेतले पण त्याला अजिबात आशा नव्हती.

'मि. आणि मिसेस जोन्स इथे गाडीने आले असणार.' मरिनर म्हणाला. 'कोणत्या प्रकारची गाडी होती त्यांची?'

'हो. ती एक छान काळी गाडी होती.' रिग्ली म्हणाली, एव्हाना तिला समजलं होतं की ती महत्त्वाची भूमिका निभावते आहे.

नॉक्स आणि मरिनरने एकमेकांकडे पाहिले. 'बरं ठीक धन्यवाद,' मरिनर म्हणाला. मनात प्रार्थना करत होता की, तपास पथकाला काही उपयुक्त मिळू दे की. ते खोलीतून बाहेर पडत असतानाच रिग्ली म्हणाली, 'मी नंबर लिहून ठेवला आहे. तुम्हाला मदत होईल का त्याची?'

त्या नंबराची वाहतूक विभागाकडे चौकशी केल्यावर समजले की ती काळी रेनॉ मेगान गाडी, डेव्हिड स्कॅनलॉनच्या मालकीची होती. एक दुसरी गाडी त्याच्या बायकोच्या – पॉलाच्या नावावर नोंदवलेली होती.

'हे, डियरड्रे कॉरोनेशन स्ट्रीटवरील सारखे बोलतात. 'मरिनर म्हणाला. क्रिस्टी म्हणाली होती. भाषेची ढब ओळखण्याचे कौशल्य तिच्यामध्ये होते तर!

मरिनर आणि नॉक्स ग्रेटर मॅन्चेस्टरला लगेच रवाना झाले. दुपारी उशीरा पोहोचले. ते आल्याची माहिती स्थानिक पोलिसांना दिली. पण सुरुवातीला वाट

पाहणे इतकेच काम होते. गोल्डफिन्च ड्राईव्ह हा सुबक बंगले असलेला भाग होता. बाहेरचे लॉन नीट जोपासलेले होते. त्या बंगल्याच्या ड्राईव्हवर कोणतीही गाडी नव्हती. पण जरा अंधार झाल्यावर एक छोटी गाडी रस्त्यावरून ड्राईव्हवर आली. समोरचे दार पार करून मागच्या बाजूच्या दाराशी जाऊन थांबली. एक बाई उतरली, डीकी उघडली आणि अनेक कॅरीबॅग भरलेले सामान घरात नेले. परत बाहेर आली. गाडीचे मागचे दार उघडले आणि तान्ह्या मुलाचे कारसीट बाहेर काढले, गाडीला कुलूप लावून ती परत आत गेली, घराचे दार लावून घेतले.

'आता आपण हे कसे काय उलगडणार आहोत?' गाडीतून उतरताना नॉक्स म्हणाला.

'सावधपणे,' मरिनर म्हणाला. 'जेसिकाला चुकून नेले या पलीकडे त्यांना कल्पनाही नसेल की त्यांनी काही चुकीचे केले आहे. दत्तक घेण्याची योजना त्यांना खूप नेटकेपणाने सादर केलेली असणार. आता जेसिकाला परत केले आहे म्हटल्यावर त्यांना आपण सुटलो असे वाटत असणार. चल, जाऊ या.'

पॉला स्कॅनलॉन लगेचच दार उघडायला आली. मरिनरने वॉरन्ट कार्ड दाखवले. 'मिसेस स्कॅनलॉन? आम्ही काही बोलू शकतो?'

तिचे डोळे भिरभिरे झालें. 'आता खरं तर सोयीचे नाही, बाळाला झोपवत होते. पुन्हा येणार का?'

'नाही खरं तर, हे महत्त्वाचे आहे.' मरिनरने आग्रह धरला. 'आम्ही आता येऊ शकतो का?'

जरा नाखुशीनेच पॉलाने त्यांना आत घेतले. छोट्या हॉलवेमधून पुढे नेले, हॉलवेच्या आजूबाजूला खोल्या होत्या. त्या बेडरुम असाव्यात, असा मरिनरने अंदाज बांधला. बसण्याच्या खोलीत एका बाजूला ती कारसीट होती. शंकाच नाही. ती एली होती. जी गेल्यावेळी पाहिल्यापेक्षा मोठी झालेली होती.'

'आणि ही...?' मरिनरने हसून बाळाशी खेळत विचारले.

'लॉरेन,' पॉला स्कॅनलॉन जरा वैतागूनच म्हणाली. तिच्या डोळ्यात, वैतागापेक्षा भय होते. ती बोटातील अंगठीशी चाळा करत होती. बोट पार पांढरं पडलं त्याने.

'लॉरेनचा जन्म कधी झाला?'

'ऑगस्ट २८ला. तिला दत्तक घेतलेली आहे आणि तुम्हाला हे आधीच माहीत आहे, नक्की.'

'हो,' मरिनर म्हणाला. 'आम्हाला तुमच्याशी त्याबद्दल बोलायचे आहे. आम्ही बसू शकतो का?'

'बसायचेच असल्यास माझा नवरा इथे असायला पाहिजे असे मला वाटते. तो घरी परत येईपर्यंत थांबूयात का आपण? तो येईलच आता.'

‘हो ठीक आहे.’ मरिनर प्रसन्नपणे म्हणाला.

‘आपण वाट पाहत आहोत, तोपर्यंत चहा घेणार का तुम्ही?’ हा प्रस्ताव अनिच्छेने केलेला होता.

‘धन्यवाद, आवडेल.’ मरिनर आनंदाने म्हणाला.

खोलीतून बाहेर जाताना तिने टीव्ही चालू केला, त्यांच्या करमणुकीसाठी असावा. मरिनरला खरंतर शांतता जास्त आवडली असती. पॉला गेली आणि आतून नळाचे, चहाच्या मग्जचे आवाज येऊ लागले. एलीने हातातली केशरी चोखणी फरशीवर पाडली. मरिनर बाळाच्या जवळच होता. त्याने ती उचलून परत बाळाच्या हाती दिली. ‘हॅलो’ तो म्हणाला. ती पण हसली. कदाचित तिने त्याला ओळखले असावे कारण तिचा चेहरा वाकडा झाला आणि ती एकदम रडायला लागली.

‘मी काय केलं?’ मरिनर बावरला.

‘जे तू म्हणालास तेच.’ नॉक्स उत्तरला.

हा आवाज व्हायला आणि पॉला ट्रे घेऊन यायला एकच गाठ पडली. तिने हातातला ट्रे त्यांना चहा घ्यायला सांगून जवळजवळ टेबलवर फेकला. ती घाईने एलीजवळ गेली. सीटमधून काढून तिने तिला जवळ घेतले, ती जोजावत होती. याच वेळी दार उघडले आणि डेविड स्कॅनलॉन आला, त्याला हॉलमधली गर्दी पाहून आश्चर्य वाटले होते. भुऱ्या सोनेरी रंगाचे केस असलेला, डेव्हिड थकलेला वाटला, त्याचा सूट चुरगळलेला होता.

‘हे पोलीस आहेत.’ त्याच्या बायकोने त्याला सांगितले.

या परिस्थितीतही चांगल्या सवयींचा शिरस्ता पाळत स्कॅनलॉनने दोघांशी हस्तांदोलन केले. ‘काय चालले आहे?’ त्याने विचारले.

‘त्यांना लॉरेनबद्दल बोलायचे आहे.’ पॉला म्हणत असताना, एलीचे रडणे टिपेला जाऊन टीव्हीच्या आवाजाशी स्पर्धा करत होते. ‘तिला जेवायला घालून झोपवायचे आहे.’ ती म्हणाली. मरिनर आणि नॉक्स यात अडथळा आणत आहेत, असे जणू ती सांगत होती.

‘तू तिच्याकडे पाहा ना डार्लिंग,’ स्कॅनलॉन म्हणाला. ‘मी या ऑफिसर्सशी बोलतो, लॉरेन झोपली की तू इथे ये.’ असे म्हणून त्याने लॉरेनच्या डोक्यावर ओठ टेकले.

‘जा, तुम्ही मिसेस स्कॅनलॉन,’ मरिनरने सांगितले. तेवढीच जरा शांतताही मिळाली असती.

‘तू तिची बाटली आणणार का गरम झाल्यावर?’ तिने तिच्या नवऱ्याला विचारले.

'माझे आवरेलच एका मिनिटांत' असे म्हणत तो या दोन पोलीस ऑफिसर्सच्या समोर बसला.

मरिनरला टीव्ही बंद करायला सांगायची खूप इच्छा झाली, निदान आवाज तरी कमी करावा, पण काही लोकांना पार्श्वसंगीत लागते आणि एली गेल्यामुळे ते निदान बोलू शकत होते. 'मि. स्कॅनलॉन आम्हाला नीट माहिती हवी आहे की नक्की लॉरेनला तुम्ही कसे दत्तक घेतले?' आणि तिच्या संदर्भातली सगळी कागदपत्रे आम्हाला पाहायची आहेत. मरिनरने सुरुवात केली. जेसिकाचा विषय नंतर बोलण्याचे त्यांनी ठरवले. 'लॉरेन तुमच्याकडे कशी आली?'

त्याच्या बायकोच्या नेमके विरुद्ध स्कॅनलॉन नीट समजून सांगू लागला. 'आम्ही एका खासगी दत्तक देणाऱ्या एजन्सीतर्फे गेलो – होरायझन्स' शांतपणे तो म्हणाला.

'होयरायझन्सबद्दल माहिती कशी मिळवली?'

किचनमध्ये बीप आवाज झाला. 'लॉरेनची बाटली गरम झाल्याचा संकेत आहे हा. मी जाऊ शकतो?'

'हो, जरूर.'

'तिची नीट काळजी घेतली जाते आहे.' स्कॅनलॉन खोलीतून बाहेर गेल्यावर नॉक्सने टिप्पणी केली.

मरिनरला न पटणे शक्यच नव्हते. 'परिस्थितीचा रेटा असा की, ती इथेच जास्त चांगली आहे. पण आपले योग्य असेल, तर एक आई तिला भेटायला आतुर आहे आणि यांनी जे केले आहे, ते बेकायदेशीर आहे. त्या अपहरणाचा उल्लेख आपण न करणेच अधिक योग्य आहे.'

काही क्षणांनी स्कॅनलॉन परत आला आणि पुढे सांगू लागला. 'आम्ही क्वीन एलिझाबेथ हॉस्पिटलमध्ये ट्रीटमेंट घेत होतो. खूप लांबचा पल्ला होता हा, पण आमच्या डॉक्टरांनी तसा सल्ला दिला होता आम्हाला. आम्ही कृत्रिम बीजारोपणाच्या चार फेऱ्या पूर्ण पण केल्या होत्या आणि आमच्या सल्लागाराला काळजी वाटू लागली की याचा पॉलाच्या शरीरावर आणि मनावर परिणाम होतो आहे. त्याने समुपदेशकाला भेटण्याचा सल्ला दिला. म्हणून आम्ही शैला फ्रायला भेटलो.' आणखी एक हरवलेली कडी जागेवर सापडली होती.

'हो, शैला? बरोबर तिने ओळखले होते की कृत्रिम बीजारोपणाचे आमचे प्रयत्न आता उपयोगाचे नाहीत. तिने सुचवले की यातून पुन्हा एकवार जायचे का याबाबत घरी जाऊन आम्ही नीट विचार करावा. दत्तक घेण्याचा विचार करण्याचेही तिने सुचवले. तो विचार आम्ही केला होता पण आमचे वय मोठे असल्याचे सांगण्यात आले. मग काही आठवड्यांनंतर अकस्मात पोस्टाने एक कागद आमच्याकडे आला.'

'तो अजून आहे तुमच्याकडे?'

'कदाचित असेल. नक्की नाही माहीत.'

'तो असा होता का?' मरिनरने सोबत आणलेला केशरी कागद दाखवला.

'हो हाच तो! असो. मी फोन केला तेव्हा होरायझन्स दत्तक एजन्सीला फोन केला असल्याचे समजले. ते आम्हाला युरोपमधून एक बाळ देऊ शकणार होते. प्रशासकीय खर्च आम्हीच द्यायचा होता. फोनवरून बोलणारी स्त्री एकदम व्यावसायिक पद्धतीने सांगत होता की ही दत्तक योजना जरी कायदेशीर असली तरी या देशातले सरकार या योजनेला काही प्रवृत्त करत नाही, त्यामुळे हे गुपित ठेवणे आवश्यक आहे. त्यामुळे ती आम्हाला दत्तक घेण्याची झटपट होणारी साधी पद्धत सांगणार होती.'

'म्हणून तुम्ही ती मान्य केली.'

'मी इंटरनेटवर जरा संशोधन केले, मला समजले की असे यापूर्वी घडलेले आहे आणि मला वाटले काय अडचण येणार?'

'ह्या गुपित ठेवण्याच्या सूचनेचे तुम्हाला आश्चर्य नाही वाटले?'

'आम्हाला सांगण्यात आले, की या योजनेची फारशी जाहिरात केलेली नाही. कारण ही एजन्सी येणाऱ्या मागण्या पुरवू शकणार नाही. आम्हाला सांगण्यात आले की आमच्या परिस्थितीमुळे आमच्या नावाची शिफारस केली गेल्याने आम्हाला हे देऊ केले जात आहे.'

'पण तुमच्या संमतीविनाच शिफारस केली गेली होती हे जरा विचित्रच नाही वाटत?' पॉलाचे आयुष्यात एकमेव ध्येय होते, स्वत:चे मूल असावे! गेल्या १० वर्षांपासून, आमचे लग्न झाल्यापासून या गोष्टींनी आम्ही व्यग्र आहोत. ते काय असते हे मी सविस्तर नाही सांगू शकणार. पॉलाला जेव्हा सांगण्यात आले की ती गर्भवती राहू शकत नाही, तेव्हापासून आम्ही नरक यातनातून जात आहोत. कृत्रिम बीजारोपणाच्या चार प्रयत्नांनी आम्हाला पैशाने आणि भावनेने मोडून टाकले होते. एका प्रसंगी पॉलाने जीव देण्याचाही प्रयत्न केला. तुम्ही इतके हताश असता तेव्हा बारीकसारीक गोष्टी पाळण्याचे राहून जाते. मी त्यावेळी पॉलासाठी वाटेल ते केले असते. होरायझन्सने आम्हाला आश्वासन दिले की काही आठवड्यात आम्हाला आमचे बाळ मिळेल. आम्ही अशा प्रस्तावाला नाकारूच कसे शकणार होतो? गौप्यतेचा मुद्दा सोडला तर, तोही त्यावेळी योग्यच वाटला. सगळं योग्य वाटलं. आम्हाला दत्तक प्रक्रियेची थोडी माहिती होती आणि होरायझन्स त्या पद्धती पार पाडत होते. एक बाई आली आमचे घर पाहण्यासाठी....'

'तुम्हाला तिचे नाव आठवते?'

'नक्कीच कुठेतरी लिहून ठेवलेले असणार.'

'तिचे वर्णन करू शकताय का?'

'ती स्मार्ट होती, व्यावसायिक वाटली. सोनेरी केस, चाळिशी उलटलेली कदाचित पन्नास.' टुडी बराट. 'मग अनंत फॉर्मस भरायचे होते. आम्हाला लॉरेनसाठी पासपोर्ट आणि जन्म दाखला पण दिला गेला.'

'ते आहेत तुमच्याकडे?'

डेव्हिड स्कॅनलॉनने ड्रॉवरमधून एक पाकीट काढले. ही कागदपत्रे त्यात होती. प्रथमदर्शनी ते खरे दिसले पण तज्ज्ञांना त्यात काहीतरी गल्लत सापडेल याची मरिनरला खात्री होती.

'हे खोटे आहेत मि. स्कॅनलॉन' तो विश्वासाने म्हणाला. 'खुबीने केलेले काम आहे. सापडेल शेवटी. या लोकांनी सांगितले का की हे बाळ कुठून येणार आहे ते?'

'ते म्हणाले की युरोपातील अनाथाश्रमांतून ते खूप काम करतात. एक असे तिरानामध्येही आहे, अल्बानियातही. आम्हाला त्या जागेचे फोटो दाखवले गेले. आम्हाला सांगितले गेले, की तिथे खूप माता आपली मुलं सोडून देतात, त्यांना त्यांचे संगोपन परवडत नाही म्हणून. लॉरेन त्यापैकी एक बाळ आहे. आम्हाला वाटलं एका नकोशा झालेल्या बाळाला आम्ही प्रेमळ घर देत आहोत.' मरिनरचा नाईलाज होता. त्याला डेव्हिडचे वाईट वाटले. अनेक प्रकारे केवळ भाबडे असणे हाच त्याचा गुन्हा होता. या मारेकऱ्यांनी त्याच्या हतबल परिस्थितीचा गैरफायदा घेतला होता. मरिनरला आज जेसिकाच्या अपहरणाकडे वळायचे होते. 'आता आम्हाला तुमच्या बायकोशी बोलायचे आहे, जेसिका क्लिनमान हरवली त्या संदर्भात, तो म्हणाला. 'तुमचे बाळ झोपले असेल का?'

'मी जाऊन पाहतो?'

स्कॅनलॉन जरूरीपेक्षा जास्त वेळ आत गेला. मरिनर अस्वस्थ होऊ लागला एवढ्यात स्कॅनलॉन परतला, एकटाच. त्याचा चेहरा पडलेला होता. 'ती गेली' तो म्हणाला. 'आपण बोलत असताना, ती समोरच्या दरवाज्यातून निघून गेली असणार. तिने माझी गाडी नेली आहे. 'त्यांना काहीच आवाज आला नाही, कारण टीव्ही सुरू होता! छे!'

१७

'तुमची बायको कुठे जाईल?' मरिनरने जाब विचारला.

'मला कल्पना नाही.'

'ती बाळाला काही इजा करण्याची शक्यता आहे का?'

'खरं सांगू? माहीत नाही. हे सगळं सुरू झाल्यापासून पॉलला काही समस्या आहेत....'

मरिनरने मोबाईल फोन काढला, स्थानिक पोलिसांना काळ्या आणि मेगान गाडीबाबत सावध करण्याकरता. त्यांना हे सगळं पुन्हा करावं लागत होतं, यावर त्याचा विश्वास बसत नव्हता. 'ज्यांच्याकडे ती जाईल, असं वाटतं आहे त्या सगळ्यांना फोन करा.' तो स्कॅनलॉनला म्हणाला.

या व्यतिरिक्त ते फक्त वाट पाहू शकत होते. चाळीस मिनिटांनी त्यांना स्थानिक पोलिसांचा हेवूड ब्रिजपाशी पॉला दिसली असा फोन आला.

ते तिथे गेले तेव्हा काळी मेगान पार्क केलेली होती. भोवती पोलिसांच्या गाड्या आणि त्यांच्या चालकांचे पथक उभे होते. पोलिसांचे हेलिकॉप्टर वर घिरट्या घालत होते.

'ती तिथे आहे. आता प्रकरण तुमच्या ताब्यात आहे.' जागेवरचा पोलीस म्होरक्या हात उंचावून पुलाच्या मध्यावर बोट दाखवत होता. एलीला कवटाळून उभी असलेली पॉला दिसली. गार वारा आणि पावसाची भुरभुर सुरू होती. त्यांना हे आवाक्यात आणायचे होते. 'मिसेस स्कॅनलॉन,' मरिनर सावकाशपणे पुलाच्या एका बाजूला जात म्हणाला.

'तुम्ही जा.' ती ओरडली. 'तुम्हाला ही मिळणार नाही. हे माझं बाळ आहे. माझं यावर प्रेम आहे.' मरिनर एक पाऊल पुढे गेला.

'नाही.' ती ओरडली. 'माझ्याजवळ येऊ नका. जर ही मला मिळणार नसेल तर कुणालाच मिळणार नाही. मी तिची आई आहे. तिला माझी गरज आहे. मरिनर अवाक् होऊन पाहत होता. पॉला डगमगत पुलाच्या कड्यावर चढली. बर्फासारखे गार पाणी त्यांच्या पायाखालून वाहत होते. तो खळाळता प्रवाह फ्लड लाईटमध्ये आणखी भयाण वाटत होता.

मरिनर चालायचा थांबला. 'मला फक्त तुझ्याशी बोलायचे आहे, पॉला' तो पाण्याच्या आवाजापेक्षा मोठ्यांदा पण मृदूपणे म्हणाला. 'मला खात्री आहे आपण हे सगळे निपटू टाकू.'

'तुम्ही मला हे बाळ ठेऊन घेऊ द्याल?'

मरिनरला तिला उत्तर देता येईना.

'मग मला तुमच्याशी बोलायचे नाही. जर ही मला मिळणार नसेल तर कुणालाच मिळणार नाही.' असे म्हणून तिने हळूच पाण्याचा दिशेला झुकून स्वत:ला खालच्या बर्फासारख्या गार पाण्यात झोकून दिले.

पोहोणाऱ्यांच्या पथकाने तिच्या पाठोपाठ पाण्यात उड्या मारल्या. काठावरचे

दिव्याचे झोत पाडून दिशा देताना ओरडत होते. आश्चर्य म्हणजे तिने अजूनही एलीला कवटाळून धरलेले होते. तिच्याकडून एलीला कसेबसे सोडवून घेतले, तेव्हा ती जेमतेम जिवंत होती.

तिला आणि पॉलाला तातडीने दवाखान्यात रवाना केले गेले. पॉलाला तपासून झाल्यावर तिला चौकशीसाठी बर्मिंगहॅमला पोलीस बंदोबस्तात नेले जाणार होते. नॉक्स आणि मरिनर पुढे गेले. ते गाडीत शांतच होते. 'तुमची चूक नव्हती, बॉस' नॉक्स शेवटी म्हणाला. 'ती अशीही गेलीच असती. तिला कुठेही जायला ठिकाण नव्हते.'

'पण तिच्या डोक्याचे काय होईल? आपल्याला स्कॅनलॉन जोडीच्या जबाबावर विसंबावे लागणार आहे, त्यांची साक्ष फार महत्त्वाची आहे आपल्यासाठी. आपण इतर जोडप्यांना आवाहन करू शकतो. पण जे कुणी पुढे येतील त्यांना मूल गमावण्याचा धोका असणारच आणि हे कोण करेल?'

'डेव्हिड स्कॅनलॉन हा चांगला साक्षीदार असेल.' नॉक्स म्हणाला. 'तेवढे पुरेसे आहे आपल्यासाठी.' मरिनरने आशा केली की याचे बरोबर ठरावे.

टुडी बराट आणि फ्राय या दोघींनाही प्रश्न विचारण्यासाठी ग्रानविल लेनला आणले गेले. पण उशीर झाला होता. गोरान झालिक अजून उगवला नव्हता.

दुसऱ्या दिवशी सकाळी तपासाचे वॉरन्ट घेऊन एक पथक 'जॅक ॲन्ड द बीनस्टॉक'ला बराटच्या ऑफिसमध्ये शोधकार्यासाठी पाठवले गेले.

त्यांना एका फाईलमध्ये होरायझन्स, या खासगी दत्तक एजन्सी संदर्भातले कागद मिळाले. शिवाय समाजसेवेचे फॉर्म, इतर दत्तक घेऊ इच्छिणाऱ्या जोडप्यांची नावे आणि माहिती असलेली यादी पण होती. समाजसेवेच्या स्थानिक कार्यालयाने त्यातले बरेच कागद खोटे असल्याचे सांगितले. टुडीचा कॉम्प्युटर ताब्यात घेतला गेला. त्यातली डिस्क पुढील तपासासाठी पाठवली गेली.

'आम्हाला हे सुद्धा सापडले.' पीसी मान म्हणाले. त्याने मरिनरला एमा ओ'ब्रायनला लिहिलेल्या एका पत्राची प्रत दिली, नर्सरीकडून दिलेला एक चेक पण होता त्याबरोबर, 'या भयानक घटनेला विसरून आपण पुढे जाऊ या आशेने....'

'मला वाटतं एमा ओ'ब्रायनने डॉक्युमेंटरीबद्दल मत बदलण्याला हे कारण होते.' मरिनर म्हणाला.

सर्व प्रश्नोत्तरे चालू असताना टुडी बराट खूप शांत होती, यात आश्चर्य असे काहीच नव्हते. आपले काही चुकले आहे असे वाटत नसल्याप्रमाणे ती निष्पाप असल्याचे भासवत होती. इतका वेळ त्या कोठडीत राहून सुद्धा तिचे केस आणि मेकअप व्यवस्थित होता!

'आम्हाला होरायझन्स दत्तक एजन्सीबद्दल सांगा.' मरिनर म्हणाला. 'हे कसे सुरू झाले?'

'अनेक गोष्टीप्रमाणेच योगायोगाने,' ट्रुडी म्हणाली. 'मला माहिती होते फौंड्री रोडच्या त्या घरात काय चालले होते ते. अनेक पुरुष कोणत्याही वेळेला ते दार ठोठवायचे पण खरं सांगायचं तर माझं त्याच्याशी घेणं-देणं नव्हतं. तिथे कुणीही कधीच काही त्रास दिला नाही, सर्वजण सगळं गुपचूप करत होते. मला नाही वाटत आमच्याकडच्या कोणत्याही पालकांना याची माहिती होता. खूपशा कर्मचाऱ्यांनाही याबद्दल काही माहिती नव्हते. एके सकाळी मी नित्याच्या त्याच्या फेरी करता नर्सरीत आले तर एक मुलगी होती बाहेर धाय मोकलून रडत होती. ती फारशी इंग्रजी बोलत नव्हती. पण तिने मला कसेबसे सांगितले की ती गरोदर आहे. मला वाटतं ते तिच्या कामाच्या ठिकाणी फारसे स्वागतार्ह नसणार. ती म्हणाली, की तिला हाकलून दिले जाईल. ती रस्त्यावर येईल, स्वत:चे पालनपोषण तिला करावे लागेल. मी तिला नोकरी द्यावी, असे ती म्हणाली. तिच्याकडे पैसे नव्हते, कायदेशीर कागदपत्रंही नव्हती. मी तिला नोकरी देऊ शकत नव्हते. पण तिच्याकडे दुर्लक्षही करू शकत नव्हते. म्हणून मी तिला नर्सरीत नेले. शांत केले आणि समाजसेवा करणाऱ्यांना फोन करणारच होते.'

'म्हणजे तुम्ही एक चांगले काम करणार होतात ना?'

'ती फार खचली होती. मला खात्री आहे कुणीही असेच केले असते. असो!' माझ्या ऑफिसमध्ये असताना मला आठवले की काही दिवसांपूर्वी मी आमच्याकडच्या एका पालकांशी, शैला फ्रायशी बोलले होते, ती हॉस्पिटलमधल्या वंध्यत्व उपचार केंद्रात काम करते. तिने चाळिशीतल्या एका जोडप्याची एक करुण कहाणी सांगितली. त्यांची चौथी कृत्रिम बीजारोपणाची फेरी अयशस्वी झाली होती. त्या बाईची तब्येत खालावत चालली होती आणि ते आणखी धोका पत्करू शकणार नव्हते, त्यांनी दत्तक घेण्याचा निर्णय खूप उशीरा घेतला होता.'

'मला व्यवसायाची एक संधी दिसली, इतकं सोपं आहे हे. माझ्या ऑफिसमध्ये बसलेली तरुण मुलगी नको असलेल्या बाळाला जन्म देणार होती. मला एक जोडपे माहीत होते जे बाळासाठी आसूसले होते, पण त्यांना मूल होणार नव्हते. हे मला संयुक्तिक वाटले आणि सगळ्यांच्याच हिताचे वाटले.'

'हे एकापेक्षा जास्त वेळा झाले आहे, तरी.' मरिनरने इतर जोडप्यांची माहिती सादर केली.

'मी विचार केला तेव्हा मला जाणवले की अशा परिस्थितीत अन्य महिला पण असतील. मी त्या मुलींना मि. झालिक यांच्याशी ओळख करून देण्यासाठी पटवले.'

'मी त्याला प्रस्ताव सांगितला. त्याला ती कल्पना आवडली. झालिकला पण

वाटले की या दिशेने अनेक संधी असणार या देशात आणि युरोपमध्ये त्याचा व्यवसाय होताच. ही घटना, हा प्रसंग काही विरळा नाही हे तो जाणत होता. मला माहिती आहे की बहुतांशी या मुलींना गर्भपात करायला प्रवृत्त केले जाते. याच वेळी शैला पण होती जी मूल होण्याच्या अवस्थेत असलेल्या जोडप्यांना नियमित भेटत होती. त्यामुळे आम्ही ठरवले की अशी एजन्सी काढायची जी जोडप्यांचा प्रश्न एका फटक्यात सोडवेल.' ती समाजसेवा करत असल्यासारखे बोलली.

'मग हे कार्यरत कसं झालं?'

'गोरान गर्भवती मुलगी हेरायचा आणि तिला बाळंतपणासाठी विल्मॉट रोडच्या घरी आणण्याची व्यवस्था करायचा. शैला तो केशरी कागद अशा जोडप्याला पाठवायची जे या दत्तक प्रस्तावासाठी आम्हाला योग्य वाटतात. जर त्यांनी संपर्क साधला, बहुतेक सगळे संपर्क साधायचे, तरच शैला किंवा मी जाऊन त्यांना भेटायचो त्यांचे घर, त्यांची परिस्थिती पाहायचो, ते योग्य पालक होऊ शकतात का नाही, याची खात्री करण्याकरता....'

'तुम्हाला ही योग्यता ठरवण्याची पात्रता दिली कुणी?'

'मी सामाजिक संस्थेत काम केले होते, मला माहिती आहे, चांगले पालक म्हणजे काय ते.' तिला इतकी खात्री होती स्वत:बद्दल. सगळं तोलून-मापून झाल्यावर, कागदपत्रांची पूर्तता केल्यावर आम्ही मूल स्वाधीन करण्याचे काम करत असू. गोरान किंवा एखादी मुलगी सकाळी लवकर बाळाला नर्सरीत आणत असे आणि मी, नवीन पालक येऊन दुपारी ते बाळ घेऊन जात यावर देखरेख करत असे.'

'हे सगळं इतकं राजरोस होत होतं तर बाळ नुसतेच हवाली का करायचे नाहीत?'

'असे करणे जास्त सोयीचे वाटले.'

' आणि कर्मचाऱ्यांनाही मान्य होईल असे होते.'

'कर्मचाऱ्यांशी संवाद करायचा नाही असे जोडप्यांना सांगितले जायचे.'

'मला खात्री होती याची. मग जेसिका हरवली त्या दिवशी कुठे चूक झाली?'

'या व्यवहारावर लक्ष ठेवण्यासाठी एरवी मी नर्सरीत हजर असते. पण त्या विशिष्ट दिवशी मला दुसऱ्या नर्सरीतून तातडीने बोलावणे आले. मी पॉलाला थोपवण्यासाठी फोन आणि मेसेज करण्याचा प्रयत्न केला. पण तिचा फोन स्विच ऑफ होता. त्यामुळे ती आली तेव्हा मी नव्हते. मी तिला सांगितले होते ते तिला आठवले आणि त्याप्रमाणे तिने पिवळ्या रंगाच्या बेबीग्रोमधले बाळ नेले.'

'पण बाळं बदलली गेली होती.'

'त्यामुळे तिने चुकीचे बाळ नेले. तिने आणि तिच्या नवऱ्याने जे ठरवले होते

तसे त्यांनी केले. बाळ घेऊन हॉलीडे कॉटेजला गेले. मला त्यांची भेट घेता आली नाही. त्यामुळे पुढचे तीन दिवस मग आम्ही बाळं बदलण्याचा उद्योग केला.'

'स्कॅनलॉनने एलीसाठी किती पैसे दिले?'

'तुम्ही हे किती सवंग भासवता. जोडपी आमच्या खर्चापुरते पैसे देतात. ते स्वेच्छेप्रमाणे असते.'

'किती?' मरिनरने विचारले.

'मला खरंच आठवत नाही. मला माझ्या नोंदी पाहाव्या लागतील.'

'काळजी करू नका. आम्ही ते करतोय तुमच्यासाठी,' मरिनर म्हणाला. 'आणि आम्हाला खात्री आहे, रेव्हेन्यू विभागालाही त्यात रस असेल. हे तुमच्या मुलांच्या विक्रीच्या बेकायदेशीर कृत्या व्यतिरिक्त असेल.'

'आम्हाला वाटले नाही की....'

'तुम्हाला काय वाटेल ते वाटू देत.' मरिनर म्हणाला. 'मी याला मुलांची विक्री म्हणतो आणि तुम्ही मोठ्या खड्ड्यात आहात आता. हे आणखी विपरित झाले असते. एली जवळजवळ मेली होती.' त्या दिवसभरात पहिल्यांदा टुडी हादरलेली दिसली 'काय म्हणायचे आहे तुम्हाला?'

'पॉला स्कॅनलॉनने स्वतःला आणि बाळाला मारून टाकण्याचा प्रयत्न केला. तुझ्या सुदैवाने त्या दोघी बचावल्या आहेत. एली लवकरच तिच्या जन्मदात्रीकडे दिली जाईल. तुझ्या सदसद्विवेकाची एक टोचणी कमी होईल.'

'मला नाही समजलं.'

'आम्हाला नादियाबद्दल सांग.' मरिनर, फोटो टेबलवर ठेवत म्हणाला.

'मी तिला आधी पाहिलेले नाही, खरंच.'

मरिनरला नक्की वाटले ती खरं बोलत असणार असे. 'मि. झालिक कुठे आहे आता?'

'मला खरंच कल्पना नाही.'

'या सगळ्यांत विषादाची गोष्ट काय आहे माहीत आहे?' मरिनर नंतर म्हणाला. 'ती परोपकारानिमित्त या सगळ्यांतून सुटेल,' ज्या मुलींची आपली बाळे सांभाळण्याची ऐपत नाही आणि ज्या जोडप्यांना मुलबाळ होत नाही, अशांना मदत केल्याबद्दल फार तर सस्पेंडेड सेंटेन्स होईल. म्हणजे त्रिशंकू निकाल!'

आणखी दोन दिवसांनी ग्रानविल लेनला एका चांगल्या बातमीचा निरोप आला. हारविचला गोरान झालिकला उचलले आहे. तो एका बोटीतून जाण्याच्या प्रयत्नात होता. हो, लगेचच त्यांच्या हवाली केला जात होता.

१८

ग्रानविल लेनला झिलाक येताच मरिनरने सर्वप्रथम वालेन्काने येऊन त्याची नीट ओळख पटवावी अशी व्यवस्था केली. डीसीआय शार्पने मरिनरला व्हरांड्यात गाठले. 'काय चालले आहे?' तिने विचारले.

'वालेन्का ओळख पटवण्यासाठी येत आहे.'

'छान. तो काहिल नावाचा त्रासदायक माणूस माझ्याकडे १० वाजता येणार आहे. त्याला मी सांगू शकेन आम्ही प्रगती करतो आहोत असे.'

मरिनरने असे का केले सांगता येणार नाही, पण तो एक साधा, सरळ होरा होता. तो खाली रिसेप्शनला कॅटरिना आणि वालेन्काला भेटायला गेला, कॅटरिना मैत्रिणीची दुभाषी म्हणून आली होती. तिथे असताना तो डेलरोजला म्हणाला, 'मि. काहिल आले की मला सांगणार का?'

ओळख पटवण्याचे काम सहज पार पडले, वालेन्काने ओळख परेडमध्ये अजिबात काचकूच केली नाही. मरिनर तिच्याकडून आणखी पार्श्वभूमी समजावून घेत होता, बलात्कार प्रकरणी माहिती घेणे सुरू होते, तेव्हा मरिनरला निरोप आला. तो म्हणाला, 'आपण जरा थांबू या. मोकळी हवा घे जरा.'

ही वेळ साधली गेली होती. ते पायऱ्यांवर पोहोचले बरोबर तेव्हाच खालून एक ओळखीची व्यक्ती येताना दिसली. मरिनर, खुशीने कौन्सिलर काहिल आणि त्या दोन मुलींच्या दरम्यान उभा राहिला. काही अंतरावर काहिल येताच वालेन्काच्या तोंडून अनाहूतपणे भीती वाटल्यासारखा हुंदका आला. भान न राहून तिने मरिनरचा हात पकडला. तिला उमासा आला. ही नजरानजर काही क्षणच होती. पण तेवढ्यात ही मरिनरला डोळ्यांमध्ये परस्पर ओळख पटल्याची चमक दिसली, काहिल गडबडीत शार्पच्या ऑफिसमध्ये निघून गेला. जिथे चौकशी चालली होती त्या खोलीत परत आल्यावर मरिनरने कॅटरिनाला विचारले, 'ती या माणसाला ओळखते का?' वालेन्का शांत होती, डोळ्यांत भीती होती.

'ठीक आहे.' मरिनरने तिला प्रेमाने सांगितले. 'तो काही पोलीस नाही. तो एक अधिकारी आहे आणि आम्हाला खूप त्रास देतो.'

'तो तिच्या गिऱ्हाईकांपैकी एक आहे.' कॅटरिना शेवटी म्हणाली. खूप दिवसांनी मरिनरला हसू आले.

त्याने हलकेच वालेन्काच्या हाताला स्पर्श केला. 'हो आणि त्याच्यामुळे मी पण अस्वस्थ होतो.' तो पुटपुटला.

नंबर जबानीवरच्या टिप्पण्या लिहिताना मरिनरचे तारखेकडे लक्ष गेले. त्याला काही विशेष वाटले, पण आठवत नव्हते. मग त्याला उमजले की आज ॲना घर सोडणार होती. तिच्या घराच्या वळणावरून जाताच त्याला दिसले की सामान हलवणारी गाडी तिथेच आहे अजून. त्याने गाडी पार्क केली आणि तो घरात गेला. ''ॲना!''

एका अनोळखी गृहस्थाने त्याचे स्वागत केले. 'हॅलो! मी काही मदत करू आपली?'

'मी ॲना बऱ्हामला शोधतो आहे, ती आज जाणार आहे इथून.'

'ती गेली. आम्ही इथे येत आहोत.'

त्या माणसाने आनंदाने मरिनरला आत येऊ दिले. कोणतेही सामान तिथे नव्हते. मरिनर आपल्या घरी परत गेला, त्याला दारातून नीट आत जाता येईना. ॲनाच्या घरातले त्याचे सगळे सामान तिथे पडलेले होते हॉलमध्ये.

कॅटरिना किचनमध्ये बीफ स्ट्यू ढवळत होती. 'एका बाईने हे आणले,' ती म्हणाली.

'ती वैतागलेली होती. मला वाटतं रागावलेली पण. तिने मला तुला सांगायला सांगितले आहे की, मला आशा आहे, तू खूश होशील म्हणून. हे म्हणताना ती हसली पण नाही.'

'नाही. मला नाही वाटत ती हसली असणार.'

'ती तुझी मैत्रिण होती?'

'आता नाही. सगळं संपलं आहे.'

'ओ!' ती हसली. 'मी स्ट्यू केले आहे, तुला देऊ का?'

'हो, का नाही?'

त्या संध्याकाळी मरिनर, कॅटरिनाला 'कॅसेब्लान्का' ची ओळख करून देत होता. तेव्हा दारावर टकटक झाले. त्याने दार उघडले, दारात ॲना उभी होती. 'मी व्हॅन जाऊ दिली मला न घेता; तुझा निरोप घेतल्याशिवाय मी नाही जाऊ शकले. तिने त्याच्या पलीकडे पाहिले, कॅटरिना बसली होती.

'हे तुला वाटते तसे नाही.' मरिनर घाईने म्हणाला. ''मी तिला राहायला जागा दिली आहे. फक्त....''

तिने स्मित हास्य केले. ''मला माहीत आहे. मी टोनीशी बोलले काही दिवसांपूर्वी. खरं तर काही फरक पडत नाही. नाही का?''

'खरं तर नाही. तुला जे पाहिजे आहे ते मिळू दे, ॲना'

'तुला पण.' त्याच्या गालावर हलकेच ओठ टेकवून, तिने पाठ वळवली आणि निघून गेली.

■ ■ ■